திருச்செந்தூரில் 1971 ஆம் ஆண்டில் பிறந்த மோகன்தாஸ் என்கிற இயற்பெயரைக் கொண்ட கவிஞர் **மதிவண்ணன்** 1990களில் எழுதத் தொடங்கியவர்.

'நெரிந்து', 'நமக்கிடையிலான தொலைவு', 'ஏதிலியைத் தொடர்ந்து வரும் நிலா', 'நவகண்டம்' ஆகிய நான்கு கவிதைத் தொகுப்புகளை இதுவரை எழுதி வெளியிட்டுள்ளார்.

அம்பேத்கர் பற்றிய அவதூறுகளுக்கு பதிலடியாக 'அண்ணல் அம்பேத்கர் அவதூறுகளும் உண்மையும்', அருந்ததியர்களின் உள் ஒதுக்கீட்டைக் கோரும் உரையாடல்களை முன் வைத்து 'உள் ஒதுக்கீடு சில பார்வைகள்', 'உள் ஒதுக்கீடு தொடரும் விவாதம்', 'அருந்ததியர்களாகிய நாங்கள்' மற்றும் 'மெல்ல முகிழ்க்கும் உரையாடல்', 'வெளிச்சங்களைப் புதைத்தக் குழிகள்', ஆகிய கட்டுரைத் தொகுப்புகளையும் 'ஆலய நிர்வாகமும் பார்ப்பனர்களும்' என்ற சிறு பிரசுரத்தையும் வெளியிட்டுள்ளார்.

இவை தவிர மொழியாக்கத்திலும் தனது முத்திரையைப் பதிக்கும் விதமாக மதிவண்ணன், 'ராவ்சாகிப் எல்.சி. குருசாமி சட்டமேலவை உரைகள்', மராட்டிய எழுத்தாளர் சரண்குமார் லிம்பாலேயின் நாவலான 'ஓலம்', சிறுகதைத் தொகுப்பான 'தலித் பார்ப்பனன்', அசோக் (யாதவ்) எழுதிய 'சாதி-எதிர்-வர்க்கம் சிபிஎம் முன்வைக்கும் கிரிமிலேயர் ஒரு விவாதம்' ஆகிய முதன்மையான நூல்களைத் தமிழுக்குத் தந்துள்ளார்.

தலித்துகளுக்குள்ளும் கடுமையாக ஒடுக்கப்பட்டுள்ள அருந்ததியர்கள் குறித்து வரலாறு, பண்பாட்டுத் தளங்களில் நிகழ்த்தப்படும் அவதூறுகளை முறியடிக்கும் விதமாக 'வெள்ளைக் குதிரை' என்கிற ஆய்விதழையும் தமிழ்நாடு சாக்கிய அருந்ததியர் சங்கம் என்கிற அமைப்பையும் நடத்தி வருகின்ற மதிவண்ணன், ஈரோடு பெருந்துறை மருத்துவக் கல்லூரி மருத்துவமனையில் ஊடுகதிர் தொழில் நுட்பவியலாளராக (X-ray Technician) 1997 ஆம் ஆண்டு முதல் பணியாற்றி வருகிறார். தற்போது ஜாதி ஒழிப்பு மணம் புரிந்த காதல் இணையர் ஜெயந்தியுடன் பெருந்துறையில் வசித்து வருகிறார்.

சக்கிலியர் வரலாறு

ம. மதிவண்ணன்

கருப்புப்பிரதிகள் – வெள்ளைக்குதிரை இணைந்த வெளியீடு

சக்கிலியர் வரலாறு
ம. மதிவண்ணன்
© ஆசிரியருக்கு

இரண்டாம் பதிப்பு: டிசம்பர், 2023
முதற்பதிப்பு: செப்டம்பர், 2023

வெளியீடு: கருப்புப் பிரதிகள்
பி 55, பப்பு மஸ்தான் தர்கா, லாயிட்ஸ் சாலை,
சென்னை 600 005.
பேச: 94442 72500
மின்னஞ்சல்: karuppupradhigal@gmail.com

வெள்ளைக்குதிரை
19, தாளக்கரை புதூர்,
பெரிய வேட்டுவ பாளையம்,
பெருந்துறை வட்டம்,
ஈரோடு மாவட்டம் – 638 052
பேச: 87602 96473

அகபுற வடிவமைப்பு: ஜீவமணி
அச்சாக்கம்: ஜோதி எண்டர்பிரைசஸ், சென்னை 600 005.

விலை: ரூ. 370.00

Sakkiliyar Varalaru
M. Mathivannan
© Author

Second Edition: December, 2023
First Edition: September, 2023

by Karuppu Pradhigal – Vellaik kuthirai
B55, Pappu Masthan Darga, Lloyds Road,
Chennai 600 005, Tamil Nadu, South India.
Mobile: 94442 72500
Email: karuppupradhigal@gmail.com

Layout: Jeevamani
Printed by: Jothy Enterprises, Chennai 600 005.
Price: ₹ 370.00

ISBN: 978-93-95256-12-4

பகடை வீரத்தையும்
பெருமையையும் போற்றி
ஊரைப் பேச வைத்த மாதிகன்
மதுரை வீரனுக்கு

கருப்புக் குறிப்புகள்

நமது வரலாற்றை, பண்பாட்டை அதன் பெரும் பகுதியான வழிபாட்டை வரையறுத்த அனைத்தையும் அதிரடியாகக் கேள்விக்குட்படுத்தியவர் தந்தை பெரியார்.

தான் விடுதலையைத் தேட உழைத்த, இனத்தையும் மொழியையும் பண்பாட்டையும் கேள்விக் கணைகளால் விமர்சனங்களால் துளைத்தெடுக்க அடிப்படைக் கவலையாய் அவருக்கு அமைந்தது, நமது சமூகத்தை அடிமைப்படுத்தியிருந்த பார்ப்பனியமும் அதை எவ்விதக் கேள்விக்கும் உட்படுத்தாத ஜாதியமும்தான். இவையே பெரியாரை வெகுண்டெழ வைத்தன.

தமிழிலக்கிய பண்பாட்டு வரலாற்றை, பார்ப்பனர்களும் அவர்களை அடியொற்றிய வெள்ளாளர்களும் கட்டமைத்ததைக் கேள்விக்குள்ளாக்கி அவைதீக மரபில் நின்று கட்டுடைத்து அடித்தள மக்களின் நோக்கில் புனைகதைகளின் துணையின்றி வரலாறு எழுதும் போக்கைத் தொடக்கி வைத்தவர்கள் மயிலை சீனி. வேங்கடசாமி, சாத்தான்குளம் அ. ராகவன் போன்றோர் எனலாம். அவர்களின் அத்தகைய அடித்தள மக்களின் வரலாற்று எழுதுதலின் தளமாக அன்றைக்கு இருந்தது பெரியாரின் சுயமரியாதை இயக்க ஏடான 'குடி அரசு' என்பதைத் தயக்கமின்றிச் சொல்லலாம்.

கல்வெட்டு, இலக்கியப் பனுவல்களின் துணைக் கொண்டு பார்ப்பனியத்தை மறுத்தெழுந்து அடித்தள மக்களின் உண்மை வரலாற்றை எழுதும் இத்தகைய நவீனப் போக்கை வரலாற்றில் நின்று புதிய தடத்தை உருவாக்கும் 'சக்கிலியர் வரலாறு' எனும் இந்நூல். தற்போது கட்டமைக்கப்பட்டு வரும் சுயஜாதி வரலாற்றுப் போக்குகளிலிருந்து விலகி, ஆய்வு பூர்வமாகவும் தர்க்க அடிப்படையிலும் கல்வெட்டு மற்றும் செப்பேடுகளின்

சான்றுகளோடு எழுதப்பட்டுள்ள வரலாறு இது என்பதை இந்நூலை வாசிக்கும் எவரும் உணரக் கூடும்.

இதையும் கூட மதிவண்ணன் எழுத நேர்ந்தமைக்கான காரணங்கள் கொடுந்துயரமானது. இதற்கான வரலாற்றுக் காரணங்களைச் சொல்வது மிக அவசியம். அதுவும் வரலாற்று நிகழ்விலிருந்தே உரையாடல் போக்கு ஒன்றை இங்குச் சுட்டிக் காட்டுவது பொருத்தமாயிருக்கும் என்று நினைக்கிறேன்.

முகலாயப் பேரரசரும் பொதுவாழ்வில் நேர்மைத் தவறாதவரும் இந்துத்துவர்களால் கொடுங்கோலனாக வரலாற்றிலும் நிகழ்விலும் சித்தரிக்கப்படுபவருமான அவுரங்கசீப்பின் ஆட்சிக்குட்பட்ட சிறு நிலப்பரப்பை வென்றார் மராட்டிய மன்னன் சிவாஜி. வெற்றியைத் தொடர்ந்து மன்னனாக தான் முடிசூட்டிக் கொள்ள முயன்றபோது வர்ணாஸ்சிரம தர்மப்படி, 'சத்திரியனல்ல; சூத்திரன்' எனக் கூறி முடி சூட்டிக் கொள்ள அவரை அனுமதிக்க முடியாது என்று மராட்டிய பேஷ்வா பார்ப்பனர்கள் தடை போட்டார்கள். தான் அரச குலத்தில் தோன்றிய சத்திரியன்தான் என்பதை நிரூபிக்க ஊர் ஊராய்த் திரிந்து, அலைந்தார் சிவாஜி. கடைசியில் காசி நதிக்கரையில் காகப்பட்டர் என்கிற உபநயன சடங்கு செய்யும் புரோகிதப் பார்ப்பானை அழைத்து வந்து, அவனது பல தலைமுறைகள் உடல் உழைப்பின்றி சுகபோக வாழ்வு வாழும் வண்ணம் பொன்னையும் பொருளையும் வாரியிறைத்து, தான் சூத்திரன் அல்ல என்பதை நிறுவப் படாத பாடு பட்டார் சிவாஜி.

இவ்வாறாக பார்ப்பன ஏற்பைப் பெற்று அரசனான 'வீர சிவாஜி'யின் அவல வரலாற்றை இந்தியத் துணைக் கண்டத்தின் பேரறிஞர் அண்ணல் அம்பேத்கர் தாம் எழுதிய *'சூத்திரர்கள் யார்'* என்ற நூலில் பதிவு செய்திருப்பதோடு, இம்மண்ணில் பார்ப்பனர்கள் சூத்திரர்களை இழிவுபடுத்தி அலைக்கழித்ததையும் வேதனையோடு பதிவு செய்திருப்பார். அதே காலகட்டத்தில் தமிழ் நிலப்பரப்பின் தனித்துவம் மிக்க சிந்தனையாளரான அறிஞர் அண்ணாவும் சூத்திரன் என்பதற்காக சிவாஜி அவமதிக்கப்பட்ட வரலாற்றை *'சந்திரமோகன் அல்லது சிவாஜி கண்ட இந்து சாம்ராஜ்யம்'* என நாடகப் பனுவலாக்கி இயக்க இலக்கியமாக்கி அவரே காகப்பட்டர் என்கிற பார்ப்பன

வேடத்தையும் தரித்து நடித்து பார்ப்பனர்களின் சூழ்ச்சிகளால் இழி சூத்திர நிலைக்குத் தள்ளப்பட்ட தமிழ்ச் சமூகத்தின் பின் தள்ளப்பட்ட இருப்பையும் பொருத்தப்பாட்டையும் இணைத்து பார்ப்பனர்களை அம்பலப்படுத்தும் திராவிட இயக்கத்தின் எழுச்சிக்கான பிரதியாக மாற்றி மக்கள் முன் வைத்தார்.

இப்படிக் காலந்தோறும் பார்ப்பன புளுகுனிகளின் வரலாறுகளை மட்டுமல்ல; வெள்ளாளர்கள் எழுதி வைத்துள்ள புளுகுனி வரலாறுகளையும் சேர்த்து உடைத்துதான் சக்கிலியர்கள் இம்மண்ணின் தொல்குடி மக்கள் என்பதை கவிஞர் மதிவண்ணன் இந்நூலில் நிறுவிக் காட்டியுள்ளார்.

இந்த வரலாற்று நூலை உருவாக்கக் கடந்த பதிமூன்று ஆண்டு காலம் பழந்தமிழகத்தின் எல்லாப் பகுதிகளுக்கும் மராட்டிய மன்னன் சிவாஜியைப் போன்றே அலைந்து திரிந்து கல்வெட்டுகளைக் கண்டடைந்து உண்மை வரலாற்றை வெளிக் கொண்டு வர மதிவண்ணன் எடுத்த அயராதுழைப்பினை நானும் என்னுடன் சேர்ந்த சில நண்பர்களும் பிரமிப்போடும் பெரும் துயரத்தோடும் அறிவோம்.

அருந்ததிய, சக்கிலிய மக்க்ள் மீது இனவாத, மொழிவாத, தேசியத் தூய்மைவாத பாசிசத் தாக்குதல்கள் இன்று நிகழும் போதெல்லாம் சக தலித் போராளிகளிடமிருந்தும் திராவிடர் இயக்கத் தோழமைகளிடமிருந்தும் தர்க்கபூர்வமான வரலாற்றுப் பூர்வமான எதிர்வினைகளோ ஆதரவுக் கருத்தாக்கங்களோ சக்கிலிய மக்கள்பால் ஆதரவு நிலைப்பாட்டிலிருந்து முன்வைக்கப்படவில்லை.

தந்தை பெரியார் இருந்திருந்தால், சீமான் போன்ற கயவர்கள் ஈரோடு இடைத்தேர்தலின்போது தமிழ்த் தேசியத்தின் பெயரால் அறிவு நாணயமின்றி ‘அருந்ததியர்கள் வந்தேறிகள்’ எனப் பொது மக்களிடையே பேசியதை எவ்விதம் எதிர் கொண்டிருப்பார் என்ற கேள்வியை சக திராவிடர் இயக்கத் தோழர்களுக்கு முன் வைக்கிறேன்.

இது போன்ற சூழலில்தான் மதிவண்ணனே தனித்து நின்று ஆய்வுத்துறையின் தனித்துவமிக்க பேராசிரியரைப் போல புதிய வரலாற்றை உருவாக்கியுள்ளார். இந்நூலை மார்க்சிய மொழியில்

சொல்வதானால் மதிவண்ணனின் மொத்த இயங்கியலின் மைல் கல்லாக அமையும் எனச் சொல்லலாம்.

இப்பெரும்பிரதியை வெள்ளைக் குதிரை இதழோடு இணைந்து வெளியிடும் வரலாற்று வாய்ப்பை வழங்கிய மதிவண்ணனுக்கும், நூல் உருவாக்கத்தில் அடித்தள உணர்வோடும் தோழமையோடும் நிதானமாக வடிவமைத்துத் தந்த சகோதரர் ஜீவமணிக்கும், பிழை திருத்தம் செய்த மேட்டூர் கிட்டுவுக்கும், பிரதி பிழையின்றி செழுமையுற்று வெளிவர பெரும்பங்காற்றிய தோழர் அமுதாவிற்கும், பதிப்பின் உறுதுணையான ஷோபாசக்தி, விஜய் ஆனந்த் (பெங்களூரு), மேட்டூர் சுரேஷ், தமிழ்நாடு சாக்கிய அருந்ததியர் சங்கத்தின் சொந்தங்களுக்கும், மேகவண்ணன், குமரன்தாஸ் உள்ளிட்ட நண்பர்களுக்கும், பதிப்பக உழைப்பில் தொடர்ந்து பங்காற்றி வரும் அறிவொளி, அரிதாஸ், அருள்குமார், சுதந்திர குமார் ஆகிய அனைவருக்கும் நன்றியும், தோழமையும்.

நீலகண்டன்

உள்ளடக்கம்

- முன்னுரை:
  எழுவோம்! ஒன்றாவோம்! 13

1. அறிஞர்களின் புரளியும்
   சக்கிலியர் வரலாறும் 23

2. நா.வா.வின் புரட்டுகளும்
   சக்கிலியர் வரலாறும் 35

3. தமிழ் வரலாற்றாய்வாளர்களின் தகிடுதத்தங்களும்
   சக்கிலியர் வரலாறும் 53

4. சக்கிலிய அரசர்கள் 63

5. சக்கிலிய ஆட்சியாளர்கள் 75

6. மேலும் சில சக்கிலியர் ஆளுமைகள் 88

7. மதுரை வீரனும் மாதாரிகளும் 94

8. சக்கிலியர்கள் யார்? 115

9. சக்கிலியர்களே வாணர்கள்! 136

10. உதயேந்திரம், குடிமல்லம்
    செப்பேடுகள் தரும் வெளிச்சம் 184

11. சக்கிலியர் தமிழரா? 202

12. சக்கிலியர்களது
    வீழ்ச்சியின் தொடக்கம் 218

13. சக்கிலியர்களின் வீழ்ச்சி 236

14. தூய்மைப் பணி
    சக்கிலியருக்குரியதா? 276

    ▢ பின்னிணைப்புகள் 285

எழுவோம்! ஒன்றாவோம்!

சக்கிலியர் வரலாறு என்கிற இந்நூலுக்கான முன்னுரையை எழுத உட்காரும் இக்கணம் நான் கொண்டுள்ள நிறைவை உங்களிடம் புரிய வைத்து விட முடியாது. தமிழ்நாட்டிலும், புலம் பெயர்ந்து வாழும் பகுதிகளிலும் உள்ள ஒவ்வொரு சக்கிலியரும் மிகப் புதிரானதாகத் தோன்றும் தனது வரலாறு குறித்த ஏக்கத்தைப் பல்வேறு தருணங்களில் உணர்ந்திருப்பார்கள்.

எங்கிருந்து இந்த ஏக்க உணர்வு தோன்றுகிறது? ஏக்கப் பெருமூச்சுகளாலும், நிராசையாலும், கசப்புணர்வாலும் சுற்றிச் சூழப்பட்ட இடங்களென உலகில் அறியப்படுபவை சிறைச்சாலைகள் ஆகும். நம்பிக்கைக்கு இடமே கிடையாது. கழியும் ஒவ்வொரு நிமிடமும் நிர்ப்பந்தங்களின் சுமை ஏற்றப்பட்டதாகவே இருக்கும். தன் விருப்பு, தேர்வு என்பதற்கெல்லாம் இடமே கிடையாத ஓரிடம் சிறைச்சாலைகள்தாம்.

நட்பு சக்திகள், கரம் கோர்த்திருக்கும் போராளிகள் என்று அறியப்படுபவர்களாலேயே ஈரமற்ற, வறண்ட, கறாரான விலக்கி நிப்பாட்டும் வார்த்தைகளைச் சொல்லக் கேட்டுக் கேட்டுப் பழகிய மனிதருக்குத் தங்கள் வாழிடமே சிறைச்சாலையாக மாறி விட்டிருப்பதைத் தங்கள் அனுபவத்தில் உணர்வார்கள். ஒவ்வொரு நிமிடமும் யாரிடமாவது தான் குற்றமற்றவன் என நிறுவிக் கொண்டேயிருக்க வேண்டிய சுமை என்பது எத்தகையது என்பதை உணர்த்தி விட முடியாது.

தங்களது மீட்பர்கள் என்று குரலுயர்த்துபவர்கள் சிறிளவுக் குற்ற உணர்வு கூட இல்லாத அற்பர்கள்! பொய்யர்கள் என உணர நேர்வதை விட ஓர் உயிருக்குப் பெரிய தண்டனை இருந்துவிட

முடியாது. எங்கள் ரத்தம் தோய்ந்த கொலைவாளை உயர்த்திப் பிடித்திருப்பவர்களின் அன்பிற்கினிய, நெருக்கமான ஆனால் எங்களின் மீட்பர்கள் என்று உரிமை கொண்டாடுபவர்கள், மீட்பர்களாக வாய்ப்பதெல்லாம் எவ்வளவு பெரிய பேறு!

ஆக, இத்தகைய மீட்பர்களின் அனுசரணையும், துணையும் இன்றி, சக்கிலியர் ஒருவராலேயே இந்நூல் எழுதப்படுவது உண்மையில் நல்லதுக்குத்தான்.

சக்கிலியர் வரலாறு தொடர்பான, வெள்ளைக்குதிரை இதழ் 1 இல் இடம் பெற்ற கட்டுரையை எழுதியது மே, 2010 ஆம் ஆண்டு. இம்முன்னுரையை 2023, ஜூலை மாதத்தின் இடையில் எழுதிக் கொண்டிருக்கிறேன். ஏறத்தாழ பதின்மூன்று ஆண்டு கால உழைப்பின் விளைச்சல் இந்நூல்.

அசுரத்தனமான உழைப்பை விழுங்கி இந்நூல் பிறந்திருக்கிறது. நூல் தனது ஆய்வின் இறுதியில் ஆற்றல் மிக்க அசுரர்குல வித்தே சக்கிலியர் என்ற முடிவைத் தந்திருப்பது ஆச்சரியமான தற்செயல் நிகழ்வுதான்.

பொதுப்புத்தியில் ஊறி நின்று உலகத்தைப் பார்க்கக் கூடிய நபர்களுக்கு வியப்பைத் தரக் கூடியதாக இந்நூல் இருக்கக் கூடும். அனைவரையும் திறந்த மனதுடன், விருப்பு, வெறுப்புகளை ஒதுக்கிவிட்டு இந்நூலை அணுக வேண்டும் என்று கோருகிறேன்.

இந்நூலுக்கு ஒரு நல்ல முன்னுரை இருந்திருந்தால் இன்னும் சிறப்பாக இருந்திருக்கும். கல்வெட்டு, வரலாறு இவற்றுள் மேதமை உள்ள ஓர் அறிஞரே அத்தகைய சிறப்பான அணிந்துரையை வழங்க முடியும்.

தொ. பரமசிவம் அவர்கள் இருந்திருந்தால் அவர்தான் அதற்குப் பொருத்தமான நபர். அதோடு இந்நூலினை எழுதும் பயணத்தின் தொடக்கக் காலங்களில் அவருடன் இப்பொருள் குறித்து உரையாடி இருக்கிறேன். நண்பர் லேனா குமார் அப்படியான தருணங்களில் உடன் இருந்திருக்கிறார்.

அவருடனான சந்திப்பு நேரிட்டதே ஒரு சுவையான தருணம்தான். தொ.ப. அவர்கள் சுந்தர்காளியுடன் நடத்திய உரையாடல்

'சமயம்' என்ற நூலாக வெளியிடப்பட்டது. நூல் முன்பே வெளி வந்திருந்த போதும் நான் அதை 2015 ஆம் ஆண்டு வாக்கில்தான் படித்தேன். அதில் ஒரு பக்கத்தில் விஜய நகர அரசர்கள் காலத்தில் தெலுங்குப் பார்ப்பனர் முதல் அருந்ததியர் வரை அனைத்துச் சாதித் தெலுங்கர்களும் தமிழ்நாட்டில் குடியேறினர் என்று எழுதியிருப்பார்.

அது எனக்கு அதிர்ச்சியைத் தந்தது. நான் அந்நூலைப் படித்ததற்கு இரண்டு அல்லது மூன்றாண்டுகளுக்கு முன்பு வந்த வெள்ளைக்குதிரை இதழ் 4 இல் குறிப்பிட்ட இச்செய்தியை மறுத்து அறிஞர்களின் புரளியும் அருந்ததியர் வரலாறும் என்ற கட்டுரையை எழுதி இருந்தேன்.

அவரது நூலைப் படித்த உடனே நான் தொ.ப.வுக்குத் தொலைபேசியில் பேசி, அச்செய்தி தவறானதாச்சே! நீங்கள் உங்கள் நூலில் இப்படி எழுதியிருக்கிறீர்களே என்று கேட்டேன். அதற்கு அவர் "நீங்கள் ஆதாரங்களைத் தந்தால் என் கருத்தை மாற்றிக் கொள்கிறேன்" என்று சொன்னார்.

அதன் அடிப்படையில் நான் அவருக்கு எனது கட்டுரை வெளிவந்திருந்த அந்த இதழை அனுப்பி வைத்தேன். இரு நாட்களுக்குப் பிறகுத் தொடர்பு கொண்டு அய்யா படித்தீர்களா என்று கேட்ட போது, "கையில் கிடைத்த உடனே படித்து விட்டேன். எனது நண்பர் சாந்தலிங்கத்துக்கும் இதன் பிரதியை உடனே அனுப்பி வைத்து விட்டேன். உங்கள் கருத்துதான் சரி. நான் தான் தவறாகச் சொல்லிவிட்டேன்" என்று சொன்னார்.

அப்படியானால் இந்தச் செய்தியை ஏதாவது இதழில் எழுதிப் பதிவு செய்ய வேண்டும் என்று கேட்டுக் கொண்டேன். ஆயினும், காலின் ஒரு பகுதியை இழந்து வீட்டின் அறையிலேயே கட்டிலில் வாழ்ந்து கொண்டிருந்த நிலையில், அவரால் எழுத முடியவில்லை போலும்.

ஆயினும் அடுத்த முறை அவரை நேரில் சந்தித்தபோது, மிகவும் உற்சாகமாகப் பேசினார். "அப்படியெனில் சக்கிலியர்கள் யார்? உங்களது கருதுகோள் என்ன?" என்று வியப்புடன் என்னிடம் கேட்டார். அதோடு, அவர் சொன்ன வாக்கியம், "உண்மையை

அழிக்க எவராலும் முடியாது. எப்படி இருந்தாலும் அது எல்லாவற்றையும் மீறி வெளி வந்துவிடும்."

கெடுவாய்ப்பாக, அப்போது எனக்கு அப்படியான கருதுகோள்களெல்லாம் எதுவும் இல்லை. உண்மையைச் சொன்னால், 'நாயக்கர்கள் காலத்தில் வந்தவர்களல்ல சக்கிலியர்கள்' என்று சொன்னால் மட்டும் போதாது; இங்கிருந்த அரச குலங்களில் அவர்கள் யாவர் என்று முன் வைக்க வேண்டும் என்றெல்லாம் எனக்குத் தெரிந்திருக்கவில்லை. இதை அவரிடமே சொன்னேன்.

அவருக்கு அது மிகுந்த ஆச்சரியமாகப் போய்விட்டது. இல்லை நீங்கள் தேடிப் பார்க்க வேண்டும் என்று எனக்கு அறிவுரை சொன்னார். அதோடு, "சக்கிலியர்கள் பல்லவர்களாகவே இருக்க வேண்டும்" என்ற அவரது அனுமானத்தைச் சொன்னார். எனக்கு அப்போதைக்கு அது ஒரு புறம் மிரட்சியாகவும், மறுபுறம் மகிழ்ச்சியாகவும் இருந்தது.

இன்றைக்கு அவர் இருந்திருந்தால் அவரிடம் ஒரு நல்ல முன்னுரை வாங்கி இணைத்து வெளியிட்டிருப்பேன். அது நடக்கவில்லை. இதில் கொஞ்சம் வருத்தம்தான்.

தொ.ப.வுடனான இந்த இடையீட்டிற்கான விளைவாக மேலே சொன்ன 'சமயம்' என்ற நூலின் 2016 ஆம் ஆண்டு வாக்கில் வந்த பதிப்பில் "அந்தணர் முதல் அருந்ததியர் வரை வந்தனர்" என்ற வரி "அந்தணர் முதல் தாழ்த்தப்பட்டவர் வரை வந்தனர்" என்பதாக மாற்றம் செய்யப்பட்டிருந்தது.

இந்த நூலை எழுதத் தொடங்கியபோது இருந்த நூலாசிரியனும், முடிக்கும்போது இருக்கும் நூலாசிரியனும் மனதளவில் வேறு வேறானவர்கள். இந்த நூலினைப் படிக்கும் வாசகர்களுக்கு மட்டுமல்ல; எழுதிய நூலாசிரியனுக்கே பலவிதமான தெளிவுகளை இந்நூல் வழங்கியிருக்கிறது.

நம்மிடையே வரலாற்று ஆய்வாளர்கள் என்ற பெயரில் வாழ்ந்து கொண்டிருப்பவர்கள் எத்தகையவர்கள் என்பதை இந்நூலை எழுதும்போது நேரடியாகவே அனுபவித்து உணர்ந்தேன்.

ஒரு புகழ் பெற்ற ஆய்வாளரிடம் பிற்சோழர் காலத்து கல்வெட்டுகளில் சக்கிலியர் குறித்த செய்தி இடம் பெற்றிருப்பதைச் சொல்லி, அச்செய்திகளைத் தெரிவிக்கும் கட்டுரை இடம் பெற்ற வெள்ளைக் குதிரை இதழ் 4 அய் தந்த போது, அவர் கொதித்து எழுந்து விட்டார். பிற்காலச் சோழர் காலத்தில் சக்கிலியரா! அப்படியெல்லாம் ஒன்றுமில்லை. இவையெல்லாம் போலியான கல்வெட்டுகள்! என்று ஒரு பெரும் பழியைத் தூக்கிப் போட்டார்.

நான் கசப்பை விழுங்கிக் கொண்டு படித்துவிட்டுத் தொலைபேசியில் தொடர்பு கொள்ளுங்கள் என்று வேண்டுகோள் வைத்து முகம் வெளிற வெளியே வந்தேன். அந்த நபர் தொடர்பு கொள்ளவில்லை; நான் தொடர்பு கொண்டு கேட்டபோதும் ஒன்றும் கண்டு கொள்ளவில்லை. கல்வெட்டுத் தொகுதிகளைப் புரட்டிப் பார்த்தாரா இல்லையா எனத் தெரியவில்லை.

இன்னொரு அடித்தள ஆராய்ச்சிக்காரர் கதை வேறு விதமானது. அவரிடமும் மேற்கண்ட கல்வெட்டுகள் குறித்துப் பேசிய போது அவரது அணுகுமுறை விந்தையான ஒன்றாய் இருந்தது.

"சக்கிலியர்கள் நாயக்கர் காலத்தில்தான் தமிழகத்துக்கு வந்தனர்; அவர்களுக்கு முன்பு இங்கு செருப்பு தைப்பவர்களாக இருந்தவர்கள் செம்மான்கள். செம்மான்கள் மண்ணின் மைந்தர்கள். சக்கிலியர்கள் வந்தேறிகள்." இதுதான் அவரது கறாரான வாதம்.

நான் பொறுமையாகக் கேட்டேன். "சக்கிலியர்கள் வந்தேறிகள் என்று எப்படிச் சொல்கிறீர்கள்? சோழர் காலக் கல்வெட்டுகளில் சக்கிலியர் என்று தெளிவாகக் குறிப்பிடப்பட்டிருக்கிறதே?"

"சக்கிலியர்கள் தெலுங்கர்கள். நாயக்கர் காலத்தில் வந்தவர்கள். செம்மான்கள் பூர்வகுடியினர். தமிழர்கள்." இது அவரது பதில்.

"ஆயினும் கல்வெட்டுகளில் செம்மான் என்று குறிப்பிடப்படவில்லையே சக்கிலியர் என்றுதானே குறிப்பிடப்பட்டிருக்கிறது?" இது எனது கேள்வி!

அவர் அசரவேயில்லை.

“கல்வெட்டில் சக்கிலியர் என்று இருக்கலாம். ஆயினும் சக்கிலியர் இம்மண்ணின் பூர்வகுடிகள் அல்லர்! செம்மான்களே தமிழர்!” என்றார்.

இது கவுண்டமணி, செந்தில் வாழைப்பழக் காமெடி போல தோன்றியது எனக்கு. அதற்கு மேல் அவரிடம் சக்தியை வீணடிக்கவில்லை.

இரண்டாவதாகப் பேசப்பட்டவர் ஒரு மார்க்சியவாதியும் கூட.

இத்தனை ஆண்டுகள் கழித்தும் இப்படிப்பட்டவர்கள்தான் வரலாற்று ஆசிரியர்கள் எனச் சுற்றிக் கொண்டிருக்கின்றனர். இவர்கள் எழுதுவதுதான் வரலாறு என்று தமிழ்ச் சமூகம் நம்பிக் கொண்டிருக்கிறது. இவர்கள் வரலாறு எழுதித் தங்களுக்கு விடிவு வந்து விடும் என விளிம்புநிலைச் சாதிகளைச் சேர்ந்த எளிய மனிதர்கள் நம்பிக் கொண்டிருக்கிறார்கள். ஒரு காலத்தில் நானும் நம்பிக் கொண்டிருந்தேன்.

சக்கிலியர் சாதியிலிருந்து நான் வந்ததுபோல, பல்வேறு விளிம்பு நிலைச் சாதிகளிலிருந்தும் எளிய மனிதர்கள் வந்து தங்கள் வரலாற்றினைத் தாங்களே மீட்டெடுக்க வேண்டும் என மனதார ஆசைப் படுகிறேன்.

மற்றபடி பேராசிரியர் நா.வா., குறித்த ‘நா.வா.வின் புரட்டுகளும் அருந்ததியர் வரலாறும்’ என்ற கட்டுரை இடதுசாரி மட்டங்களில் கடுமையான கசப்புணர்வைத் தோற்றுவித்திருப்பதை உணர முடிந்தது. இருந்தபோதும், அக்கட்டுரை பெரிய அளவிலான திருத்தங்கள் ஏதுமின்றி அப்படியே வருகிறது. அக்கட்டுரை பேசும் செய்தியை நியாயமாக எதிர்கொண்டு இடதுசாரி தரப்பிலிருந்து எதிர்வினைகள் வந்திருந்தால் ஏறத்தாழ நான்கரை ஆண்டுகள் கழித்து வெளிவரும்போது அக்கட்டுரையின் தொனி மாற்றமடைந்திருக்கும்.

ஆனால், கசப்புணர்வுடன் எதிர் கொண்டவர்கள் சக்கிலியர் மக்களிடம் நியாயமாக நடந்து கொள்ளவில்லை என்பது என் கருத்து. பேராசிரியர் நா.வா. 1980 ஆம் ஆண்டில் மறைந்து விட்டாலும் சக்கிலியர் குறித்த அவரது தவறான கருத்துகள்

இன்று வரை சக்கிலியர் மீது மூச்சுத்திணறுமளவுக்கு அழுந்திக் கொண்டுதான் இருக்கின்றன. சக்கிலியர் வரலாறு குறித்த அடுத்த அடி எடுத்து வைக்க வேண்டுமானால், பேராசிரியர் நா.வா.வின் கருத்துகளே வழியை மறித்து நின்று கொண்டிருக்கின்றன.

அவரது கருத்துகளைப் பரிசீலித்து அவற்றைக் கடந்தால்தான் சக்கிலியர் வரலாற்றின் தொடர்ச்சியை அணுக முடியும். அந்த நோக்கில்தான் நா.வா.வின் கருத்துகள் குறித்துப் பரிசீலிக்க வேண்டிய தேவை ஏற்பட்டது. அதனடிப்படையில் மேற்கூறிய கட்டுரை எழுதப்பட்டது.

அக்கட்டுரையை எழுதியதன் நிமித்தமாய் என் மீது நா.வா.வின் மாணவர்களும் சீடர்களும் வெறுப்புணர்வு கொண்டார்களே ஒழிய, கட்டுரை குறித்தும் அதில் உள்ள உண்மைகள் குறித்தும் தவறியும் ஒரு வார்த்தை கூட பேசிவிடக் கூடாது என்கிற முனைப்பில் தங்கள் வாய்களை இறுக்கமாக மூடிக் கொண்டுவிட்டனர். 2012 ஆம் ஆண்டில் வெளி வந்த ‘அறிஞர்களின் புரளியும் அருந்ததியர் வரலாறும்’ என்ற கட்டுரையிலேயே நா.வா. குறித்த விமர்சனங்கள் மேலோட்டமாக வைக்கப்பட்டு விட்டன. அப்போதும் இவர்கள் பேசவில்லை. இப்போதும் பேசவில்லை. ஆகவே எனக்கும் வேறு வழியில்லை. இச்செய்தியில் நா.வா.வின் நிலைப்பாட்டையும், அவரது சீடர்களின் நிலைப்பாட்டையும், வரலாற்று உண்மைகள் கூறும் உண்மை வரலாற்றையும் தமிழ் கூறு நல்லுலகம் மதிப்பீடு செய்து கொள்ளட்டும்.

இந்நூல் எனது வாழ்வின் முக்கியமான நோக்கங்களில் ஒன்று என்று கருதுகிறேன். 2020 நவம்பரில் கொரோனா தாக்கி ஆக்சிஜன் உதவியுடன் சுவாசித்துக் கொண்டிருந்த அந்நேரத்தில், என்னுடைய பெருங் கவலைகளில் ஒன்றாக இப்புத்தகத்தை எழுதாமலேயே போய் விடுவோமா என்பதுதான். அந்த அளவுக்கு என்னைப் பொருத்தவரையில் முக்கியத்துவம் பெற்றதாக இந்நூல் அமைகிறது.

இத்தகைய முக்கியத்துவம் வாய்ந்த நூலை எழுதுவதில் எனக்கு உதவி புரிந்தவர்களுக்கு நன்றி சொல்வது வெறும் கடமையன்று. அது வரலாற்றுக் கடமை.

அந்த வகையில் என் அன்புக்குரிய இளவல் தம்பி வீரபாண்டியன் *I.A.S.*, அவர் பணியின் நிமித்தம் ஆந்திராவில் இருப்பது சித்தூர் மாவட்டம் குறித்தச் செய்திகளைத் தெரிந்து கொள்வதற்கு உதவியாய் இருந்தது.

மேலும் இந்தப் புத்தகத்திற்காக சான்றாவணங்களைத் தெரிந்து கொள்வதற்காக வாங்கிய நூல்கள் ஒரு வரலாற்று மாணவனுக்கு மிகப் பெரும் பொருட்செலவு உடையவை. கூடுதலாக தம்பி வீரபாண்டியனும் பெட்டி பெட்டியாய் புத்தகங்களை வாங்கி அனுப்பி வைத்தார். அவரது உதவிக்கு நன்றி.

அங்ஙனமே புலவர் செ. இராசுவின் உதவியும் மறக்க முடியாதது. இன்று அச்சில் இல்லாத, சென்னையில் கிடைக்காத கல்வெட்டுத் தொகுதிகளை அவரிடமிருந்தே நான் நகலெடுத்துக் கொண்டேன். என் மீது மிகுந்த அன்பு கொண்டிருந்த மனிதர் அவர். கே.கே. பிள்ளை தனது நூலில் கல்வெட்டிலுள்ள 'சக்கிலியரும்' என்ற வார்த்தையைக் கத்தரித்து இருட்டடிப்பு செய்தச் செய்தியை முதலில் அவரிடம்தான் பகிர்ந்து கொண்டேன். மூலக் கல்வெட்டையும், அவரது நூலின் சான்று காட்டும் பகுதியையும் பார்வையிட்ட உடன் இடிஇடியென சிரித்தப் புலவர் சொன்னது என் நினைவிற்கு வருகிறது. "கே.கே. பிள்ளை இல்லை அவர்; சிறுபிள்ளை." இம்முன்னுரையின் பிழை திருத்தம் வருவதற்கு சில நாட்களுக்கு முன்னர் அவர் மறைந்து விட்டார். அவருக்கு என் அஞ்சலிகள்.

அதேபோல, தமிழரைத் தேடி நூலாசிரியர் தோழர். தங்கவேலுடனான விவாதங்கள் மிகுந்த உற்சாகம் அளிக்கக் கூடியவையாய் இருந்தன. தோழர் மனோன்மணியுடனும் (புது எழுத்து ஆசிரியர்) இந்நூலின் பொருள் குறித்து விவாதித்துள்ளேன். அவருக்கும் நன்றி.

தம்பி ராகவப் பகடை, வேலன் மாதாரி சரவணன் ஆகிய என் அன்புக்குரிய தம்பிகள் சில மிக முக்கியமானச் செய்திகளை

எனது பார்வைக்குக் கொண்டு வந்தார்கள். ராஜபாளையம் அருகில் தேவதானத்தில் உள்ள நச்சாடை தவிர்த்த ஈஸ்வரர் கோவிலில் உள்ள வீரபாண்டியச் செகிலியர் குறித்த செய்தியைக் குறித்து தம்பி ராகவன் கவனப்படுத்தினார். சக்கிலியன் அணை குறித்த செய்தியைத் தம்பி சரவணன் அறியத் தந்தார். அவர்கள் இருவருக்கும் நன்றி.

நூலில் குறிப்பிடப்படும் இடங்களில் ஏறக்குறைய எல்லாவற்றுக்குமே நான் நேரில் போய் கள ஆய்வு செய்திருக்கிறேன். சில இடங்களுக்கு ஒன்றுக்கும் மேற்பட்ட முறை போக வேண்டியிருந்தது.

நெடுந்தொலைவில் இருக்கும் அவ்விடங்களுக்கான எனது பயணங்களில் எல்லாவற்றிலும் வழித்துணையாய் என்னுடன் வந்தவர், எனது வாழ்க்கைத் துணையாய் என்னை அரவணைக்கும் எனது மனைவி திருமதி. ஜெயந்தி. அதோடு எனது கட்டுரைகளைக் கை வலிக்கப் பிரதி எடுத்துத் தந்தவர் அவர். அவருக்கு நன்றி சொல்வது என் பிறவிக் கடன்களில் ஒன்று.

நூலை அழுகுற வெளியிடும் கருப்புப் பிரதிகள், வெள்ளைக்குதிரை பதிப்பகத்தாருக்கு நன்றி. நண்பன் நீலகண்டன் - அமுதாவுக்கு எனது அன்பு. என்னுடன் இணைந்து எளிய மக்களுக்கானப் பணிகளை முன்னெடுத்துச் செல்லும் எனதுத் தமிழ்நாடு சாக்கிய அருந்ததியர் சங்கத்தின் தோழர்களுக்கும் தம்பிமார்களுக்கும் எனது நன்றியும் வாழ்த்துகளும் உரித்தாகட்டும்.

வெள்ளைக்குதிரை இதழ்களை வடிவமைத்துக் கொடுத்த தோழர். ஜீவமணி எனது எல்லா நூல்களையும் வடிவமைத்துக் கொடுக்கிறார். இந்நூல் உட்பட. அவருக்கும் நன்றி. நூலைச் சிறப்பாக அச்சிட்டுத் தரும் ஜோதி எண்டர்பிரைசர்ஸ் அச்சகத்தாருக்கும் நன்றி.

சக்கிலியர்கள் தங்கள் மீது சுமத்தப்பட்ட இழிவுகளையும், புனைவுகளையும் களைந்துத் தூக்கி எறிவதற்குத் தேவையான தெளிவை வழங்க இந்நூல் உதவ வேண்டும். அதன் தொடர்ச்சியாக இந்தியத் துணைக்கண்டம் முழுதும் சிதறடிக்கப்பட்டு அகதி

வாழ்க்கை வாழ்ந்து கொண்டிருக்கிற சக்கிலியர்கள் தங்கள் தாயகமான தமிழ் நிலத்திற்கு வந்து மரியாதை சார்ந்த வாழ்வை வாழ முனைப்புக் காட்ட வேண்டும். அந்த உணர்வையும், எழுச்சியையும் இந்நூல் ஏற்படுத்துமானால், இந்நூல் எழுதப்பட்டதற்கான நோக்கம் நிறைவேறியதாகக் கொள்வேன். நானும் நிறைவு கொள்வேன்.

வந்தனங்கள் அனைவோருக்கும்...

என்றும் அன்புடன்,

பெருந்துறை
02.08.2023

ம. மதிவண்ணன்
ma.mathivannan@gmail.com

அறிஞர்களின் புரளியும் சக்கிலியர் வரலாறும்

அம்பேத்கர் தொகுதி 4 இல் காந்தி நடத்திய 'யங் இந்தியா' பத்திரிகையில் பிரசுரமான ஒரு கடிதமும் இணைக்கப்பட்டிருக்கும். அக்கடிதத்தில் ஏ.வி. தக்கர் என்ற தாழ்த்தப்பட்ட வகுப்பைச் சேர்ந்த ஆசிரியர் தனது மனைவிக்கு நேர்ந்ததைக் குறிப்பிட்டிருப்பார். அவரது மனைவி பேறுகாலப் பிரச்சினைகளால் மிகவும் உடல்நலம் குன்றிய நிலையில் இருக்கும் போது எக்ஸ் என்கிற மருத்துவரை அணுகுவார். சாதி இந்துவான அம்மருத்துவர் தாழ்த்தப்பட்டவரின் சேரிக்குள் வரவும், அவ்வகுப்பைச் சார்ந்த ஒரு பெண்ணுக்கு (அப்பெண் மரண தறுவாயில் இருப்பினும்) சிகிச்சை அளிக்கவும் மறுத்து விடுவார். பாவப்பட்ட அந்த ஆசிரியர் அவ்வூரின் முக்கியஸ்தர்களின் காலில் விழுந்து அவர்களைப் பரிந்துரை செய்ய அழைத்துச் சென்ற பின், மரணப் படுக்கையில் கிடக்கும் நோயாளிப் பெண் சேரிக்கு வெளியே எடுத்து வரப்பட வேண்டும். கட்டணமாக ரூ. 2 தரப்பட வேண்டும் (நிகழ்வு நடந்த 1927 இல் அது மிகப் பெரிய தொகை) என்ற நிபந்தனைகளுடன் மருத்துவர் அப்பெண்ணைப் பார்வையிட ஒப்புக் கொள்கிறார். வந்த இடத்தில் நோயாளிப் பெண்ணைத் தூரத்திலிருந்து பார்வையிட்டு அப்பெண்ணைத் தொட்டு பரிசோதித்தால் தீட்டாகிவிடும் என்பதால், இஸ்லாமியர் ஒருவரை அழைத்து வந்த மருத்துவர், அவர் கையில் தெர்மா மீட்டரைக் கொடுக்க, அந்த இஸ்லாமியர் அதை அப்பெண்ணின் கணவரான தக்கரிடம் கொடுக்க, அவர் நோயாளியிடம் வைத்து எடுத்துத் திரும்ப இஸ்லாமியர், மருத்துவர் என்று ஒரு சுற்று வந்து நோயாளியின் காய்ச்சல் தெரு விளக்கின் மங்கலான ஒளியில் கணக்கிடப்படுகிறது. பின்னர், மருந்துகள் பரிந்துரைக்கப்பட கட்டணத்தை வாங்கிக் கொண்டு மருத்துவர்

தனது சாதியைப் பத்திரமாகத் தூக்கிக் கொண்டு போன பின்னர், இந்த விதமான தீவிர சிகிச்சை பலனளிக்காமல் தீண்டத்தகாத அப்பெண் செத்துப் போனாள். இந்நிகழ்வு சாதி இந்துக்கள் சாதி இந்துக்களாக இருப்பதைத் தவிர வேறு எந்தப் பணிக்கும் லாயக்கு அற்றவர்கள் என்பதை நிறுவும் நடைமுறைச் சான்றாக விளங்குகிறது எனலாம்.

மருத்துவம் போன்ற எல்லோராலும் கவனிக்கப்படக் கூடிய, எல்லோரோடும் நேரடியாகத் தொடர்புடைய தொழிலில் ஈடுபட்ட சாதி இந்துக்களே இந்த லட்சணத்தில் இருக்கும் போது, இலக்கியம், வரலாறு போன்றவற்றுள் ஈடுபட்டுள்ள சாதி இந்துக்கள் எந்த லட்சணத்தில் பணி ஆற்றியிருப்பார்கள்?

இக்கேள்விகளுக்கு நிருபணச் சான்று வேண்டுமெனில் சில எடுத்துக்காட்டுகளைக் காணலாம்.

> "சக்கிலியர் சாதியினர் வெளியிலிருந்து வந்தவர்கள் என்பது உறுதிபடத் தெரிய வருகின்றது. வெளி மாநிலங்களிலிருந்து தமிழகம் வந்து குடியேறிய இவர்கள் இங்குள்ள சாதிப் படிநிலைகளையும் சாதித் தொழில் கட்டுப்பாட்டு முறைகளையும் சரிவர அறிந்து கொள்ளாததால் பிற சாதியினரின் தொழிலைச் செய்ய முற்பட்டு, தொழில் கட்டுப்பாட்டு மீறலுக்கு ஆளாகிப் பலியாகியுள்ளனர் எனக் கருத இடம் உள்ளது."
>
> (கதைப்பாடல்களில் கட்டுப்பாட்டு மீறல்கள், பக். 117, சூ. நிர்மலாதேவி)

இம்முனைவர் இக்கருத்துக்கு வரக் காரணமாய் அமைவது, ஆங்கிலேய காலனிய காலத்து கெஜட்டியர்கள், மேனுவல்களின் கருத்துகளும், பேராசிரியர் நா.வா.வின் கருத்துகளும் ஆகும். அவற்றை விரிவாகச் சான்று காட்டுகிறார். நாம் முதலில் நா.வா. வின் கருத்தை எடுத்துக் கொள்வோம்.

> "கிருஷ்ண தேவராயனது காலத்திலேயே விஜயநகர ஆட்சி சீர்குலைந்தது. மதுரைத் தளவாய் விசுவநாத நாயக்கன் சுயாதிகாரம் பெற்ற மன்னனானான். அவனுடைய சேனைகளோடு தமிழ்நாடு வந்தவர்களே சக்கிலியர்கள்.

அவர்கள் நாயக்கர் சேனைகள் தங்கியிருந்த இடங்களில் செருப்புத் தைத்து கொடுத்து வந்தார்கள்.'' (முத்துப்பட்டன் கதை)

வானமாமலையைத் தொடர்ந்து கிருஷ்ணதேவ ராயன் கையைப் பிடித்துக் கொண்டு அருந்ததியர் வந்ததைத் தங்கள் தாத்தன்மார் ஒளிந்திருந்து பார்த்து வழிவழியாகச் சொல்லக் கேட்டுத் தங்கள் சுவடிகளில் எழுதினாற்போல் பலர் சொல்ல ஆரம்பித்தனர். அவர்களுள் அருந்ததியர்களின் வரலாறை எழுதப் போகிறேன் எனப் புறப்பட்டு வந்த மாற்கு பாதிரியாரும் ஒருவர். அவர் குறிப்பிடுகிறார்.

"நாகம நாயக்கர் மதுரையை நோக்கி தனது விஜயநகரப் படைகளுடன் வந்த போது விஜயநகரத்தைச் சேர்ந்த காம்பிலி என்ற பகுதியிலிருந்து புறப்பட்ட ஒரு கூட்டம் இப்படைகளுடன் வந்தது. விஜயநகரப் படைகளுக்கு வேண்டிய உணவு, உடை, பால், வெண்ணெய், பாதரட்சைகள் முதலியவைகளை இக்கூட்டம் தயாரித்துக் கொடுத்தது. இக்கூட்டம் தான் கம்பளத்தார் கூட்டமாகும். தொழில் காரணமாக அவர்கள் தமிழகத்தில் தங்கிய காலத்தில் ஒன்பது கம்பளத்தார் என அழைக்கப்பட்டனர். இந்த ஒன்பது கம்பளத்தில் அருந்ததியர்களும் அடங்குவர்.''

(அருந்ததியர் வாழும் வரலாறு, பக். 8)

மேலும் நாகம நாயக்கரைத் தொடர்ந்து விசுவநாத நாயக்கர் காலத்தில் வந்த படைகளுடனும் அருந்ததியர் வந்தனர். அதே போல 13 ஆம் நூற்றாண்டில் ஹொய்சளப் பேரரசின் இரண்டாம் நரசிம்மன் காலத்தில் கன்னடம் பேசும் அருந்ததியர்கள் வந்தனர் என்று அவர் அடுக்கிக் கொண்டே போகிறார்.

பேராசிரியர் நா. வானமாமலை தமிழ் அறிவுலகமும் ஆய்வுலகமும் மதிக்கும் ஆய்வாளர்களில் முக்கியமானவர். அவர் இந்த கருத்துக்கு வந்து சேரக் காரணமாய் இருந்தது எட்கர் தர்ஸ்டனின் 'தென்னிந்திய குலங்களும் குடிகளும்' நூல். அந்நூலில் தர்ஸ்டன் இவ்வாறு குறிப்பிடுகிறார்.

"தெலுங்கு பேசப்படும் பகுதிகளுக்குரிய மாதிகர்களுக்கு ஒப்பானவர்கள் தமிழ்நாட்டில் தோல் தொழில் பணிபுரியும் சக்கிலியர். இவர்கள் தெலுங்கு, கன்னடம் வழங்கும் மாவட்டங்களிலிருந்து வந்து குடியேறி இருத்தல் வேண்டும். தொன்மையான தமிழ்க் கல்வெட்டுகளிலோ இலக்கியங்களிலோ இவர்களைப் பற்றிய குறிப்பேதும் இல்லை."

(தென்னிந்திய குலங்களும் குடிகளும், பக். 2)

அண்மையில் வந்த திரைப்படமொன்றில் சிவப்பாய் இருப்பவர்கள் பொய் சொல்ல மாட்டார்கள் என்னும் கருத்தை முன்னிட்டு வடிவேலுவின் நகைச்சுவைக் காட்சி அமைக்கப்பட்டிருக்கும். எனக்கென்னவோ நமது ஆய்வறிஞர் உட்பட பலருக்கு மேற்கண்ட கருத்தில் உறுதியான நம்பிக்கை இருந்திருக்கும் என்று தோன்றுகிறது. இல்லாவிட்டால் தர்ஸ்டனின் கருத்துகளை ஆராய்ந்து அதில் இருக்கும் உண்மைத் தன்மையை ஆய்வு செய்திருப்பார்கள்.

அருந்ததியர்கள் கல்வி, ஆய்வு போன்ற தளங்களில் சமூக, பொருளாதாரக் காரணங்களால் மிகவும் பின் தங்கிய நிலையில் வைக்கப்பட்டுள்ளனர். அருந்ததியர்கள் நடுவிலிருந்து பெரிய ஆய்வறிஞர்கள் வருவதற்கான சூழல் இல்லாத நிலையில் இவர்களுக்கு ஆதரவாக இருந்திருக்க வேண்டியவர்கள், வர்க்க அடிப்படையில் இடதுசாரிகளும், வகுப்பு அடிப்படையில் பிற தலித்துகளும் ஆவர். கெடுவாய்ப்பாக, தமிழ்நாட்டு இடதுசாரி ஆய்வறிஞர்களும், தலித் அறிஞர்களும் அருந்ததியர்கள் சார்பில் நிற்கவில்லை என்பதோடு பல தருணங்களில் எதிர் வரிசையில் நிற்கின்றனர்.

மேற்கண்ட அறிஞர்கள் தங்களை வரலாற்றுப் பார்வை உடையவர்களாகக் கருதிக் கொள்பவர்கள். எந்தக் கருத்தை முன்வைக்க வேண்டுமென்றாலும் ஆதாரங்களுடன் முன் வைக்க வேண்டும் என்பதே நேர்மையான வரலாற்றுப் பார்வை ஆகும். ஆனால் அருந்ததியர்கள் கிருஷ்ண தேவராயனின் படைகளோடு தமிழ்நாடு வந்தவர்கள் என்று ஒருவர் மாற்றி ஒருவர் என வரிசையாகச் சொல்பவர்களில் எவராவது ஒருவர் தமது கூற்றுக்குச் சான்றான ஆதாரங்களில் ஒன்றையாவது முன்

வைக்கிறார்களா என்று பார்த்தால் எவரும் எந்த ஆதாரத்தையும் வைத்ததாக இதுவரைத் தெரியவில்லை. ஆதாரமில்லாமல் கிளப்பி விடப்படுவது புரளி எனப்படும். அந்தப் புரளியை விரும்புபவர்களின் எண்ணிக்கையைப் பொறுத்து அது பரவுவதன் வேகம் அமையும். ஏன் இந்த வரலாற்று அறிஞர்கள் எல்லோரும் புரளியைக் கிளப்பி விடுபவர்களாக ஆனார்கள்? அந்தப் புரளி வரலாற்று உண்மையாக இவ்வளவு காலம் தாக்குப் பிடித்திருப்பதற்கு என்ன காரணம்? அருந்ததியர்களுக்காகப் பரிந்து பேசும் உருத்து உள்ள ஆய்வாளர்கள் வராத காரணத்தினால் இது பல்கிப் பெருகி பூதாகரமாக நிற்கிறது. இந்தப் புரளியை ஆதாரமாக வைத்துதான் அருந்ததியர்களுக்கு உள்ஒதுக்கீடு வழங்குவதற்கு எதிர்ப்பு தெரிவித்து புதிய தமிழகம் தலைவர் கிருஷ்ணசாமி அருந்ததியர்கள் தெலுங்கர்கள் அவர்களுக்கு உள்ஒதுக்கீடு வழங்கக் கூடாது என்றார்.

சரி, இப்போது அந்தப் புரளியைதான் சிறிது அலசிப் பார்த்து விடலாமே! அந்தப் புரளிதான் என்ன? அருந்ததியர்கள் கிருஷ்ண தேவராயனின் படைகளோடு தமிழகம் வந்தவர்கள் என்பதே அது.

கிருஷ்ண தேவராயனின் காலம் 1509 முதல் 1529 வரை என வரலாற்று ஆசிரியர்கள் குறிப்பிடுகின்றனர். அப்படியெனில் புரளியின்படி அருந்ததியர்கள் தமிழ்நாடு வந்து ஏறத்தாழ அய்நூறு ஆண்டுகள் மட்டுமே ஆகின்றன.

அருந்ததியர்கள் தமிழ்நாட்டுக்கு வந்து அய்நூறு ஆண்டுகள் தாம் ஆகின்றன என்றால், அந்த அய்நூறு ஆண்டுகளுக்கு முன்பு தமிழகத்தில் அவர்களைப் பற்றியக் குறிப்புகள் இருக்கக் கூடாது அல்லவா! ஆனால் உண்மை நிலவரம் என்ன? சில கல்வெட்டுச் சான்றுகளைப் பார்த்து விடுவோமா!

1. திருவண்ணாமலை மாவட்டத்தில் உள்ள செங்கத்தில் உள்ள ரிஷபேஸ்வரர் கோவில் கல்வெட்டில் கீழ்க்கண்ட வரிகள் இருக்கின்றன. அவை:

“நியாயத்தாரும் பன்னிரண்டு பணிமக்களுமுள்ளிட்ட பெரும் வெடரும் பாணரும் பறைமுதலிகளும் செக்கிலியரும் இறுளரும் முள்ளிட்ட அனைத்துச்

சாதிகளும் அந்தணன் தலையாக அரிப்பன் கடையாக உள்ளுப்பட்ட அனைத்துச் சாதிமாற்கு."

(South Indian Inscriptions Vol. 7, பக். 49)

இக்கல்வெட்டின் காலம் கி.பி. 1258 ஆகும்.

2. திருவண்ணாமலைக் கல்வெட்டில் இவ்வாறு காணப்படுகிறது:

"பசு விடுகையாலும் ஐந்தலை மணியிடுகையாலும் மெகடுக்குகைய்க்கு சக்கிலிக்கு தெரிசனம் காட்டி தொலாலெ செய்த திருவடி நிலைக்கு மெகடுக்கு கைய்க்கு பத்துக்குப் பொத செம்பொன் அறுகழஞ்சுயிடுகையாலும்"

(South Indian Inscriptions Vol. 8, பக். 68)

இக்கல்வெட்டின் காலம் கி.பி. 1202 ஆகும்.

3. இக்கல்வெட்டுக்களைத் தவிரவும் கர்நாடகாவின் தமிழ்நாட்டு எல்லையில் இருக்கும் கோலார் மாவட்டத்தின் சிந்தாமணி தாலுகாவிலுள்ள கைவாரவில் உள்ள தமிழ்க் கல்வெட்டு ஒன்றில் கீழ்க்கண்டவாறு குறிப்பிடப்பட்டுள்ளது:

"ஜொம்மண்ண உடையார் காணிக்கை சாரிகை மகமை மக்க திறை கார்த்திகை பாடி உள்ளாயம்... நட... நாற் ஆடு திறை தன... கார் தெண்டம் உண்டிகை அ... யும்... காணிபற்று நார் எண்ணெய் நல் எருது நார் பசு நால் எருமை நனி... ந்த... டாகு இரும்பு சக்கிலித்திரை வெற்றிலை ...மை மற்றும் இவ்வூர்... ப... காணிக்கையும் சர்வ மானியம் ஆக"

(Epigraphy of carnatica Vol. 10)

இக்கல்வெட்டில் குறிப்பிடப்படும் ஆண்டு 1374 ஆகும்.

4. திருவண்ணாமலையில் கிடைத்துள்ள இன்னொருக் கல்வெட்டு இவ்வாறு குறிப்பிடுகிறது.

"...செப்பத்தத்துக்குத் துணை நிலமாக இட்ட கிழன் மெலாய்க் கிடக்கும் வாவைக்கும் வடக்கில்

நாலடியில் கிழைவாவையில் கிழ்வரம்புக்கு வடக்கும் மெல்பார்க்கெல்லை வடக்கின் நாலடியார் வட வரம்புக்கும் சக்கிலியன் குண்டிலுக்கும் பெருநான்கெல்லை. நத்தத்தில் நாறுகாலுக்கு கிழக்கும் வடபார்க்கெல்லை..."

(South Indian Inscriptions Vol. 8, பக். 36)

இக்கல்வெட்டு பரகேசரி என்ற பட்டமுடைய ராஜேந்திரச் சோழனின் 18 ஆவது ஆட்சியாண்டு என்னும் குறிப்பைக் கொண்டுள்ளது. ராஜேந்திரச் சோழன் 1012 ஆம் ஆண்டு ஆட்சிக்கட்டிலில் ஏறினான். எனில் இக்கல்வெட்டின் காலம் கி.பி. 1030 ஆகும்.

தமிழ்நாட்டில் கிடைக்கும் ஏறத்தாழ ஒரு லட்சம் எண்ணிக்கையுள்ள கல்வெட்டுகளில் வெறும் 15 ஆயிரம் கல்வெட்டுகள் மட்டுமே பதிப்பிக்கப்பட்டுள்ளன எனக் கல்வெட்டு அறிஞர்கள் குறிப்பிடுகின்றனர். பதிப்பித்தவற்றுள் நமக்குக் கிடைத்த கல்வெட்டுகள் இவை. பதிப்பிக்கப்படாதவற்றுள் எத்தனை இருக்கிறதோ யாருக்குத் தெரியும்?

சரி. கிடைத்த கல்வெட்டு ஆதாரங்களை வைத்து தமிழிலும் ஆங்கிலத்திலும் அருந்ததியர்கள் குறித்தப் புரளிகளைக் கிளப்பிவிட்ட அறிஞர்களின் கருத்துகளை அலசிப் பார்க்கலாம்.

மேலே குறிப்பிடப்பட்டுள்ள கல்வெட்டுகள் அனைத்துமே இந்தப் புரளி அறிஞர்கள் கிளப்பிவிடும் கிருஷ்ண தேவராயனின் காலமான 1509-1529 கால கட்டத்திற்கு வெகு காலம் முந்திய கல்வெட்டுகள். எனவே கிருஷ்ண தேவராயனின் காலகட்டத்தில் வந்தவர்கள் என்ற புளுகு இத்தனைக் காலம் தாக்குப் பிடித்ததே என்ற நிறைவை அடைவதைத் தவிர இதற்கு மேலும் அதை அவிழ்த்துவிட முடியாது என்பதை அவர்களே புரிந்து கொண்டிருப்பர்.

இங்குத் தரப்பட்டுள்ள கல்வெட்டுகளில் காலத்தால் முந்தியது கி.பி. 1030 ஆம் ஆண்டின் கல்வெட்டு ஆகும். அக்கல்வெட்டில் ஒரு குறிப்பிட்ட இடத்தின் பெயர் சக்கிலியன் குண்டில் என வழங்கப்படுவதைக் கல்வெட்டு குறிப்பிடுகிறது. ஒரு இடத்துக்கு அவ்வாறு பெயர் வழங்கப்பட்டதை முன்னிட்டு, சக்கிலியர்கள்

அதற்கும் வெகு காலத்திற்கு முன்பாக அங்கு வாழ்ந்திருக்கிறார்கள் என்பதை நாம் உறுதியாக அறிந்து கொள்ளலாம். மேற்கண்ட கல்வெட்டுச் சான்றுகளைத் தொடர்ந்து சில செப்பேட்டுச் சான்றுகளையும் பார்க்கலாம்.

1. புலவர் செ. ராசு வெளியிட்ட கொங்கு சமுதாய ஆவணங்கள் என்னும் நூலில் இடம் பெற்றுள்ள காலிங்கராயன் ஆணைப் பட்டயத்தில் கீழ்க்கண்டவாறு காணப்படுகிறது.

   "கொசவன், குறவன், மறவன், வலையன், பறயன், சக்கிலியன் இவர்களுக்கு வரியில்லாமல் விடுவிச்சு பட்டக்காறறுக்கு ஏவின ஷூளியம் செயிது கொண்டு வரவும். படிக்காறப் புலவற்கள் காறாள மானிக்கி, முடவாண்டி, குறுப்பாண்டி இவர்களுக்கு செல்ல வேண்டிய வறுத்தினை பட்டக்காரன் வீட்டுக்கு மானியமாயி நிறுத்து குடுத்துயிருக்கிறோம்."

   (கொங்கு வேளாளர் செப்பேடு பட்டயங்கள், பக். 268)

   இப்பட்டயத்தின் ஆண்டு 1374 ஆகும்.

2. சிறுவாலை ஜமீன் செப்பேட்டில் கீழ்க்கண்ட வரிகள் இடம் பெற்றிருக்கின்றன:

   "சாலிய வாகன வறுசங்கள் ஆயிரத்து இருநூற்று நாற்பத்தி அஞ்சாண்டு செல்லா நின்ற சருவசித்தி வையாசி மீ-தசமி ஆதவாறமும் உத்திர நஞ்சத் நட்சேத்திரமும் காலவாகற்ணமும் பிரமநாமயோகமும் யிப்படிக் கொற்ற சுபதினத்தில் அனுப்பச் சக்கிலியற் கொல்ல சக்கிலியற் மதுரை சக்கிலியற் கானகாட்டுச் சக்கிலியற் யிந்த சக்கிலியச் சாதி அனவறில் ஆசாரந்தப்பான பேருக்குக் கவுறும் கொட்ட கோலும் கொடுத்து சாதியாசாறம் வளுவாமல் நடத்திவிச்சிக் கொள்ளும் படிக்கு சாதி அனவோரும் எளுதிக் குடுத்தி பட்டயம்."

   இப்பட்டயத்தின் ஆண்டு 1323 எனக் குறிப்பிடப்பட்டுள்ளது. இப்பட்டயம் இன்னும் பதிப்பிக்கப்படவில்லை.

3. புலவர் செ. ராசு வெளியிட்ட கொங்கு நாட்டுச் சமுதாய ஆவணங்கள் நூலில் இடம் பெற்றுள்ள பேரூர் அணைக் கட்டின பட்டயத்தில் சில வரிகளைக் காணலாம்.

"ஒன்னப்ப கவுண்டர் கோனியம்மன் கோவிலுக்கு மாதாரிகளைக் கூட்டிக் கொண்டு போயி மாதாரிகள் கயியெழுத்து விபறம். யெற்ற பகடை, யெண்ட பகடை, மயப் பகடை, வீர பகடை, பாழிய பகடை, பகடிகத்திப் பகடை, சிந்துரம் பகடை, கள் பகடை, கவுரி பகடை, கருசி பகடை, வன்னகரிய பகடை, அண்ணவி பகடை, குலியப் பகடை, குஞ்சலிப் பகடை, ஒரைகாற பகடை, தொக்குளி பகடை, சீரங்க பகடை 24லு மாதாரிகள் அனவோரு ஒன்னப்ப கவுண்டருக்கு அடிப்பித்துக் குடுத்த செம்பு பட்டையம்."

(கொங்கு நாட்டுச் சமுதாய ஆவணங்கள், பக். 284)

இப்பட்டயத்தின் காலம் கி.பி. 1499 ஆகும். மேற்கண்ட பட்டயங்களும் நமது புரளி அறிஞர்கள் கூறும் கிருஷ்ண தேவராயன் காலத்தில் சக்கிலியர் வந்த கதையை பொய்க் கதை எனத் தெரிவித்து விடுகின்றன.

இங்குத் தரப்பட்ட கல்வெட்டு மற்றும் செப்பேடுகள் கூறும் இவ்வளவு வெளிப்படையான ஆதாரங்களுக்குத் துணையாக ஆந்திராவில் உள்ள அட்டவணைச் சாதியினரின் பட்டியலை எடுத்துக் கொள்வோம். தமிழ் நாட்டில் வழங்கப்படும் அட்டவணைச் சாதிப் பட்டியலில் உள்ள சக்கிலியர், மாதாரி, பகடை என்கிற பெயர்களே ஆந்திராவிலுள்ள 59 பட்டியலினச் சாதிகளின் பெயர்களில் இல்லை. இதனை வாசித்துப் பார்த்துத் தெரிந்து கொள்ளலாம். அப்படி அங்கு அத்தகைய பெயர்களில் மக்களே இல்லை என்றால், இல்லாத மக்களில் ஒரு பிரிவினர் அங்கிருந்து இங்கு வந்தார்கள் என்கிற கதையை எப்படி விடுகிறார்கள்?

எப்படியோ இவ்வாறான கதைகளைக் கொண்டுதான் அருந்ததியர்களை வாயில்லாப் பூச்சிகளாக ஆக்கி, கடைசியாக ஊர் 'பீ'யை அள்ள வைத்தும் சாக்கடைக் கிணறுகளில்

இறக்கிச் சாகடித்தும் ஆதிக்க சாதியினர் தமது விருப்பம் போல ஆட்டுவித்துக் கொண்டிருக்கின்றனர்.

கிருஷ்ண தேவராயனின் படைகளுடன் பதினாறாம் நூற்றாண்டில் வந்தவர்களே அருந்ததியர்கள் என்பதையும், தெலுங்கு பேசும் ஒன்பது கம்பளத்தில் ஒரு சகோதர கம்பளத்தாரே அவர்கள் என்பதையும் மற்றொரு தகவலை முன்னிட்டு நாம் மறுக்க முடியும். பேராசிரியர் நா. வானமாமலை தமது நூலில் அந்தத் தகவலைக் கீழ்க்கண்ட வரிகளில் தருகிறார்.

"மூட நம்பிக்கையுள்ள நாயக்க மன்னர்கள், கோயில் கட்டும் போதும், அணைகள், பாலங்கள் கட்டும் பொழுதும் நரபலி கொடுப்பதுண்டு. அதற்காக இழிந்தவரெனக் கருதப்பட்ட சக்கிலியர்களைப் பிடித்துச் சிறையிலடைத்துப் பலமுறை பலி கொடுத்தார்கள்.

... கட்ட பொம்மன் கதையில் அவனுடைய முன்னோர்கள், திருமலை நாயக்கனிடம் நரபலி கொடுப்பதற்காகச் சிறையிலடைக்கப்பட்டிருந்த சக்கிலியர்களை மீட்க வாதாடினார்கள் என்றும், திருமலை நாயக்கனும் அதற்கிணங்கினான் என்றும் ஒரு செய்தி கூறப்பட்டுள்ளது."

(முத்துப்பட்டன் கதை, பக். 9, 10)

நாயக்க மன்னர்கள் மூடநம்பிக்கையுள்ளவர்கள் என்பது தெரிகிறது. முட்டாள்களாகவும் இருந்திருப்பார்களா? தங்களுடன் அழைத்து வந்த சகக் கம்பளத்தாரை, தாங்கள் சிறுபான்மையாக உள்ள நாட்டில் தங்களுக்குள் ஒரு சாதிப் பிரிவினரை முற்று முழுதாகப் பகைத்துக் கொண்டு ஏன் பலி கொடுக்க வேண்டும்? பொருத்தமாக இல்லையே! இந்த ஒரு உண்மையே நமக்குத் தெளிவாக விளக்கி விடுகிறது அருந்ததியர்கள் தெலுங்கு மன்னர்களுடன், தளவாய்களுடன் வந்தவர்கள் இல்லை என்பதை. கம்பளத்தார் என்கிற கதையையும் கூடத்தான்.

இழிந்தவரெனக் கருதப்பட்ட சக்கிலியர்கள் சிறையிலடைக்கப்பட்டு பலி கொடுக்கப்பட்டார்கள் என்கிறார். எந்த நாட்டில் இழிந்தவர்களைத் தமது தளபதிகளாக வைத்துக் கொள்வார்கள்? மதுரை வீரனைத் தளபதி இல்லை எனப் போகிறார்களா?

இந்த இழிந்தவர்கள் என்பதன் உண்மையான பொருள் என்ன? தமிழ்நாட்டில் நரபலி கொடுக்கப்பட்டவர்கள் யார்? யார்? கூன் பாண்டியன் காலத்தில் எண்ணாயிரம் சமண, பவுத்தர்கள் கழுவிலேற்றப்பட்டுக் கொலை செய்யப்பட்டார்கள் எனப் படித்திருக்கிறோம். ஆகமக் கோவில்களில் பாடப்படும் தேவாரத்தில் தென்னகத்து அமண சாக்கியப் பெண்களைக் கற்பழிக்கத் திருவுளமே என ஞானசம்பந்தன் பாட நாம் கேட்டிருக்கிறோம். மேலும் அந்தத் தேவாரம் நெடுக சமண, பவுத்தருக்கு எதிரான தமது வன்முறைக்கான விழைவை பார்ப்பன, சாதி இந்து அடியார்கள் பட்டவர்த்தனமாக வைத்திருப்பதை நாம் காண்கிறோம்.

ஆந்திரப் பல்கலைக் கழகத்தில் மானுடவியல் பேராசிரியராகப் பணிபுரியும் டாக்டர் பி.டி. சத்தியபால் அவர்களின் உரை ஒன்றில் இன்னும் ஒரு சான்றை நாம் காண முடிகிறது.

"ப்ரிஹந்தரைக் கொன்று பவுத்தத்தை அழித்து பார்ப்பனிய ஆட்சியை நிறுவிய புஷ்ய மித்ர சுங்கா, பவுத்த பிக்குகளைப் பார்த்ததும் அவர்களின் தலையை உடைக்க உத்தரவிட்டான். பிக்குகளின் உடைந்த தலைகளைக் கொண்டு வருபவர்களுக்கு தங்க நாணயங்களைப் பரிசாக அளித்தான். இதுவே பின்னாளில் தேங்காய் உடைக்கும் வழக்கமாக மாறியது. அதற்கு முன்னர் இந்து மதத்தினர் இடையே கடவுளுக்கு காணிக்கையாகத் தேங்காய் உடைக்கும் வழக்கம் இருந்ததற்கான சான்றுகள் இல்லை."

(மீனாமயில், தலித் முரசு, மே 2011)

இந்த உண்மைகளைக் கருத்தில் கொண்டு பார்க்கும்போது சக்கிலியர்கள் இழிந்தவர்கள் என்பதற்காகப் பலியிடப்படவில்லை. பவுத்தர்கள் என்பதற்காகவே பலியிடப்பட்டார்கள் என்று புலப்படுகிறது.

மேலும் ஆந்திர மாதிகாக்களுக்கும் தமிழ்நாட்டு சக்கிலியருக்கும் வாழ்வியல் சார்ந்தும், பண்பாடு சார்ந்தும் பல்வேறு வேறுபாடுகள் உள்ளதை தர்ஸ்டனே சுட்டிக்காட்டுகிறார்.

"ஆந்தர மாதிகர்கள் தங்கள் சாதிப் பெண்களில் சிலரைப் பசவிகளாக (நேர்ந்து கொண்டு பரத்தையராக ஆக்குவது)

விடுவது போல இவர்கள் பெண்களை விடும் பழக்கத்தை மேற்கொள்வதில்லை." *(தென்னிந்திய குலங்களும் குடிகளும், பக். 8)*

"மாதிகர்களின் சிறப்புத் தெய்வமான மாதங்கியைச் சக்கிலியர்கள் வழிபடுவதில்லை. மதுரை வீரன் மாரியம்மன், முனீசுவரன், திரௌபதி, கங்கம்மா ஆகியோரே இவர்கள் வழிபடும் தெய்வங்கள்" *(மேலது, பக். 8)*

"இவர்களுடைய மணச்சடங்கும் பறையருடைய சடங்கினை ஒத்ததே சக்கிலியரின் சாவுச் சடங்கின் இறுதி நாளன்று பறையருடைய சடங்கில் செய்வது போலவே இரண்டு செங்கற்களை வழிபட்டு பின் அவற்றைக் குளத்திலோ ஆற்றிலோ விடுவர்." *(மேலது, பக். 9)*

இந்தப் பண்பாட்டு வேறுபாடுகளைத் தவிரவும் தோல் பணியாளர்கள் குறித்து விரிவாக ஆய்ந்த தோழர் வெ. சுஜாதா, சக்கிலியர் தோல் பதனிடும் முறை தனித்தன்மை கொண்டது. ஆந்திர மாதிகாக்கள் பதனிடும் முறையிலிருந்து முற்றிலும் வேறுபட்டது என்கிற தகவலைத் தனது ஆய்வில் பதிவு செய்துள்ளார்.

தர்க்கம், விவாதம் ஆகியவற்றின் மூலம் உண்மையையும் நீதியையும் உணர்ந்தும் உணரச் செய்தும் அவற்றின் வழி ஒழுகுவதும் பவுத்த வாழ்வியல் நெறி. மாறாக வன்முறையின் மூலமாகவும் சதிச் செயல்களின் மூலமாகவும் நியாயமற்ற ஒன்றை நடைமுறைப்படுத்தி அதற்குக் காவலாக கடவுளை நிறுத்தி வைப்பது சாதி இந்துக்களது நெறி. உண்மையையும் நியாயத்தையும் தவிர்த்துவிட்டுப் பாராமுகமாய் இருக்கும் வரையில்தான் தமது அதிகாரம் செல்லுபடியாகும் என்பது சாதி இந்துக்களுக்குத் தெரியும். அப்படிப் பாராமுகமாய் இருப்பதாலேயே இருக்கும் உண்மைகள் இல்லாமல் போய்விட மாட்டா. அருந்ததியர் குறித்த உண்மைகளுக்கும் இது பொருந்தும்.

◉

நா.வா.வின் புரட்டுகளும் சக்கிலியர் வரலாறும்

தமிழ்நாட்டில் வாழ்கின்ற சமூகங்களில் அரசாலும், பொதுச் சமூகத்தாலும் மிகவும் வெறுக்கப்படுகின்ற, அவ்வெறுப்பின் காரணமாக விரட்டி, விரட்டி வேட்டையாடப்படுகின்ற பிரிவினர் யாவர்? சிலர் இஸ்லாமியர் என்பார்கள். ஆனால் அது உண்மையன்று! இஸ்லாமியர் மீதான வெறுப்பு பார்ப்பனர்களாலும், அவர்களது கையாட்களாலும் திட்டமிட்டு விதைக்கப்படுகிறது தான். ஆனால் முழுச் சமூகமும் இந்தத் தீய போதனைக்கு ஆட்பட்டுவிடவில்லை.

கெடுவாய்ப்பாக, அருந்ததியர்களுக்கு எதிரான இத்தகைய தீய கற்பிதங்கள் முன்வைக்கப்பட்ட போது, அதற்கு எதிராகப் பேசியவர்கள், வாதாடியவர்கள் எவருமில்லை என்றே சொல்லலாம். காலனிய அரசாங்கம் அத்தகைய கற்பிதங்களைச் சுமத்திய போது, பொதுச் சமூகம் அவற்றுக்கு இரையாகிப் போனது. அதிலும் குறிப்பாக தமிழ்நாட்டிலுள்ள ஜாதியக் கொடுமைகள் அறியாத கம்யூனிஸ்டுகள் அத்தகைய கற்பிதங்களை, காலனிய ஆட்சியாளர்கள் தங்கள் மூட்டை முடிச்சுகளைக் கட்டிக் கொண்டு போன பின்னர், தங்கள் பொறுப்பில் எடுத்துப் பரப்பத் தொடங்கினர். இதில் முன்னத்தி ஏராய் செயல்பட்டவர் பேராசிரியர் நா. வானமாமலை ஆவார். இக்கட்டுரையில் அவர் அருந்ததியர்கள் குறித்து பரப்பிவிட்ட அவதூறுகளைப் பரிசீலிக்கலாம்.

அண்ணல் அம்பேத்கர் தனது நேர்காணல் ஒன்றில் இந்தியாவில் குறிப்பாக மகாராஷ்டிராவில் உள்ள கம்யூனிஸ்டுகளைக் குறித்த தமது மதிப்பீட்டை முன் வைத்திருப்பார். அது கீழ்க்கண்டவாறு:

"தொடக்கத்தில் கம்யூனிஸ்டு கட்சி சில பார்ப்பன இளவட்டங்களின் கைளிலேயே இருந்தது. டாங்கே உள்ளிட்ட சிலரே அந்தப் பார்ப்பன இளவட்டங்கள். மராட்டா சாதியினர், பட்டியலின மக்கள் ஆகியோரது ஆதரவைப் பெற்று விட அவர்கள் முயன்று கொண்டே இருக்கிறார்கள். ஆனால் அவர்களால் மகாராஷ்டிராவில் சிறிது கூட முன்னேற முடியவில்லை. ஏன்? ஏனெனில் அவர்கள் கூடியவரைக்கும் பார்ப்பன இளவட்டங்களாய் இருக்கிறார்கள் என்பதால் தான். இந்திய கம்யூனிச இயக்கத்தை இவர்களைச் சார்ந்திருக்கச் செய்தது ரஷ்யர்கள் செய்த மிகப் பெரிய தவறாகும். படையணியில் போர் வீரர்கள் வேண்டாம், முரசறைபவர்கள் மட்டுமே போதும் என்கிற விதமாய் எண்ணியதற்கு, ஒன்றில் ரஷ்யர்களுக்கு இந்தியாவில் கம்யூனிசம் பரவ வேண்டியதில்லை என்ற எண்ணம் காரணமாய் இருக்கலாம். இல்லையேல், அவர்களுக்கு எதுவும் விளங்கவேயில்லை என்பது காரணமாய் இருக்கலாம்."

(அம்பேத்கர் தொகுப்பு (ஆங்கிலம்), 17 (1))

இம்மேற்கோளில் அண்ணல் பார்ப்பனர்களின் கைகளில் போய் கம்யூனிஸ்டு கட்சி சீரழிந்ததைப் பற்றிச் சொல்லியிருக்கிறார். தமிழ்நாட்டுச் சூழலை எடுத்துக் கொண்டால் பார்ப்பனர்களோடு வேளாளர்களையும் சேர்த்துக் கொள்ள வேண்டும். நா. வானமாமலை வைணவத்துக்குரிய வேளாளச் சாதியான தாதர் என்ற சாதியில் பிறந்தவர். நா. வானமாமலை குறித்த கட்டுரை ஒன்றில் "பழுத்த வைணவக் குடும்பத்தில் பிறந்தவர் என நா.வா.வை அறிமுகப்படுத்துகிறார் பேராசிரியர் தொ. பரமசிவம். அருந்ததியர் மீதான நா. வானமாமலையின் வெறுப்புக்கு அவருடைய பழுத்த வைணவக் குடும்பப் பின்னனிதான் காரணமோ என்னவோ!

பேராசிரியர் நா.வா. *தமிழ்நாட்டுப் பாமரர் பாடல்கள்* என்ற பெயரில் 1957 ஆம் ஆண்டு ஒரு சிறிய தொகுப்பு வெளியிட்டுள்ளதாக தொ.ப. குறிப்பிடுகிறார். அதற்கு எழுதிய குறிப்பு எனக்குக் கிடைக்கவில்லை. 1964 ஆம் ஆண்டு '*தமிழர்*

நாட்டுப் பாடல்கள்' என்ற தொகுப்பை வெளியிடுகிறார். அதற்கு முன்னுரை எழுதும் போது, இரு செய்திகளைக் குறிப்பிடுகிறார்.

"சமூகக் கதைகளில் பெரும்பாலானவை உண்மை நிகழ்ச்சிகளே! இந்நிகழ்ச்சிகளுக்குக் கற்பனையால் கலையுருவம் கொடுக்கப்பட்டுள்ளது." (தமிழர் நாட்டுப் பாடல்கள், எட்டாவது பதிப்பு, பக். 19, காவ்யா)

முத்துப்பட்டன், சின்னத்தம்பி, நல்லதங்காள் கதை, சின்ன நாடான் கதை போன்ற கதைப்பாடல்களைப் பற்றிக் குறிப்பிடும் போது, மேற்கண்டவாறு குறிப்பிடும் நா.வா. அடுத்த இரண்டாவது பக்கத்திலேயே பல்டி அடிக்கிறார் அப்பகுதி வருமாறு...

"மதுரை வீரன் கதை, வரலாற்றுப் பின்னணியில் எழுந்த கற்பனையாகும். அவை போல அல்லாமல் சரித்திர நிகழ்ச்சிகளை பிரதான ஆதாரமாகக் கொண்ட கதைகள் கிடைக்கின்றனவா என்று தேடிப்பார்த்தல் அவசியம்..." (தமிழர் நாட்டுப் பாடல்கள், பக். 21)

மதுரை வீரன் குறித்துதான், மதுரை வீரன் அம்மானை, வீரையன் அம்மானை எனக் கூடுதலான எண்ணிக்கையில் கதைப்பாடல்கள் கிடைக்கின்றன. மதுரை வீரனுக்குத் தமிழகம் முழுவதிலும் கோயில்கள் அதிகம் உள்ளன. பெரும்பாலான சாதிகளால் வழிபடப்படும் கடவுளாக மதுரை வீரன் இருக்கிறான். மிகப் பிற்காலத்தில் எழுதப்பட்ட கற்பனையான வீரனைக் கட்டிக் கொண்டு தமிழர்கள் அழுகிறார்களே என்பது நா.வா.வின் கருத்தாய் இருக்கலாம். இப்படி வேறெந்த கற்பனையான சிறு தெய்வத்தை வழிபடுகிறார்கள் என அவர்தான் சொல்ல வேண்டும். அல்லது, சக்கிலியருக்கு பிறந்தவன் அவ்வளவு பெரிய சிறப்பை அடைந்தான் என்று ஒப்புக் கொள்ள முடியாமல் அன்றிருந்த சாதி இந்துப் புலவர்கள் காசிராஜனுக்குக் கொடிசுற்றிப் பிறந்த மகன் என்று கதைவிட்ட மாதிரி, நா.வா.வும் கற்பனைப் பாத்திரம் என்கிறார் என்றே நாம் கருத வேண்டும்.

தமிழர் நாட்டுப் பாடல்கள் தொகுப்பைத் தொடர்ந்து 1970 ஆம் ஆண்டு கட்டபொம்மு கதைப்பாடல், கட்டபொம்மன் கூத்து ஆகிய கதைப்பாடல் தொகுப்புகளை நா.வா. வெளியிடுகிறார்.

தமிழர் நாட்டுப் பாடல்கள் தொகுப்பில் மதுரை வீரனுக்கு நாட்டு வெடிகுண்டு வீசிய நா.வா. மேற்கூறிய தொகுப்புகளில் பொட்டிப் பகடை முதலிய அருந்ததிய வீரர்கள் அனைவருக்கும் ஒரு சேர கண்ணிவெடி வைக்கிறார்.

கட்டபொம்மன் கதைப் பாடல்களுக்குத் தொகுப்புரை எழுதும் சமயத்தில் அருந்ததியர் பற்றி நா.வா. மிகக் கவனமாக இருந்திருக்கிறார். அவர் தொகுத்துள்ள கட்டபொம்மன் தொடர்பான மூன்று கதைப் பாடல்களின் படியும் ஆங்கிலேயருக்கு எதிரான போரில் கட்டபொம்மனுக்குத் துணையாய் நின்றவர்கள் நாயக்கர்களைத் தவிர சக்கிலியரும் பள்ளரும் ஆவர். அவர்கள் மிகப் பெரிய அளவில் பங்கு பெற்றிருந்தனர் என்பதற்கு கதைப்பாடல்களில் சொல்லப்படுகிற பெயர்களே சான்று. சக்கிலியர்களை எடுத்துக் கொண்டால் கந்தன் பகடை, முத்தன் பகடை, சக்கையன், எலக்கையன், கட்டையன் பகடை, மொட்டையன் பகடை, பொத்தய்யன், சின்ன வக்கையன், பெரிய வக்கையன் எனப் பெயர் நன்கு தெரிந்தவர்களும், முன்னணியில் நின்றவர்களுமானப் பலரது பெயரையும் அடையாளத்தையும் அவர்களது வீரத்தையும், தியாகத்தையும் கதைப்பாடல்கள் கூறுகின்றன. ஆனால் நா.வா. தன்னுடைய முன்னுரையில் இவர்களில் ஒருவரைப் பற்றியோ அல்லது மொத்தமாகப் பகடையர் என்றோ ஒரு வார்த்தை கூட குறிப்பிடவில்லை.

இன்றைய தூத்துக்குடி, திருநெல்வேலி மாவட்ட சக்கிலியர்களைப் பொருத்தவரையில், காலனிய காலத்தில் கட்டபொம்மன், ஊமைத்துரை, பூலித்தேவர் முறியடிக்கப்பட்டதன் விளைவாக இம்மாவட்டங்களைச் சேர்ந்த சக்கிலியர் பெருமளவுக்குக் கேரளா, இலங்கை, மும்பை, மலேசியா எனப் பல்வேறு இடங்களுக்குச் சிதறுண்டு போயிருக்கிறார்கள். எஞ்சியிருப்பவர்களும் மிகவும் மோசமான வறுமைக்கும் இழிவுக்கும் உள்ளாக்கப்பட்டிருக்கிறார்கள். இதற்கு அன்றிருந்த ஆங்கிலேய ஆட்சியாளர்கள் மட்டுமல்ல, அதைத் தொடர்ந்து வந்த சுதந்திர இந்திய ஆட்சியாளர்களும் பொறுப்பேற்க வேண்டும்.

அப்படிச் சிதறடிக்கப்பட்ட சக்கிலியர்களைத்தான் நமது நா.வா. இருட்டடிப்புச் செய்திருக்கிறார். அதுவும் சுதந்திரத்திற்குப் பிறகு தேசக் கட்டுமானம் நடைபெற்றுக் கொண்டிருந்த அறுபதுகளில் இந்தப் பணியைச் செய்திருக்கிறார்.

வெறுமனே இருட்டடிப்புச் செய்வதோடு விட்டாரா, அவரது நூலின் உரைநடைப் பகுதிகள் அவருடைய தொகுப்புரைகள் மட்டுமே ஆகும். தொகுப்புரையைத் தவிர்த்த கதைப்பாடல் செய்யுள் நடையில் உள்ளது. அப்படி தப்பித்தவறி யாராவது அதைப் படித்து தெரிந்து கொண்டால் என்ன செய்வது என்ற பதைபதைப்பில் அதற்கு அடிக்குறிப்புகள் போட்டு, அக்குறிப்புகளில் தனது கைங்கரியத்தைக் காட்டுகிறார்.

கதைப்பாடல்கள் எல்லாமே பொட்டிப் பகடை, முத்தன் பகடை, கந்தன் பகடை முதலியோரின் போர்த்திறம் குறித்து விரிவாகப் பேசுகின்றன.

கீழ்க்கண்டவாறு...

மைத்துன மார்களிருவர் சமர்த்தையும்
வாகுடன் சொல்கிறேன் நல்லோரே...

சத்துருவாகிய பட்டாளங்கள் தனைப்
பத்து நூறாயிரம் தானறுத்தான்...

துப்பாக்கிச் சேவுகர் தன்னைக் குத்தியங்கே
சோஷர் மேசர்களைத் தானும் வெட்டிச்

செப்பமதாகவே மைத்துன மார்களும்
சேர்ந்திருந்தாரங்கு மனம் மகழ்ந்து

ஆடுதன் ஐம்பது பேர்களையுமங்கே
ஓடவே குத்தி வதைத்து விட்டார்.

நாடு புகழ் கிண்ணிப் பட்டாளங்கள் தன்னைத்
தேடியே வந்து எதிர்த்தார்கள்.

கிண்ணிப் பட்டாளத்தைத் தானெதிரத்தாரங்கே
கெச்சிதமாகவே மைத்துனர்கள்

சின்ன பிரட்டன் பெரிய பிரட்டனைச்
சேரப் பிடித்துத் தலையறுத்தார்.

ஒட்டகம் தன்னையே வெட்டி நின்றார் குதித்
தோடும் பரிகளைக் குத்தி நின்றார்.

துஷ்டத்தனம் செய்யும் பட்டாணிகள் தன்னைக்
கட்டு மெட்டாகவே தான் பிடித்து

அடித்து உதைத்துச் சினந்தீர்த்துத்
தலைக் காக்கினை செய்தாரே அந்நேரம்

பிடித்துப் பட்டாளங்கள் தன்னையுந்தான் ரெண்டு
பேருஞ் சினந்து அறுத்தெறிந்தார்.

அறுத்திடும் போதந்த அக்கினி மேசரும்
ஆங்காரக் கோபமுற்றே எழுந்தான்

பிரித்திடுவேன் உங்கள் உயிர்களையும் என்று
பேசினான் அக்கினி மேசர்துரை
பட்டாளத்தைப் பார்த்து பாசை சொன்னான் அந்த
பார்த்தீபனக்கினி மேசர் துரை
சட்டென்று வேட்டு எழும்பிடவே பொட்டி
எட்டியே பின்வாங்கி நின்றானே

கிட்ட நின்ற * முத்தன் பகடையுந்தான் வெகு
கட்டு மெட்டாய் வெடி சுட்டானே

சுட்ட குண்டு தானுமேல் விழுந்து அங்கே
துரையுங் குதிரையும் கீழ் விழுந்தார்

குப்பாய்ச் சாய்ந்து விழுந்தானே துரை
குதிரையும் கீழே விழுந்த தய்யோ!

டப்பென்று கீழே விழுந்ததய்யோ கதை
எப்படி சொல்வேன் நல்லோரே

கிட்டவந்து துரை குடலைப் பிடுங்கியே
பொட்டிப் பகடையும் மாலையிட்டு

வட்டமிட்டாடுறான் கெட்டி கெட்டியங்கே
பட்டாளஞ் சோஷரை வெட்டி வெட்டி

சட்டஞ்சட்டமென்று முத்தன் பகடையும்
தவ்வித் தவ்விக் குதி போடுறான்.

(கதைப்பாடல் திரட்டு, பக். 417, 418, நா.வா.)

வீரபாண்டிய கட்டபொம்மு கதைப்பாடலில் பொட்டிப் பகடை முத்தன் பகடை ஆகியோரின் வீரம் புகழ்ந்து பேசப்படும் ஒரு நீண்ட தொகுதியின் ஒரு சிறிய பகுதியே மேலே நாம் கண்டது.

இக்கதைப்பாடலில் சக்கிலிய வீரர்களின் வீரத்தையும், தியாகத்தையும் இன்னும் சில இடங்களில் குறிப்பிட்டிருந்தாலும் இப்பகுதியை இங்குத் தருவதற்குக் காரணம் இருக்கிறது. இப்பகுதியில் குறிப்பிட்ட இடத்தில் ஒரு புள்ளி வைத்து கீழ்க்கண்டவாறு அதற்கு நா.வா. அடிக்குறிப்பு இடுகிறார்.

'பகடைகள் என்னும் சக்கிலியர், இருபுறமும் கூலிப்படை வீரர்கள், கைப்போர் புரிந்தனர் அவர்கள் ஏழ்மையில் உழன்றனர்.' மேற்கண்ட அடிக்குறிப்பின் மூலம் சில உண்மைகளைத் தமிழ்ச் சமூகத்திற்கு உணர்த்திவிட வேண்டுமென நா.வா. பதைபதைக்கிறார். அவை:

1. சக்கிலியர் எனப்படும் பகடை சாதியைச் சார்ந்த வீரர்கள் இந்திய விடுதலைக்கான போரில் ஆங்கிலேயருக்கு எதிராக இறங்கி இருந்தாலும் அவர்கள் தேச பக்தர்கள் அல்லர். கூலிக்கு மாரடிப்பவர்கள்.

2. கதைப்பாடலில் எங்குமே ஆங்கிலேயர் தரப்பிலிருந்து பகடைகள் எனப்படும் சக்கிலியர் எவரும் போரிட்டதாகச் செய்தி இல்லை. அதே போல ஆங்கிலேயர் தரப்பிலிருந்து சக்கிலியரைத் தவிர வேறு சாதியினர் எவரும் நா.வா.வுக்குத் தெரியப் போரிடவில்லை. அப்படிப் போரிட்டிருந்தால், நாயக்கர், சேர்வை, பள்ளர், மறவர், இஸ்லாமியர் இவர்களைப் பற்றிய குறிப்புகள் வரும் போது நா.வா. இவர்கள் ஆங்கிலேயர் தரப்பிலிருந்தும் போராடினார்கள் என்று குறிப்பிட்டிருப்பார். கட்டபொம்மனுக்கு எதிரான தண்டனையை வழங்குவதற்குக் காரணமான விசாரணையில்

கம்பெனித் தரப்பாக சாட்சியளித்த ஹரிஹரசாமி அய்யர், ராமலிங்க முதலியார் இவர்கள் மட்டுமல்ல, கலெக்டர் ஜாக்சனின் கையாளாகச் செயல்பட்டுத் தங்கத்தில் பூணூல் வாங்கி மாட்டிக் கொண்டதாகக் கதைப்பாடலில் குறிப்பிடும் கோபாலையன் இவர்கள் பார்ப்பன வேளாளச் சாதிகளைச் சேர்ந்தவர்கள். அவர்களைக் குறித்து ஏதாவது சொல்வது இந்திய பார்ப்பன வகைப்பட்ட புரட்சிக்குக் குந்தகம் விளைவிப்பது.

3. கதைப்பாடலில் முத்தன் பகடை துப்பாக்கியால் சுட்டதாகத் தெரிவிப்பது தவறு, ஏனெனில் மனுதர்மப் படி சூத்திரர்களும் பஞ்சமர்களும் ஆயுதம் ஏந்துவது தடுக்கப்பட்டுள்ளது. கதைப்பாடல் ஆசிரியர் அது குறித்த அறிவும் பொறுப்புமில்லாமல் சொல்லிவிட்டார். ஆகவே, அதைத் திருத்திச் சொல்வது இயக்கவியல் பொருள் முதல்வாதக் கருத்தியலின் முதலாவது படியாக அமைகிறது.

4. ஏழ்மையில் உள்ளவர் போரில் ஈடுபட்டாலும் அதைப் போர் என்று ஏற்றுக் கொள்ள முடியாது. ஏனெனில் போரில் இல்லாவிட்டாலும் எப்படியாவது பட்டினியால் இறக்கப் போகிறவர்கள் தானே!

பேராசிரியர் நா.வா.வின் மேற்கண்ட வயிற்றெரிச்சல் கருத்துகளோடு ஒரு ஓரமாக நாம் சில உண்மைகளை மட்டும் நினைவில் வைத்துக் கொள்வோம்.

1. கட்டபொம்மன் கதைப்பாடல், ஜாக்சன் துரையை நேர்காணல் செய்ய கட்டபொம்மனுடன் சென்ற பகடைகளைக் குறித்த விவரங்கள் கீழ்க்கண்டவாறு உள்ளன.

"பட்டணமருதூர் முத்தன் பகடை ராணுவமும்
அந்தக் கோட்டையில் வந்து இறங்கிடவே
சின்ன வக்கையன் பெரிய வக்கையன் ராணுவமும்
அந்தக் கோட்டையில் வந்து இறங்கிடவே..."

"கக்கரம்பட்டி மீனாட்சிபுரம் தொட்டியக் கடையச் சக்கிலியன்
அவனைச் சேர்ந்த சனங்களும் ராணுவமும் அந்தக்
கோட்டையில் வந்து இறங்கிடவே"

ஒருவருடைய ராணுவம் என்றால் அவரல்லாமல் அவரைச் சேர்ந்த வீரர்களும் என்றுதானே பொருள்படும்?

2. கட்டபொம்மு கூத்து கதைப்பாடலில் ஜாக்சன் துரையைக் காணச் சென்ற வீரர்களாக சுமார் அறுபது பெயர்கள் கூறப்படுகின்றன. அவற்றுள் பத்து பெயர்கள் சக்கிலியர்களின் பெயர்கள் என்று வெளிப்படையாகத் தெரிகின்றன.

● ● ●

பேராசிரியர் நா.வா. அருந்ததியர் மீது மிகப் பெரிய அளவிற்கு துவேஷம் உடையவராய் இருந்திருக்கிறார் என்பதற்கு ஆதாரமாய் அமைவது மதுரைக் காமராசர் பல்கலைக் கழகப் பதிப்புத் துறைக்காக அவர் தொகுத்து ஆய்வு முன்னுரை வழங்கி வெளியிட்ட *முத்துப்பட்டன் கதை* என்கிற சிறு நூலே ஆகும். இந்த நூல் 1971 ஆம் ஆண்டு வெளிவந்தது. இந்நூலின் முன்னுரையில் ஒரு பகுதியை முதலில் பார்ப்போம்.

> “கிருஷ்ண தேவராயனது காலத்திலேயே விஜயநகர ஆட்சி சீர்குலைந்தது. மதுரை தளவாய் விசுவநாத நாயக்கன் சுயாதிகாரம் பெற்ற மன்னனானான். அவனுடைய சேனைகளோடு தமிழ்நாடு வந்தவர்களே சக்கிலியர்கள். அவர்கள் நாயக்கர் சேனைகள் தங்கியிருந்த இடங்களில் செருப்பு தைத்துக் கொடுத்து வந்தார்கள். மூட நம்பிக்கையுள்ள நாயக்க மன்னர்கள் கோயில் கட்டும் பொழுதும், அணைகள், பாலங்கள் கட்டும் பொழுதும் நரபலி கொடுப்பதுண்டு. அதற்காக இழிந்தவராகக் கருதப்பட்ட சக்கிலியர்களைப் பிடித்து சிறையிலடைத்துப் பலமுறை பலி கொடுத்தார்கள். உயிருக்கு பயந்து அவர்கள் ஓரிடத்தில் தங்காமல் சிதறினார்கள். அவ்வாறு சிதறியவர்கள் திருநெல்வேலி மாவட்டம் என்று இன்றழைக்கப்படும் பகுதியின் பல சிற்றூர்களில் குடியேறினார்கள். குடியேறியவர்கள் தங்கள் பரம்பரைத் தொழிலைச் செய்து பிழைத்தார்கள்.”
>
> *(முத்துப்பட்டன் கதை, பக். 09)*

நா.வா.வின் மேற்கண்ட பகுதியில் உள்ள குற்றச்சாட்டுக்களைத் தொகுத்துக் கொண்டால், அவை பின்வருமாறு அமையும்.

1. அருந்ததியர்கள் வந்தேறிகள். கி.பி. 1525 ஆம் ஆண்டில் நடந்த நாகம நாயக்கனை அடக்க அவனது மகன் விசுவநாத நாயக்கனின் தலைமையில் கிருஷ்ண தேவராயர் அனுப்பிய படைகளுடன் வந்தவர்களே அவர்கள்.

2. படைகளுடன் வந்தார்கள் என்றால் அவர்கள் போர் வீரர்களாக வந்தார்கள் என்று யாரும் தவறாக எடுத்துக் கொண்டு விடக் கூடாது. அவர்கள் தைக்கவே வந்தார்கள். (வருடத்திற்கு ஒருமுறை மாற்றும் செருப்பைத் தைத்து கொடுக்கப் போர் வீரர்களுடன் இவ்வளவு அருந்ததியர்கள் வந்திருக்கிறார்களே? சண்டையில் தினந்தோறும் கிழியும் சட்டையை நெய்ய, தைக்க எவ்வளவு நெசவாளர்கள், தையல்காரர்கள் கூட வந்திருக்க வேண்டும் என்கிற மாதிரி எல்லாம் கேணத்தனமாக யாராவது கேள்வி கேட்டு விடக்கூடாது. இந்தியாவின் பார்ப்பன/வெள்ளாள வகை மார்க்சியத்தைப் படித்தால், பயிற்சி எடுத்தால் இம்மாதிரி எல்லாம் கேள்வி எழாது.)

3. இழிவானவர்கள் அருந்ததியர்கள். மூடநம்பிக்கையுள்ளவர்கள் நாயக்கர்கள். எனவே நாயக்கர்கள் அருந்ததியர்களைப் பலி கொடுத்தார்கள்.

4. உயிருக்கு பயந்து ஓரிடத்தில் தங்காமல் அருந்ததியர்கள் சிதறி ஓடினார்கள்.

நா.வா. மேற்கண்ட அவதூறுகளை எங்கோ ஒரு கூட்டத்தில், தனது தெருவில், ஊரில் வைக்கவில்லை. மாணவர்களை உருவாக்கி அனுப்பும் பல்கலைக் கழகத்தின் பாடத்தில் போய் வைக்கிறார் என்பதை நாம் மறந்துவிடக் கூடாது. சரி, இவற்றுக்கு எல்லாம் ஏதாவது ஆதாரம் தந்திருக்கிறாரா என்றால் அதுவும் கிடையாது. தனது மனம் போன போக்கில் அளந்துவிட்டிருக்கிறார். இவரைத்தான் ஆய்வுலகில் பெரிய மதிப்போடு உச்சி முகர்கிறார்கள். தென்னிந்திய கோசாம்பி என்கிறார்கள். சரி, அது அவர்கள் பாடு!

முதலாவது அவதூறான அருந்ததியர்கள் வந்தேறிகள் என்பதை மறுத்து, வெள்ளைக்குதிரை நான்காவது இதழில் "அறிஞர்களின் புரளியும், சக்கலியர்களின் வரலாறும்" என்ற தலைப்பில் ஒரு விரிவான கட்டுரை எழுதி இருக்கிறேன். அக்கட்டுரையில் கல்வெட்டு, செப்பேட்டுத் தகவல்களைக் கொண்டு இக்குற்றச்சாட்டுகளை விரிவாக மறுத்துள்ளேன். அவற்றை நா.வா.வின் மாணவர்களும், சீடர்களும் யாரும் மறுக்க முடியாது. மறுக்க வாய்ப்பில்லை.

கூடுதலாக இன்னும் சில செய்திகளை இக்கட்டுரையில் சுட்டிக் காட்டலாம் என நினைக்கிறேன். விசுவநாத நாயக்கனுடன் வந்தவர்களே அருந்ததியர்கள் என்கிறார் நா.வா. இல்லையா! கீழே நான் தருவது ரெட்டியப்பாடி பாளையக்காரர் கைபீது என்னும் ஆவணத்தின் ஒரு பகுதியாகும். இவ்வாவணம் மெக்கன்சி தொகுத்த ஆவணங்களுள் உள்ளது.

ரெட்டியம்பாடி பாளையக்காரன் தனது பாளையம் உருவெடுத்த வரலாற்றை விளக்கும் முகமாய் அது அமைந்துள்ளது. நாகம நாயக்கன் சுயாதீனம் பெற்ற அரசனாக அறிவித்த பின், விசுவநாத நாயக்கன் தலைமையில் படையெடுத்து வந்து வென்ற பிறகு, விசுவநாத நாயக்கன் தனக்கு உதவியாயிருந்த கொசவ தெப்ப நாயக்கருக்குப் பாளையம் அமைத்துக் கொடுத்தான். அப்பாளையத்தின் எல்லைகளை வரையறுக்கும் பகுதியில் கீழ்க்கண்ட பகுதி இருக்கிறது.

> "மேற்கே சக்கிலிச்சி மலைக்கி மேல்புரம் அருகாமையில் னாமாவோடை தொடுத்து அதின் நேற் வடக்கு உத்திறா பாளையத்துறைக்கு மேற்கடுக் கொம்மய்ய கவுண்டன் துரைக்கும் கிளக்கே ஆம்பிறாபதியெல்லை"

(பாளையப்பட்டுகளின் வம்சாவளி, தொகுதி 2, பக். 75)

ஆவணத்தில் குறிப்பிடப்படுகிற சக்கிலிச்சி மலை பழனிக்கும் உடுமலைப்பேட்டைக்கும் இடையில் இருபத்தைந்து கிலோ மீட்டர் தொலைவில் உள்ளது. நமது பேராசிரியர் 1529 ஆம் ஆண்டுதான் சக்கிலியர் தமிழ்நாட்டுக்கு வருகிறார்கள் என்று சொல்கிறார். இவ்வாண்டில் பாளையம் அமைக்கும்போது சக்கிலிச்சி மலை என்ற மலையை எல்லையாய் வைத்து ஒரு

பாளையம் அமைக்கிறார்கள். அவர்கள் வருவதற்கு முன்பே அவர்கள் பெயரில் ஒரு மலை இந்தப் பகுதியில் இருப்பது எப்படிச் சாத்தியம்?

அதெல்லாம் சாத்தியம்தான் நா.வா. போன்ற பார்ப்பனதாசர்கள் அருந்ததியர்களின் மீதான அறிவியலுக்குப் புறம்பான வெறுப்பைத் தூர தூக்கி எறிந்து விட்டு வரலாற்று உணர்வுடன் பார்த்தால், அருந்ததியர்கள் வந்தேறிகள் என்ற அசட்டுத்தனமான வாதத்தைப் புறந்தள்ளிவிட்டுப் பார்த்தால் சாத்தியம்தான்!

நா.வா.வின் அபிமானிகள் இவ்விடத்தில் ஒரு கேள்வி கேட்க வாய்ப்பிருக்கிறது. நா.வா. 1980 ஆம் ஆண்டில் மறைந்துவிட்டார். 1981 ஆம் ஆண்டில் வந்த பாளையப்பட்டுகளின் வரலாறு நூல் அவருக்கு எப்படித் தெரிந்திருக்கும்? இப்படிப்பட்ட கேள்விகளைக் கேட்கக் கூடும். நியாயம்தான்! தெரியவில்லை என்றால் பேசாமல் இருப்பதுதானே சரி! முடிந்த முடிபாய் எப்படி அப்படி அடித்து விடலாம்?

நா.வா.விற்கு இவையெல்லாம் தெரியவில்லை என்றே வைத்துக் கொள்வோம். அவருக்குத் தெரிந்திருந்தவற்றில் இருந்து நமக்கு ஆதரவான சான்றுகளை எடுத்துத் தரலாம். அவருக்குத் தெரிந்தவற்றை எப்படி அடையாளம் காண்பது? அவர் தொகுத்த நூல்களிலிருந்து எடுக்கலாம். அவற்றை அவர் அறிந்திருக்கவில்லை என்றுச் சொல்ல முடியாதுதானே!

அவர் தொகுத்த மற்றொரு நூல் ‘அய்வர் ராசாக்கள் கதை’. இக்கதைப்பாடலின் நிகழ்வுகளை அவர் வரலாற்று உண்மை நிகழ்வு என்கிறார். இக்கதைப்பாடலின் காலம் கி.பி. 1544 ஆம் ஆண்டை ஒட்டிய பகுதியாக இருக்கலாம் என்கிறார் நா.வா. அவ்வாண்டில் கயத்தாற்றுப் போர் நிகழ்ந்தது. அப்போரில் ஈடுபட்ட குலசேகரன் என்ற வெட்டும் பெருமாள் பிறந்து வளர்ந்து கலைகளில் தேர்ச்சிப் பெற்ற விதத்தைக் கதைப்பாடல் கீழ்க்கண்டவாறு குறிப்பிடுகிறது.

“தாளம் சுரபேதம் பரதம் பல நாடகங்கள்
சக்கிலியன் களி ஆண்டு கன்னல் பா முதியன்
கன்னல் பா வென்ன அர்ச்சுனன் பொன்னருவியும்
கஞ்ச பாண்டு பரிசை போர், வீரபத்திரன்

மண்ணுக்கரசன் சமைந்து கூத்தாடி வரவே"

(கதைப்பாடல் திரட்டு, பக். 800, 801, நா.வா.)

மேற்கண்ட வரிகளில் சக்கிலியன் களி எனக் குறிப்பிடப்படுவதைக் கவனியுங்கள். அரசனாய் வரக்கூடிய இளவரசன் கற்றுக் கொண்ட பயிற்சியில் ஒன்றாய் அது இருப்பதால் போர் தொடர்பான வீரவிளையாட்டுகளில் ஒன்றாகச் சக்கிலியன் களி இருந்திருக்க வேண்டும். குலசேகரன் குழந்தையாய் இருக்கும்போது பெற்றுக் கொண்ட பயிற்சி எனக் கூறப்படுவதால் ஏறக்குறைய 1525 ஆம் ஆண்டை ஒட்டிய ஆண்டுகளில் அது நடந்ததாகக் கொள்ளலாம்.

பேராசிரியர் நா.வா. குறிப்பிடுகிற 1529 ஆம் ஆண்டை ஒட்டிய ஆண்டுகளில் தென் தமிழகத்தில் சக்கிலியன் களி என்ற பெயரில் ஒரு வீரவிளையாட்டு இருந்திருக்கிறது. சக்கிலிச்சி மலை போல் இதுவும் பேராசிரியர் சொல்கிற வரலாற்றைத் தலைகீழாக்குகிறது.

அதே கதைப்பாடலில் குலசேகரன் காஞ்சியிலிருந்து தென்திசைப் பயணம் கிளம்பியபோது அவருடன் அணி வகுத்தவர்களைக் குறித்த சித்திரத்தை இவ்வாறு தருகிறது.

"கொத்தர் குடியில் மறவர் தன் கூட்டமும்
கொண்டையங் கோட்டை மறவர் படைதானும்
பத்திக்காரருடன் சொட்டைக் காரரும்
பட்டையக்காரருடன் கிடயக்காரரும்
சக்கிலியப்படை எங்கும் நெருங்க
சறுக்காமல் செல்லும் தீச்சட்டிக் காரரும்"

(கதைப்பாடல் திரட்டு, பக். 283)

சக்கிலியர் செருப்பு தைக்க மட்டுமே வந்தார்கள் என அடித்துச் சொன்னாரில்லையா நா.வா. அவர் தொகுத்த நூலில் சக்கிலியப்படை எங்கும் நெருங்க என்ற வரி இருக்கிறது. இதைப் படிக்காமல் அவர் நூலைத் தொகுத்திருக்க வாய்ப்பில்லை. இது போக, அவர் தொகுத்த முத்துப்பட்டன் கதையில் திருநீலகண்டனைக் குறித்து ஒரு அடிக்குறிப்பு எழுதுகிறார்.

"திருநீலகண்டன் - இது சக்கிலியத் தலைவனின் பெயர். இப்பிரதேசங்களில் அவன் தலைவனாகயிருந்தானென்று சிங்கம்பட்டி ஜமீன் செவிவழி வரலாறுகளிலிருந்து தெரிய வருகிறது." (முத்துப்பட்டன் கதை, பக். 86)

ஆக அவர் எழுதியதை மறுக்கத் தேவையான அத்தனை ஆதாரங்களும் அவர் தொகுத்தவற்றுள்ளேயே இருக்க, எதற்காக அருந்ததியரை இழிவுபடுத்தும் விதமாக வந்தேறியென்றும், இழிந்தவரென்றும் பதிவு செய்கிறார் நா.வா. என நமக்குத் தெரியவில்லை.

இவை எல்லாவற்றையும் விட மிக முக்கியமான ஆதாரமாக விளங்குவது திருநெல்வேலியிலுள்ள நெல்லையப்பர் கோவில் சுவாமி சன்னதியில் உள்ள பகடைராஜா சிலையாகும். நா.வா. தன் வாழ்வில் பெரும் பகுதியைப் பாளையங்கோட்டையில் கழித்தார். திருநெல்வேலியிலிருந்து 30 கி.மீ தொலைவில் உள்ள நாங்குநேரியில் பிறந்தவர். அவருக்கு இந்தப் பகடைராஜா சிலை குறித்து எதுவும் தெரியாமலிருக்க வாய்ப்பில்லை. அது 13 ஆம் நூற்றாண்டின் காலகட்டத்தைச் சேர்ந்தது. அதே பகடைராஜாவின் சிலை தமிழ்நாட்டு அரசின் இலச்சினையாக அமைந்துள்ள திருவில்லிபுத்தூர் ஆண்டாள் கோவிலிலும் உள்ளது, அருந்ததியருக்கான சான்றுகள் இவ்வளவு துலக்கமாக வெளிப்படையாகவும் இருக்கும் போதே நா.வா. போன்றவர்கள் அதைக் குழி தோண்டி புதைத்து விட முயன்றது பரிதாபத்திற்குரியதுதான்.

• • •

இக்கட்டுரையில் இதுவரையில் அருந்ததியர்களுக்கு எதிரான நா.வா.வின் அவதூறுகளை நாம் எதிர்கொண்டோம். நா.வா.வின் அபிமானிகள் அருந்ததியர் குறித்த நா.வா.வின் கருத்துகளை ஒரு மார்க்சியவாதியின் கறாரான பார்வை என்று கூடச் சொல்லலாம். சரி அப்படிக் கறாரான பார்வை என்று கொண்டால், அவர் எல்லா இடங்களிலும் இவ்வாறு கறாராக நடந்து கொண்டாரா என்பது பதில் அளிக்கப்பட வேண்டிய கேள்வி. அது தொடர்பாக சில எடுத்துக்காட்டுகளை முன்வைப்போம்.

நாஞ்சில் நாட்டில் மேலவெம்பனூரில் கங்கை குல வேளாளர் குலத்தில் பிறந்த வீணாதிவீணன், அரசனாகிய குலசேகரன் ஊரில் இல்லாத காலத்தில் குலசேகரனின் பெயரைச் சொல்லிக் கொண்டு அநியாயமாகவும், தனக்கு வேலைக்காரர்களாக நியமித்த நூறு தடியர்களின் கொடூரத்தைப் பக்க பலமாகக் கொண்டு குடிக்கும் நீருக்கு குடக்காசு வரி என்று போட்டான். வெற்றிலை கட்டுக்கு வரி என்று அநியாயமாக வரி வசூலித்துக் கோட்டை கட்டி வாழ்ந்தவன் வீணாதிவீணன். அவனைப் பற்றிய பேராசிரியர் நா.வா.வின் கறாரான மார்க்சியக் கருத்துகளைப் பார்ப்போம்.

> "சமூகத்தின் குறைபாட்டைச் சுட்டிக்காட்டி அதைத் திருத்துவதற்கு ஒரு மறைமுகமான பலாத்கார வழியைக் கதாநாயகன் கையாளுகிறான். நியாயத்திற்கு வழி இல்லாத போது கொள்ளைக்காரன் ஆட்சி செலுத்துகிறான். ஆட்சியும் கொள்ளைக்காரன் கொடுமையும் சமமாகி விடுகிறது."
>
> *(கதைப்பாடல் திரட்டு, பக். 166)*

> "நல்லவனுக்கு நல்லவனாகவும், கொடுமைக்காரனுக்குக் கொடுமைக்காரனாகவும் அவன் வாழ்ந்து வந்தான்."
>
> *(மேலது, பக். 171)*

அப்பாவிப் பொதுமக்களை மிரட்டியும், பயமுறுத்தியும் வதைத்தும், முறையற்று அநியாய வரி தண்டிச் சுரண்டிச் சுகபோகத்தில் வாழ்ந்த ஒருவனுக்கு, அவன் கங்கை குல வேளாளர் என்பதால், பேராசிரியர் கொடுத்த கறாரான மார்க்சிய அளவுகோலின் படியான தரமான நற்சான்றிதழே மேலே நாம் கண்டது. சான்றிதழ் அத்துடன் முடிந்துவிடவில்லை. இங்கிலாந்தின் ராபின் ஹுட்டுடன் ஒப்பிட்டு அவனை விட மேலானவன் என்று நா.வா. வைக்கிறார் ஒரு திலகம் பாருங்கள்.

> "ராபின் ஹுட் கொள்ளைக்காரனாயினும் அரசனது கொடுமையை எதிர்க்கத் துணிவு கொண்டிருந்ததால் மக்கள் அவன் துணிவைப் போற்றினர். கொடுமை செய்யும் அரசனது பொக்கிஷத்தைக் கொள்ளையடித்து ஏழை

மக்களுக்கு உதவியதால் அவனது இரக்க குணத்தைப் பாராட்டினர். ஆனால் அரசனைத் திருத்தவோ, ஆட்சியர் போக்கை மாற்றவோ அவனால் முடியவில்லை.

ஆனால், வீணாதி வீணனின் இயல்பு வேறு. அவன் அனாதை, உறவினரின் வஞ்சனையால் தனது சொத்து சுகங்களை இழந்தவன். பசி பட்டினிகளை அறிந்தவன். எத்தொழிலும் செய்து உழைத்துப் பிழைக்க ஆசைப்பட்டான். ஆனால் உயர்ந்த சாதியில் பிறந்ததால் அழுக்கு மூட்டை சுமந்து பிழைக்கக் கூட அவனுக்கு உரிமை இல்லாமல் போகிறது."

(மேலது, பக். 196, 197)

"... அவன் அரசனுக்கு அரசியல் நீதி போதிக்கிறான். தான் அநியாய வரிகளால் சேகரித்த செல்வத்தை அரசனிடமே அளித்து விடுகிறான்."

(கதைப்பாடல் திரட்டு, பக். 198)

உயர்சாதியில் பிறந்ததால் உழைத்து பிழைக்கக் கூட உரிமை இல்லை. 10 சதவீதம் பொருளாதார ரீதியில் பிற்பட்டோருக்கான இடஒதுக்கீட்டிற்காக அய்ம்பது ஆண்டுகளுக்கு முன்பாகவே எப்படிக் கசிந்து உருகி இருக்கிறார் நமது நா.வா. இந்தக் கறார் போதுமா? இன்னும் கொஞ்சம் வேணுமா?

வேளாளர் மீது பேராசிரியர் கறார் தன்மையைக் காட்டுவார். அதற்குச் சில நிபந்தனைகள் இருக்கின்றன. அந்நிபந்தனைகளுக்கு உடன்பட்டால்தான் வேளாளர் மீதும் நா.வா. கறார் தன்மையைக் காட்டுவார்.

கான் சாகிபு சண்டை கதைப்பாடலுக்கு ஓரிடத்தில் கீழ்க்கண்டவாறு அடிக்குறிப்பு எழுதுகிறார் நா.வா.

"கான் சாகிபு முன்பு இந்துவாக இருந்தவன். பதவிக்காகவே முஸ்லிம் மதத்திற்கு மாறியவன்"

(கதைப்பாடல் திரட்டு, பக். 752)

கான்சாகிப் மருதநாயகம் என்னும் பெயருடையவன்; பனையூரில் பிறந்தவன். முசலாலி என்ற வெள்ளைக்காரனிடம் மூன்றரை ஆண்டுகள் வளர்கின்றான். பின்னர் பிரட்டன் என்னும் ஆங்கிலேயரிடம் அடைக்கலமாகிறான். அதன் பிறகு ஆற்காடு நவாப் முகம்மதலியிடம் வேலைக்குச் சேர்கிறான். அப்போது இஸ்லாமியனாக மருதநாயகம் மதம் மாறுகிறான். அதைத்தான் நமது பேராசிரியர் புலனாய்வு செய்து பதவிக்காகவே மருதநாயகம் மதம் மாறினான் என்று கண்டறிந்து அடிக்குறிப்பு இடுகிறார்.

அடிக்குறிப்புகளிட்டே அருந்ததியர்கள் மட்டுமல்ல இஸ்லாமியரையும் காலி பண்ண வல்லவராய் நா.வா. இருக்கிறார். இதே நா.வா. கட்டபொம்மனுக்கு எதிராக ஆங்கிலேயரிடம் கையாளாக இருந்த கோபாலையர், ராமலிங்க முதலியார், ஹரிஹரசாமி அய்யர் முதலானவர்களுக்கு இந்த விதமான அடிக்குறிப்பு எதையும் இடவில்லை. கான் சாகிப்பை சதி செய்து கட்டிப் போட்டு வெள்ளையர்களிடம் காட்டிக் கொடுத்த சீனிவாசராவ் என்னும் பார்ப்பனரைக் குறித்தும் அடிக்குறிப்பு இடவில்லை. முடிந்தால் பார்ப்பனர்களை எவ்வளவு முடியுமோ அவ்வளவு உயர்வாக மட்டுமே குறிப்பிடுவார்.

> "சின்னநாடான், தடிவீரன், சிவனணைஞ்சான் இவர்கள் எல்லாரையும் விடவும் முத்துப்பட்டன் பெருஞ்சிறப்புடையவன். அவன் குலச்சிறப்புடையவன். கல்வி நலமுடையவன். ஆளும் அரசனிடம் செல்வாக்கு பெற்றவன்."
>
> *(முத்துப்பட்டன் கதை, பக். 32)*

மேற்கண்டது முத்துப்பட்டனைச் சிறப்பித்து நா.வா. கூறியது. இன்னொரு பார்ப்பனரைச் சிறப்பித்து நா.வா. வரையும் சித்திரம் கீழே தரப்படுகிறது.

> "கோயில் காரியங்கள் நடைபெறாது போனால் கோயில் வேலைக்காரர்களுக்கு ஊதியம் கிடைக்காது. அவ்வாறு கோயிற்காரியங்களை நடத்தாமல் நிர்வாகிகள் வருமானத்தைத் தாங்களே சுவீகரித்துக் கொண்ட போது வேலைக்காரர்களது உரிமைகளை நிலைநாட்ட கோபுரத்தின் மேலேறிக் கீழே விழுந்து அப்பாவு

அய்யங்கார் என்பவர் உயிர் நீத்த செய்தியை இரண்டு
சாசனங்கள் கூறுகின்றன."

(தமிழர் நாட்டுப் பாடல்கள், பக். 13)

கோவில் காரியங்கள் நடக்கவில்லை என்றால் கோவிலை
நம்பியுள்ள வேலைக்காரர்களுக்கு ஊதியம் கிடைக்காது.
ஒரு கோவிலில் எத்தனை அட்டவணைச் சாதி ஊழியர்கள்
இருந்திருப்பார்கள்? அதுவும் அறநிலையத்துறை ஏற்படுத்தப்படும்
முன்? பார்ப்பனர்கள் தங்களுக்காக அடித்துக் கொண்டாலும் அது
பொது நன்மைக்காக என்று வியாக்கியானம் சொல்வதற்குப்
பெயர் கம்யூனிச விளக்கமா?

இப்படித்தான் அடித்தட்டு மக்களை தொழிலாளர் உரிமைக்காக
என்று திரட்டி அந்த ஆதரவைக் கொண்டு இடஒதுக்கீட்டுக்கு
எதிராகப் பொங்கி அதில் கிரிமிலேயர் என்ற ஒன்றைக் கொண்டு
வந்தார்கள். இப்போது பத்து சதவீதம் உயர் சாதியினருக்கான
இடஒதுக்கீட்டுக்கு ஆதரவைத் திரட்டுகிறார்கள். இந்தியவகை
கம்யூனிசம் இப்போதிருக்கும் வடிவத்தில் அடித்தட்டு
சாதியினருக்குக் கொஞ்சம் ஆபத்தான ஒன்றாகவே இருந்து
வருகிறது.

இதை நா. வானமாமலையை முன்வைத்தும் நாம் புரிந்து
கொள்ள முடிகிறது. ஆகவே நா.வா.வின் கருத்துகளை முடிந்த
ஆய்வு முடிவுகள் என்று கருதி அதன் அடிப்படையில் தமிழக
வரலாறு குறித்தும், குறிப்பாக அருந்ததியர் வரலாறு குறித்தும்
ஒரு முடிவுக்கு வருவது மிகத் தவறான ஒன்றாகும்.

⊙

தமிழ் வரலாற்றாய்வாளர்களின் தகிடுதத்தங்களும் சக்கிலியர் வரலாறும்

அருந்ததியர் வரலாறு குறித்து தெரிந்து கொள்ள முயலும் மாணவர்கள் விழுவதற்கென்றே தமிழ் வரலாற்றாசிரியர்கள் வெட்டி வைத்திருக்கும் குழிகளை அறிவீர்களா நீங்கள்? அக்குழிகளில் விழாத வரலாற்று மாணவர்கள் மிகவும் சொற்பமானவர்கள். மேற்குறிப்பிட்ட வரலாற்று ஆசிரியர்கள் பெரும்பாலும் ஆதிக்க சாதி பின்புலத்திலிருந்து வருகிறார்கள். அல்லது ஆதிக்க சாதி சார்ந்த ஆசிரியர்களது கைகளால் வனையப்பட்டு வருகிறார்கள்.

அவ்வாறான ஆசிரியரொருவர் வெட்டிய குழி ஒன்றைப் பார்க்கலாமா? குறிப்பிட்ட அக்குழி தமிழ்நாட்டுப் பாடநூல் நிறுவனத்துக்கு 1972 ஆம் ஆண்டு பேராசிரியர் டாக்டர் கே.கே. பிள்ளை எழுதி அளித்த "தமிழக வரலாறு மக்களும் பண்பாடும்" என்ற நூலில் இருக்கிறது. 2015 ஆம் ஆண்டு உலகத் தமிழாராய்ச்சி நிறுவனம் அந்நூலை மறுபதிப்பு செய்திருக்கிறது. அந்நூலின் 331 ஆம் பக்கத்தில் அக்குழி இருக்கிறது. 1258 ஆம் ஆண்டின் கல்வெட்டு ஒன்றை ஆசிரியர் மேற்கோள் காட்டுகிறார். மேற்கோள் வரி வருமாறு:

> ".......... புலவரும் பண்ணுவாரும் நியாயத்தாரும் பன்னிரண்டு பணிமக்களுமுள்ளிட்ட பெரும் வேடரும், பாணரும், பறையரும், இருளருமுள்ளிட்ட அனைத்துச் சாதிகளும்..."
>
> (தமிழக வரலாறு மக்களும் பண்பாடும், பக். 331)

அக்கல்வெட்டின் வாசகம் செங்கத்தில் உள்ள ரிஷபேஸ்வரர் கோயிலில் பின்வருமாறு உள்ளது.

> "நியாயத்தாரும் பன்னிரண்டு பணிமக்களுமுள்ளிட்ட பெரும் வேடரும், பாணரும், பறைமுதலிகளும் செக்கிலியரும் இருளருமுள்ளிட்ட அனைத்து சாதிமாற்கு."

(South Indian Inscription Vol. VII, பக். 49)

கல்வெட்டு வாசகத்திலிருந்த "சக்கிலியர்" மேற்கோளில் ஏன் காணாமல் அடிக்கப்பட்டு விட்டனர்? காரணம் இல்லாமல் எதுவும் நடைபெறாதில்லையா? காரணம் இருக்கிறது. இதே கே.கே. பிள்ளை 1960 இல் எழுதிய தென்னிந்திய வரலாறு நூலின் வரிகள் இவை:

> "விஜயநகரப் பேரரசு காலத்தில் பல்வேறு சாதியைச் சேர்ந்த தெலுங்கர்கள் தமிழ் நாட்டில் வந்து ஆங்காங்கு குடியேறினர். தெலுங்கு பார்ப்பனர்கள், ரெட்டிகள், துன்னல்காரர்கள், சக்கிலியர்கள், வண்ணார், அம்பட்டர் முதலியோர் பலர் வந்து தமிழகத்தில் குடியேறினர்."

(தென்னிந்திய வரலாறு, பக். 63, 64)

இந்நூலில் விஜயநகரப் பேரரசு காலத்தில் வந்தவர்கள் அருந்ததியர்கள் என்று சொல்லிவிட்டு, அக்குறிப்பிட்ட காலத்திற்கு முன்னூறாண்டுகள் முற்பட்ட கல்வெட்டில் சக்கிலியர் இருந்தார்கள் என்பதற்கான ஆதாரத்தைத் தந்தால் எது உண்மை என்று நாம் கேட்போமில்லையா? ஏதாவது ஒன்று தானே உண்மையாய் இருக்க முடியும்.

பேராசிரியர் பார்த்தார். நமது நா.வா. போன்றவர்கள் கிட்டத்தட்ட அதே காலத்தில் அருந்ததியர்கள் நாயக்கர் காலத்தில் வந்தவர்கள் என்று சொல்லிவிட்டார்கள். அருந்ததியர்களிலும் ஆய்வாளர்கள் என எவருமில்லை. அப்படியே ஆய்வாளர் என எவராவது அதிகாரமுள்ள இடத்தில் இருந்து கேட்கக் கூடிய வாய்ப்பிருக்கிறதா என்று பார்த்தால் அன்றிருந்த சட்டமன்றத்தில் அருந்ததியருக்கு ஒரேயொரு உறுப்பினர் என்கிற அளவில் கூட பிரதிநிதித்துவம் இல்லை. அதனால் கேட்க நாதியில்லை எனப் பேராசிரியருக்குப் புரிந்து விட்டது.

கல்வெட்டிலிருந்து சக்கிலியரை மாத்திரம் கத்தரித்துத் தூக்கி எறிந்து விட்டார். இப்படிச் செய்வது ஆய்வு நெறியா என்று நீங்கள் கேட்கலாம். ஆய்வு நெறியாவது மண்ணாங்கட்டியாவது. இந்த 2019 இல் கூட ஆணவக் கொலையே புரியலாம். பேருக்குச் சில ஆண்டுகள் சிறையில் இருந்துவிட்டு குலம் காத்த மாவீரராய் வெளி வந்து சாதியச் சமூகத்தின் உச்சபட்ச மரியாதையை அனுபவிக்கலாம் என்கிற நிலை இருக்கும்போது, நாற்பத்தேழு ஆண்டுகளுக்கு முன் ஒரு தமிழறிஞருக்கு ஆய்வு நெறியை யாருக்கும் தெரியாமல் கழுத்தை நெரித்துக் கொல்லும் உரிமை கூட இருக்காதா என்று அவர் நினைத்திருக்கக் கூடும். இப்போதுதான் என்ன ஆகிவிட்டது? தமிழ் கூறு நல்லுலகில் இந்த நாற்பத்து சொச்சம் ஆண்டுகளாக யாராவது கீச்மூச் என்றாவது கேட்டார்களா? பிறகென்ன அவர் செய்தது என்ன பஞ்சமா பாதகமா? பார்ப்பனருக்கு இருந்த உரிமைகளில் பெரும்பாலானவை வெள்ளாளருக்கும் உண்டு தானே!

அடுத்தக் குழியைக் கவனிக்கலாமா? இக்குழி கொங்கு நாடு என்ற இரு தொகுதிகளைக் கொண்டதும், 575 பக்கங்களைக் கொண்டதும், வீ. மாணிக்கம் என்பவரால் எழுதப்பட்டு மக்கள் பதிப்பாக மே.து. ராசுக்குமாரால் வெளியிடப்பட்டதுமான நூலில் உள்ளது. இந்நூல் சங்க காலத்திலிருந்து கி.பி. 1400 வரைக்குமான காலப் பகுதியைச் சேர்ந்த கொங்கு நாட்டு வரலாறைப் பேசும் நூல். இந்த நூலின் 575 பக்கங்களில் ஓர் இடத்தில் கூட சக்கிலியர், பகடை, அருந்ததியர் என்ற வார்த்தைகளில் ஒன்றையும் நாம் பார்க்க முடியாது. 2001 இல் வெளியிடப்பட்ட இந்நூலின் 436 ஆம் பக்கத்தில் கீழ்க்கண்டவாறு ஆசிரியர் குறிப்பிடுகிறார்.

> "கொங்கு வேளாளக் கவுண்டர், வேட்டுவக் கவுண்டர் எனும் இரண்டு பிரிவினரே தற்காலத்திய கொங்குச் சமூகத்தின் பெரும்பான்மை மக்கள் ஆவர்."
>
> (கொங்குநாடு, தொகுதி 2, பக். 436)

தற்போதுள்ள மாவட்டங்களில் ஈரோடு, திருப்பூர், கோவை, நாமக்கல் ஆகிய 4 மாவட்டங்களை முழுமையாகவும் சேலம், கரூர், திண்டுக்கல் ஆகிய மாவட்டங்களின் சில பகுதிகளையும் உள்ளடக்கியதே கொங்கு நாடு என்று அறியப்படும் பகுதியாகும்.

இவற்றுள் முழுவதும் கொங்கு நாட்டுக்குள் அடங்கும் நான்கு மாவட்டங்களின் 2011 ஆம் ஆண்டின் மக்கள் தொகை 99,15,442 ஆகும். இதில் அருந்ததியர்களின் மக்கள் தொகை 9,79,926 இது மொத்த மக்கள் தொகையில் ஏறத்தாழ பத்து சதவீதம். அம்மாவட்டங்களிலுள்ள மொத்த தலித் மக்களின் மக்கள் தொகையில் 60.2 சதவீதமாகும்.

ஆனாலும் கொங்கு நாடு நூலாசிரியர் வெள்ளாளக் கவுண்டரும், வேட்டுவரும் மட்டுமே பெரும்பான்மை மக்கள் என்று குறிப்பிடுகிறார். சமகாலத்திலேயே கண் தெரியாத ஒருவருக்கு வரலாற்றுக் காலத்தில் மட்டும் கண் தெரிந்து விடுமா என்ன?

தனது நூலில் எங்குமே அருந்ததியர் குறித்து மூச்சு விடாமல் இருப்பதன் பொருள் என்னவென்றால் நூல் ஆய்வு செய்யும் காலப்பகுதியான கி.பி. 1400 ஆம் ஆண்டுக்கு முன்பான காலத்தில் அருந்ததியர்கள் இப்பகுதியில் வசிக்கவில்லை; அதன் பின்னரே இங்கு அவர்கள் குடிபெயர்ந்து வந்திருக்க வேண்டும் என்பதேயாகும்.

'அறிஞர்களின் புரளியும் சக்கிலியர் வரலாறும்', 'நா.வா.வின் புரட்டுகளும் அருந்ததியர் வரலாறும்' ஆகிய எனது முந்தைய இரு கட்டுரைகளில் இக்காலகட்டங்களில் அருந்ததியர் இங்கு வாழ்ந்ததற்கு ஆதாரமான கல்வெட்டுகளைக் குறிப்பிட்டிருந்தேன். அக்காலப் பகுதியைச் சேர்ந்த மற்றொரு கல்வெட்டுச் சான்றை இங்கு தருகிறேன்.

இக்கல்வெட்டு திருவண்ணாமலையிலுள்ள அருணாச்சலேஸ்வரர் கோவிலில் உள்ளது. அது வருமாறு:

"பிள்ளையார் ஸ்ரீபாதம் விட்டு ஓடிப் பொநாமாகில் எங்கள் மினாட்டிமாரை சக்கிலியர்க்கு குடுத்து பாத்திருந்தொமாவொம் இவ்விருவொம்"

(South Indian Inscription, Vol. VIII, பக். 46)

மேற்கண்ட கல்வெட்டின் காலம் கி.பி. 1221 ஆகும். இக்கல்வெட்டையும் சேர்த்து நாம் இதுவரை அளித்த கல்வெட்டுச் சான்றுகள் ஆறு ஆகும். அனைத்துக் கல்வெட்டுகளும் முனைவர் வீ. மாணிக்கம் ஆய்வு செய்கின்ற கி.பி. 1400 ஆம்

ஆண்டுக்கு முன்புள்ள கல்வெட்டுகளே. ஆயினும் அவர் ஒரு அய்யத்தை எழுப்பலாம். நாம் இதுவரை கூறியக் கல்வெட்டுகள் ஆய்வுக்குரிய அக்காலப் பகுதியைச் சேர்ந்தவையாய் இருந்த போதிலும் அவற்றுள் எதுவும் ஆய்வுக்குரிய கொங்கு நாட்டுப் பகுதியைச் சேர்ந்தவை அல்லவே என்று அவர் சொல்லக் கூடும்.

இதுவரை நாம் அளித்தவற்றுள் கல்வெட்டுகள் எவையும் கொங்கு நாட்டுப் பகுதியைச் சேர்ந்தவை அன்றுதாம். நா.வா.வின் புரட்டுகளும் சக்கிலியர் வரலாறும் கட்டுரையில் கண்ட மெக்கன்சி ஆவணம் கொங்கு நாட்டுப் பகுதியான கொழுமம் பகுதியைச் சேர்ந்தது ஆகும். அதைக் கூட விட்டு விடலாம்.

முனைவர் தனது ஆய்வு நூலில் 1991 இல் வெளி வந்த புலவர் ராசு தொகுத்த கொங்கு நாட்டு ஆவணங்கள் நூலைப் பல இடங்களில் சான்று காட்டுகிறார். அந்நூல் மொத்தம் 80 ஆவணங்களை உள்ளடக்கியதாகும். அவற்றுள் 9 ஆவணங்களில் அருந்ததியரைப் பற்றிய குறிப்புகள் இருக்கின்றன. அவற்றைக் கீழ்க்கண்ட அட்டவணையில் பார்க்கலாம்.

மேலே குறிப்பிட்ட ஒன்பது ஆவணங்களில், காலிங்கராயன் அணைப்பட்டயம், மோரூர் காங்கேயர் ஏடு ஆகிய இரு ஆவணங்களும் நூலாசிரியர் ஆய்வுக்கு எடுத்துக் கொண்ட காலமான 1400 ஆம் ஆண்டுக்கு முற்பட்டவையே! மேலும் நா.வா.வின் புரட்டுகளும் சக்கிலியர் வரலாறும் கட்டுரையில் ஒரு செய்தி குறிப்பிடப்பட்டிருக்கிறது. விசுவநாத நாயக்கன் காலத்து ஆவணத்தில் இதே கொங்கு நாட்டுப் பகுதியைச் சேர்ந்த கொழுமம் பகுதியில் சக்கிலிச்சி மலை குறிப்பிடப்பட்ட செய்தி அது. அம்மலை இன்றும் சக்கிலிச்சி மலை என்றே குறிப்பிடப்படுகிறது. அவரது ஆய்வுக்குரிய காலத்திலும் அம்மலை அப்பெயரில்தான் வழங்கப்பட்டிருக்கும். இருப்பினும் அவருடைய நூலில் எங்குமே அருந்ததியர் குறித்து எந்தக் குறிப்பும் இல்லை.

நாம் இதுவரைக் கண்ட நூலாசிரியர்கள் இருவர் தவிரவும் அருந்ததியர் குறித்து சக பட்டியலினச் சாதிகள் மத்தியில் மாறுபாடான கருத்து உருவாகத் தன்னாலானவற்றைச் செய்த

சக்கிலியர் வரலாறு | 57

பட்டியலினத்தைச் சேர்ந்த மற்றொரு நூலாசிரியரையும் நாம் கவனத்திலெடுக்க வேண்டும்.

எண்	பட்டயம்	பக்கம்	ஆண்டு	பட்டய வரிகள்
1	இராமபத்திரன் பட்டயம்	7	1616 ஐ ஒட்டிய காலம்	விறுமா, சத்திரி, வசியர், சூத்திரர், முதலியார், காவுலுவன், பூவுலுவன் மாவுலுவன், வேடன், வேட்டுவன், கொங்க செட்டி, அரசு பள்ளி, யிடையன், தொட்டியன், யாகவகை, கன்னடியன், சனுப்பர், பள்ளன், பரையன், சக்கிலியன் முதலான குடியிச்சைகளும்
2	திருமுருகன் பூண்டி கிரைய சாசனம்	12	1659-82 இடைப்பட்ட காலம்	கோசங்கிடுவம் சேன்னன், மல்லன், முத்துரங்கன் இது முதலாகிய பேருங் கொண்டிருக்கும் பேர்களெல்ல வரும் சம்மதிச்சபடிக்கு
3	காலிங்கராயன் அணைப்பட்டயம்	72	1281	கொசவன், குறவன், மறவன், வலையன், சக்கிலியன் இவர்களுக்கு வரியில்லாமல் விடுவிச்சு பட்டக்காறறுக்கு ஏவின வூளியம் செய்து கொண்டு வரவும்.
4	தென்னிலைச் செப்பேடு-1	139	நஞ்சராயனின் காலமான 1499-1510	யிந்த ஐநூறு பொன்னு பாப்பான் நீலான் கையில் குடுக்கிறதுக்கு சக்கிலியத் திம்மன் நம்பிக்கையில்லாத படியினாலே பில்லை வேட்டுவ சம்பந்தராயக் கவுண்டனும், பாப்பான் நீலான் இந்த கவுண்டர்களை யெல்லாம் அழைச்சு வச்சுக் கொண்டு சக்கிலியத் திம்மனுக்கு தனங்காட்டை யருதி பண்ணி

				வச்சு கல்வெட்டிப் போட்டுக் குடுத்ததுக்கு அங்கே சாதனம் காட்டுக்கு மேற்கு மூலையிலே
5	செங்குந்தர் வெற்றிப் பட்டயம்	210	1797	மாதாரி வகைகள் குப்ப மாதாரி, ரங்கமாதாரி, சின்ன மாதாரி, ... மாதாரி யிவர்கள் முதலாகிய இருபத்து நாலு நாட்டிலுள்ள யிடங்கையாருக்கு
6	மோளூர்க் காங்கேயர் ஏடு	223	1382	சிவ பிராமணர் அரிசிப் படிச்செலவு விசாரிக்கும் விபரம். நகரத்து செட்டிக்குக் குடிப்பணம் ஒன்று, பகடை பட்டரைக்குப் பணம் இரண்டு இந்த பிரகாரம் கட்டளையிட்டு.
7	கன்னிவாடிப் பட்டயம்	250	1569	மருத காளியம்மன், தாசம்மன், கன்னியம்மன், வீரமாத்தி, வீரகண்டியம்மன், மல்லாண்டம்மன், மதுரைவீரன் இந்த 44 தெய்வங்கள் முன்பாகவும்.
8	மல்லிகுந்தம் பட்டயம்	280	1708	விருது கோசங்கி பூதக்கொடியுடையவர்... கோசங்கிச்சாளி சாதி 18 அவனுக்கு வரி தலைகட்டு ஒன்னுக்கு 15 பணம் கொடுத்து...
9	பேரூர் அணை கட்டின பட்டயம்	281 – 284	1499	பட்டயம் முழுவதும் அருந்ததியர் குறித்த ஆவணமே.

(கொங்கு சமுதாய ஆவணங்கள், புலவர் இராசு, 1991)

1977 ஆம் ஆண்டு மூவேந்தர் யார்? என்ற நூலை எழுதி வெளியிட்டவர் இரா. தேவ ஆசீர்வாதம் என்பவர் ஆவார். இன்றும் சக பட்டியல் சாதியினரில் ஒரு பிரிவினர் சக்கிலியர் மீது துவேஷம் கொண்டு பழிப்பதற்கு இவரைப் போன்றவர்கள்

பரப்பி விட்ட விஷக்கருத்துகளும் ஒரு காரணமாய் அமைகின்றன. தமது நூலில் இவர் பின்வருமாறு கூறுகிறார்.

> "சக்கிலியர் பொதுவாய்த் தமிழகத்தின் மீது விசயநகரப் படையெடுப்பு ஏற்பட்டதன் விளைவாய் கன்னடியர், தெலுங்கருடன் இங்கு கி.பி 15 & 16 ஆம் நூற்றாண்டுகளில் குடியேறியவர் ஆவர்.
>
> இவர்கள் பேசும் மொழி கன்னடம், தெலுங்கு ஆகும். Dr. K.R. அனுமந்தன் கி.பி. 1030 ஆம் ஆண்டு சோழர் கல்வெட்டில் (South Indian Inscription, Vol. VIII, p.67 line 4) சக்கிலியர் பேசப்பட்டிருப்பதாகக் கூறுவார். (Dr. K.R. Hanumanthan, Untouchabitity in Tamilakam A Historical Study, P.98). ஆனால் இடைக்காலச் சோழர் காலக் கல்வெட்டு துணை கொண்டு தமிழகத்தில் இருந்த சாதிகளைப் பற்றி ஆய்வு செய்த நொபோட்டு கரசிம்மோ, பூ. சுப்புராயுலு மற்றும் டொருங் மொட்சூய் சக்கிலியர் அன்றைய தமிழகத்தில் இருந்ததாகக் கூறவில்லை...
>
> ... இவர்கள் செத்தமாடுகளை ஊர், நகர்புறங்களிலிருந்து அப்புறப்படுத்தி அவற்றை அறுத்து அவற்றின் ஊனை உண்பதுண்டு. மாட்டுத் தோலினால் விவசாயத்திற்குத் தண்ணீர் இறைக்கப் பயன்படும் துருத்தி, பரி முதலியவற்றையும் காலணிகளையும் செய்து வந்தனர் ...
>
> ... தேவேந்திர குலத்தாரை அண்டி இவர்கள் வாழ்ந்ததால், தேவேந்திர குலத்தாரைத் தங்கள் தகப்பன் என்றும், சிறுவரைக் கூட அப்பா என்றும் அழைப்பார்."
>
> (மூவேந்தர் யார்?, பக். 84, 85)

அயோத்திதாசர் பறையர்களை யதார்த்தப் பிராமணர்கள் என்று சொன்னால் இவரும் அதே பாணியில் இவர் தமது சாதியை அசல் வேளாளர் என்றும் சைவப்பிள்ளை முதலிய வேளாளரைப் போலி வேளாளர் என்றும் குறிப்பிடுகிறார். தம்மை அசல் வேளாளர் என்று நிறுவ வேண்டுமென்றால் அருந்ததியர், பறையர் முதலியவர்களுக்கு எதிராக வெறுப்பை உமிழாமலும் இழிவைச் சுமத்தாமலும் இருக்க முடியாதுதானே!

ஆனால் இதில் கொடுமை என்னவென்றால் ஒரு கல்வெட்டுச் சான்றை முன்வைக்கும் அனுமந்தனின் கருத்தை இவர் எங்ஙனம் எதிர் கொண்டு விட்டார்? நொபுரு கரசிமா, சுப்புராயுலு முதலானவர் சக்கிலியர்களைப் பற்றிக் குறிப்பிடவில்லை என்பதனால் அனுமந்தன் கூறிய சான்று செல்லாத ஒன்று. நல்ல ஆய்வு நெறி! சாதி இந்துவாகி விட வேண்டும் என்று துடிக்கிற பட்டியலினத்தானின் நெறியல்லவா?

அனுமந்தன் குறிப்பிடுகிற ராஜேந்திரச் சோழன் காலத்து கல்வெட்டு, 'அறிஞர்களின், புரளியும், சக்கிலியர் வரலாறும்' என்கிற எனது கட்டுரையில் நான்காவதாய் இடம் பெறுகிறது. அக்கட்டுரையில் இக்குறிப்பிட்ட கல்வெட்டைத் தவிரவும் இன்னும் இரு சோழர் கால கல்வெட்டுகளைச் சான்றாக அளித்திருந்தேன். இக்கட்டுரையின் முந்தைய பக்கங்களில் இன்னொரு கல்வெட்டை நாம் கண்டோம். ஆக பிரசுரிக்கப்பட்ட சோழர் கால கல்வெட்டுகளில் நான்கு கல்வெட்டுகள் சக்கிலியர் குறித்த செய்தியைப் பகிர்ந்து கொள்கின்றன. சாதி என்பது ஒரு நம்பிக்கை. ஆய்வையும் அதைப் போன்ற ஒரு மூடநம்பிக்கையாய் ஓர் ஆய்வாளர் வரித்துக் கொள்வார் என்றால் அவருக்காக நாம் இரங்க மட்டுமே முடியும்.

இவர்களைப் போன்றோர் தமது மூடநம்பிக்கையில் உறுதியாக இருப்பதற்கு இன்னொன்றையும் காரணமாகச் சொல்வார்கள். சக்கிலியர் குறித்த குறிப்புகள் எவையும் பழந்தமிழ் இலக்கியங்களில் காணக் கிடைக்கவில்லை என்பதே அக்காரணம்.

பழந்தமிழ் இலக்கியங்கள் அனைத்தும் நமக்கு முழுமையாகக் கிடைத்து விடவில்லை. பவுத்த, சமண உள்ளடக்கம் கொண்ட நூல்கள் அன்றைய இந்துத்துவா கும்பலால் திட்டமிட்டு அழித்தொழிக்கப் பட்டன என்பதை நாம் இங்கே நினைவில் கொள்ள வேண்டும்.

இவ்வளவுக்கு நடுவிலும் சக்கிலியர் குறித்த இலக்கியச் சான்று இருக்கவே செய்கிறது. கீழே தரப்படும் பாடல் தமிழ் நாவலர் சரிதை என்ற நூலில் இடம் பெறுவது.

"ஆடுவதும் செக்கே யளப்பதுவு மெண்ணெயே
கூடுவதும் சக்கிலியக் கோதையே - நீடு புகழ்க்
கச்சிச் செப்பேட்டிற் கணிக்குங்கால் செக்கார்தாம்
உச்சிக்குப் பின் புகாரூர்."

(தமிழ் நாவலர் சரிதை, பக். 101)

இது அந்நூலில் 119 ஆவது பாடலாய் இடம் பெறுவது. கலிங்கத்துப் பரணியை இயற்றிய ஜெயங்கொண்டார் இயற்றியது. முதலாம் குலோத்துங்கச் சோழனைச் சிறப்பித்துப் பாடியவர். அவனது சமகாலத்தில் வாழ்ந்தவர். குலோத்துங்கனது காலம் கி.பி. 1070 ஆம் ஆண்டிற்கும் 1120 ஆம் ஆண்டிற்கும் இடைப்பட்ட பகுதி ஆகும். ஆக பதினோராம் நூற்றாண்டின் இறுதி அல்லது பன்னிரெண்டாம் நூற்றாண்டின் தொடக்கப் பகுதி இப்பாடல் எழுதப்பட்ட காலம் எனலாம்.

தமிழ் நாவலர் சரிதை என்கிற அந்நூலில், முதலாம் குலோத்துங்கச் சோழனாகிய அபயனிடம் உரையாடுவது போன்ற இன்னும் இரண்டு பாடல்கள் கூட உள்ளன. 1948 இல் இந்நூலைப் பதிப்பு செய்த ஔவை சு. துரைசாமி, இப்பாடலை இயற்றிய ஜெயங்கொண்டார் கலிங்கத்துப் பரணியை இயற்றிய அதே ஜெயங்கொண்டார்தான் என்கிறார். இந்நூல் பிற்காலமான பதினாறாம் நூற்றாண்டில் தொகுக்கப்பட்ட ஒன்றாக இருந்தாலும் தொகுப்பிலுள்ள பாடல்கள் பெரும்பான்மையும் வெகு காலத்துக்கு முற்பட்டவையாகும். சங்கப் பாடலான "கொங்கு தேர் வாழ்க்கை அஞ்சிறைத் தும்பி" என்று தொடங்கும் பாடலும் கூட இந்நூலில் உள்ளது.

ஆக, சோழர் காலத்தில் அருந்ததியர்கள் இங்கு வாழ்ந்ததற்கான கல்வெட்டுச் சான்றுகளும் உள்ளன. இலக்கியச் சான்றும் உள்ளது. கெடுவாய்ப்பாக நமது ஆய்வறிஞர்கள் கல்வெட்டுகளையும் ஒழுங்காக ஆய்வு செய்யவில்லை. இலக்கியத்தையும் ஒழுங்காக ஆய்வு செய்யவில்லை. இலக்கிய ஆய்வையும், வரலாற்று ஆய்வையும் தமது சார்புகளுக்கு ஏற்பவும், நம்பிக்கைகளுக்குத் தகுந்தவாறும் செய்து வருகிறார்கள். அவர்களின் சாய்வுகளை அறிந்து கொள்ளாமலும், தமது அறியாமையினாலும் அருந்ததியர் குறித்த தவறான ஆய்வு முடிவுகளைப் பட்டியல் சாதியைச் சேர்ந்த ஆய்வாளர்களும் தாமும் சுமந்து தங்களது சமூகத்தின் மீதும் சுமத்திவிட்டும் போகிறார்கள். இது மிகவும் கெடுவாய்ப்பானது. சரி செய்யப்பட வேண்டியது.

சக்கிலிய அரசர்கள்

இன்றைக்கு அருந்ததியர்கள் குறித்துப் பேசும் தலைவர்கள் எல்லோருமே அடுக்கப்பட்ட மூட்டைகளுள் அடிமூட்டையாக இருப்பவர்கள் அருந்ததியர்கள் என்ற வார்த்தைப் பிரயோகத்தைச் செய்வதை நாம் கவனித்திருக்கிறோம். சமகாலத்தில் அருந்ததியர்கள் செருப்பு தைக்கிறார்கள்; துப்புரவுப் பணியாளர்களாக இருக்கிறார்கள்; கூலி வேலைக்காரர்களாக இருக்கிறார்கள் என்பதை முன்னிட்டு அப்பயன்பாடு பொருத்தமானதாகப் பார்க்கப்படுகிறது. கொஞ்சம் ஆழ்ந்து யோசித்தால் அத்தகைய வார்த்தைப் பயன்பாடு என்பது அருந்ததியர்கள் காலகாலமாக இழிவானவர்கள் என்று கருதப்பட்டவர்கள்; கோழைகள்; போர்க்குணம் அற்றவர்கள் என்பதான சித்திரத்தையும், மனப்பதிவையும் தந்து விடக்கூடியது.

ஆனால் இந்த மனப்பதிவு என்பது திட்டமிட்டு காலனிய ஆட்சிக் காலங்களில் இந்தியர்களிடம் உருவாக்கப்பட்டது என்றே சொல்ல வேண்டும். இந்நூலில் இடம் பெற்றுள்ள சக்கிலியர்களின் வீழ்ச்சி என்ற கட்டுரையில் ஆங்கிலேயரின் அத்தகைய உள்நோக்கம் குறித்த கேள்விகளை நான் எழுப்பியிருக்கிறேன் என்பதை இவ்விடத்தில் நினைவு கூறலாம். அக்கட்டுரையில் குறிப்பிடப்பட்டுள்ளப் பதிவுகளை விடவும் காலத்தால் முந்தையது அபே துபே எழுதிய Hindu Customs and Manners என்கிற நூல்தான். அந்நூல் பதினெட்டாம் நூற்றாண்டின் இறுதிப் பகுதியில் எழுதப்பட்டு, கிழக்கிந்திய கம்பெனியால் 1807 இல் கையெழுத்துப் பிரதி வாங்கப்பட்டிருந்தாலும், பத்தொன்பதாம் நூற்றாண்டின் நடுப்பகுதியில்தான் வெளியிடப்பட்டது.

இந்நூலின் முன்னுரையில் அபே துபே சொன்னதாக நூலின் தொகுப்பாசிரியர் குறிப்பிட்டிருப்பது முக்கியமானது.

"நான் பிரெஞ்சுப் புரட்சியின் பயங்கரங்களில் இருந்து தப்பியோடி வந்தவன்; அவ்வாறு ஓடி வந்திருக்காவிட்டால், என்னைப் போல மத நம்பிக்கைகளும், அரசியல் கருத்துகளைக் கொண்டிருந்த என்னுடைய பல நண்பர்களைப் போலவே, நானும் நிச்சயமாகப் பலியாக்கப்பட்டிருப்பேன்."

இப்படிப்பட்ட புரட்சியைக் கண்டு நடுங்கி ஓடி வந்தவர் தனது நூலின் நோக்கமாகக் குறிப்பிடுவதும் கவனிக்கத்தக்கது.

"இந்திய வரலாற்றை எழுதும் நோக்கத்தோடு மாட்சிமை பெற்ற கிழக்கிந்திய கம்பெனியின் வரலாற்றாசிரியர்களுக்குப் பயன்படுவதற்காக, இந்திய மக்கள் குறித்த நம்பகத் தன்மையுள்ள ஆவணங்களை வேண்டி, செய்தித் தாள்களில் விடுக்கப்பட்ட அறிக்கைகளின் விளைவாகவே, நான் எனது புலனாய்வின் முடிவுகளை நூலாக எழுதுவது என்ற எண்ணம் எனக்குள் தோன்றியது."

ஆக ஒரு எதிர்ப் புரட்சிக்காரர் காலனிய ஆட்சியாளர்கள் பணம் கொடுத்து வாங்கிக் கொள்வார்கள் என்ற நோக்கத்தோடு இந்தியச் சமூகங்களைக் குறித்த தனது பார்வைகளைப் புத்தகமாக முன்வைத்திருக்கிறார். சாதி ஷேமகரமானது எனச் சங்கராச்சாரி சொல்வதற்கு 190 ஆண்டுகளுக்கு முன்பே, அதே கருத்தைச் சொன்ன அய்ரோப்பிய பாதிரி இவர். சாதியமைப்பு முறை இல்லாவிட்டால் இந்தியா விலங்காண்டித்தனத்திற்குள் விழுந்திருக்கும் என்பது அவர் கருத்து.

இவர்தான் சக்கிலியர்களைக் குறித்துப் பின்வருமாறு கூறுகிறார்.

"இடங்கை சாதிப் பிரிவில்தான் ஆகக் கீழானதான (lowest caste) சக்கிலியர்கள் அல்லது தோல் பணியாளர்கள் என்பவர்களும் அடங்குகிறார்கள். இடங்கைப் பிரிவின் முதன்மை பாதுகாப்பாளர்களாக இவர்கள் கருதப்படுகிறார்கள்."

இன்னொரு செய்தியையும் நாம் கவனத்தில் கொள்ள வேண்டும். இவர் இந்த நூல் எழுதிக் கொண்டிருந்த காலமும் மிக

முக்கியமானது. அவர் 1792 இல் பிரான்சிலிருந்து இந்தியாவுக்கு வந்து பாண்டிச்சேரி மிஷனில் சேருகிறார். அக்காலப் பகுதியில்தான் கீழ்க்கண்ட நிகழ்வுகள் நடந்தேறின.

- கி.பி. 1767, பூலித்தேவன் மறைவு
- கி.பி. 1771, ஒண்டி வீரன் மறைவு
- 25, டிசம்பர் 1796, வேலு நாச்சியார் மறைவு
- 16, அக்டோபர் 1799, கட்டபொம்மன் தூக்கு
- செப்டம்பர் 1801, கோபால் நாயக்கர் தூக்கு
- 31, ஜூலை 1805, தீரன் சின்னமலை தூக்கு

தென்னகத்தின் போர்க்குணமிக்க பாளையக்காரர்கள் அனைவரும் ஒவ்வொருவராக முறியடிக்கப்படுகிற காலமும் அவர் நூல் எழுதுகிற காலமும் ஒன்றாக இருக்கிறது. அப்போர்கள் எல்லாவற்றிலும் பாளையக்காரர்கள் பக்கமிருந்து அருந்ததியர்கள் போர் புரிந்து வீர மரணம் அடைந்திருக்கின்றனர். இவ்வாறு முறியடிக்கப்பட்ட அருந்ததியர்களைக் குறித்த இழிவானப் பதிவுகள் காலனிய அரசின் வரலாற்றாசிரியர்களிடம் இருந்து தொடங்குகிறது.

அதேவேளையில், அந்தக் காலனிய ஆட்சியாளர்கள்தான் இந்தியாவில் கல்வியைப் பரவலாக்கியவர்கள். கல்வியைப் பரவலாக்கியதோடு தமக்கு ஆதரவான கருத்துகளையும், நுணுக்கமான அரசியல் முன்னெடுப்புகளையும் வெகுமக்களிடம் பரவலாக்கி விட்டுள்ளனர். அந்த இழிவு இன்று வரை அருந்ததியர் தலையில் வந்து விடிந்து கொண்டிருக்கிறது.

ஆங்கிலேயரைப் பொருத்தவரையில் அவர்கள் எங்கோ தூர தேசத்தில் இருந்து வந்தவர்கள்தானே? அவர்களுக்கு இங்குள்ள பார்ப்பனர்கள் முதலானவர்கள் சொன்ன செய்திகளை அப்படியே நம்பி விட்டார்கள் என்று எடுத்துக் கொள்ளக்கூடாதா என்ற அய்யம் சிலருக்கு எழக்கூடும்.

அந்த அய்யத்தைக் கீழ்க்கண்ட செய்தி போக்கிவிடக்கூடும். அரசின் ஆணைக்கிணங்க ராபர்ட் சிவல் (Robert Sewel) என்பவர் தொகுத்த *The Antiquarian Remains* என்ற புத்தகத்தின் முதல் தொகுதியில் கீழே உள்ள சில செய்திகளைக் கவனிப்போம்.

செய்தி 1

தென்னாற்காடு மாவட்டத்தின் திண்டிவனம் தாலுகாவிலுள்ள (அந்நாளில்) செஞ்சியில் உள்ள மலைக்கோட்டைகள் குறித்து சொல்லும்போது கீழ்க்கண்ட செய்தி இடம் பெறுகிறது

> "ராஜகிரி மலைக்கோட்டையின் தென்புறமாக உள்ள மலை மேல் நன்கு அரணமைக்கப்பட்ட கோட்டைக்கு சக்கிலி துர்கம் என்று பெயர். அஃது தனியாக அமைந்துள்ளது."

(*The Antiquarian Remains*, பக். 208)

செய்தி 2

வட ஆற்காடு மாவட்டத்தின் வேலூர் தாலுகாவில் உள்ள வேலூர் கோட்டை குறித்த செய்திகளில் குறிப்பிடப்படும் செய்தி இது:

> "கிருஷ்ணதேவராயனின் வண்ணாரும், சக்கிலியருமே முதலில் இக்கோட்டையை உடையவர்களாய் இருந்தார்கள்; அக்கோட்டைகள் இப்போதும் அவர்களின் பெயர்களிலேயே வண்ணான் கோட்டை, சக்கிலிக் கோட்டை என வழங்கப்படுகின்றன என்றொரு செய்தி வழங்கப்படுகிறது."

(மேலது, பக். 164)

செய்தி 3

வட ஆற்காடு மாவட்டத்தின் காளஹஸ்தி ஜமீன்தாரியில் கள்ளிவேடு என்ற ஊரில் உள்ள மலைக்கோட்டை குறித்து சொல்லப்பட்டிருப்பதாவது:

> "இவ்வூரில் சிதிலமடைந்த ஒரு மலைக்கோட்டை உள்ளது. திரிபுரந்தகபுரத்திலுள்ள கோட்டைக்கு அருகில் இக்கோட்டை அமைந்துள்ளது. இக்கோட்டை சக்கிலிக் கோட்டை என அழைக்கப்படுகிறது. சக்கிலி துர்க்கம் என்கிற இம்மலைக்கோட்டை அமைந்துள்ள மலையில் ஓர் அருமையான இயற்கை நீரூற்று இருக்கிறது."

(மேலது, பக். 149)

இந்நூல் வெளிவந்த ஆண்டு 1882 ஆகும். இத்தனைச் செய்திகளையும் சொல்லிக் கொண்டே காலனிய வரலாற்றாசிரியர்கள் எழுதிய அத்தனை மேனுவல்களிலும் கெஜட்டியர்களிலும் சக்கிலியரை இழிவு செய்யும் வேலையைத் தொடர்ந்து செய்து கொண்டிருந்தார்கள். இந்நூல் வெளிவந்து இருபது ஆண்டுகள் கழித்து வெளிவந்த குலங்களும் குடிகளும் நூலும் இதில் அடக்கம்.

இந்த இடத்தில் வாசகர்களுக்கு ஓர் அய்யம் வரக்கூடும். செஞ்சி, வேலூர், கள்ளிவேடு ஆகிய ஊர்களில் சக்கிலிக் கோட்டைகள் இருக்கலாம்; இருந்திருக்கலாம்; அவை வழங்கப்படும் பெயர்கள் தானே! சக்கிலியர்கள் அரசாண்டதற்கான வரலாற்றுச் சான்றுகள் எவையும் இல்லையே என்ற கேள்வியை எழுப்பக்கூடும். அது நியாயமானதுதான்.

சக்கிலியர்கள் அரசாண்டதற்கான அடையாளமாய் அவர்கள் பெயரில் கோட்டைகள் இருப்பது மட்டுமல்லாமல், அதை உறுதிப்படுத்துவதற்கான கல்வெட்டுச் சான்றுகளும் உள்ளன. அவற்றைப் பார்க்கலாம். கல்வெட்டுகள் சிறியவைதாம் என்பதாலும், கல்வெட்டுகள் குறிப்பிடும் செய்திகளை விவாதிக்க வேண்டியிருப்பதாலும் கல்வெட்டுகளை முழுமையாகத் தருகிறேன்.

கல்வெட்டு 1

இடம்: திருப்பதி வெங்கடாசலபதி கோவில். ஆண்டு: 1368.

ஸ்வஸ்திஸ்ரீ கிலக சம்மத்சரத்து... மகாமண்ட லேஸ்வர ஹரிராய விபாள ...

கண்ட ஸ்ரீவீர குமார கம்பண உடையர் பெகடைப் ...

... திருவேங்கடமுடையானுக்கு திருநந்தாவிளக்கு 7/8க்கு விட்ட பசு 28, ரிஷபம் 1. இது சந்திராதித்த வரை செல்லக்கடவது. இது ஸ்ரீவைஷ்ணவ ரக்ஷை

(T.T. Nos 373 of 485)

கல்வெட்டு 2

இடம்: மாசிலாமணீஸ்வரர் கோவில், திருமுல்லைவாயில்.
ஆண்டு: 1406, ஜனவரி மாதம்.

ஸ்வஸ்திஸ்ரீ. ஸ்ரீமன் மகாமண்டலேஸ்வர ராஜாதிராஜ பரமேஸ்வர ஸ்ரீவீர பிரதாப புக்காராயர்க்குச் செல்லாநின்ற பார்த்திப வருஷம் மாசி மாதம் முதல் தியதி புழற்கோட்டத்துக் காணப்பேரூர் நாட்டு உடையார் திருமுல்லைவாயில் உடைய நாயனார்க்கு ஆபஸ்தம்ப சூத்திரத்தில் காலபவ கோத்திரத்தில் பயிண்டி அரசர் மகனார் அய்யலுப் பகடையார் இந்நாயனார்க்கு திருப்பள்ளி எழுச்சிக்கு அமுது படிக்கு நாள் ஒன்று எட்டு நாழிக்காலால் அரிசி அஞ்ஞாழி ஆக வருஷம் ஒன்றுக்கு மாதம் பன்னிரண்டுக்கு அரிசி இருபதின் கலத்துக்கு அஞ்சில் இரண்டு படிக்கு குடுக்கும் நெல்லு ஐம்பதின் கலம். இன்னெல் ஐம்பதின் கலத்துக்கு வீர நாராயணன் இனக்கு நல்ல பெருமாளான ஒற்றி அரசர் நமக்கு சோமகிரகண புண்ணிய காலத்திலே தம்முடைய காணியாட்சி ஆன வெள்ளானூரிலே முன்னாள் சியநாயனார் ஆன ஒற்றி அரசர் விட்ட திருவிளக்குப்பட்டிக்குத் தெற்கு நமக்கு உதகப்பூர்வம் ஆக விடப்பட்ட விருத்தி அசங்காத கண்டன் கோலால் குழி எண்ணூறும் இன்னாயனார்க்குத் திருப்பள்ளி எழுச்சிக்கு அமுதுபடிக்கு இந்நிலம் எண்ணூறு குழியும் சந்திராதித்தவரையும் செல்வதாக இந்நிலத்திலே திருச்சூல ஸ்தாபனம் பண்ணித் திருமலையிலே சிலாலேகம் பண்ணிக் குடுத்தோம்.

(A.R. No. 668 of 1904)

கல்வெட்டு 3

இடம்: காளஹஸ்தீஸ்வரர் கோவில், காளஹஸ்தி. ஆண்டு: 1435.

.... ராஜ இராஜபரமேஸ்வர வீரபிரதாப தேவஇ... ராயர்க்கச் செல்லும் சகாப்தம் 1358 இல் ... சம்வத்சரத்து துலாநாயற்று அபரபட்சத்து திரிதியையும் சோமவாரமும் பெற்ற ரோகிணி நாள் நாயனார் ...த்துக் காணி செய்வார்களோம். மாதியரசர் அய்யலுப்பெகடையார் மகனார் சிக்கரசர் தர்மசாசனம். பண்ணிக் குடுத்தபடி நாயனார் திரு .... தேவதான அளவுகோலால் நூறு குழிக்கு நிலம் 100 மா ஆகக் கிரயமாகக் கொண்ட பணம் 400. இப்பணம் நானூற்றுக்கு குளத்திலே சிறுகுழி வெ...... ணத்துக்கு

ஆகக் கடவதாகவும். இத்தர்மம் தம்முட பேரால திருப்பணி. நயினார் நடத்தக் கடவராகவும், இவை பன்மாகேஸ்வரர் ரக்ஷை.

(*A.R. No. 193 of 1903*)

கல்வெட்டு 4

இடம்: வாலீஸ்வரர் கோவில், ராமகிரி, திருவள்ளூர் தாலுகா
ஆண்டு: *1436.*

ஸ்வஸ்திஸ்ரீ. சகாப்தம் 1338 செல்லாநின்ற நளவருஷம். அற்பசி மாதம் 25 ஆம் தியதி அய்யலுப் பிகடையார் மகனார் சக்கரசர் திருவாலீசுரமுடைய நாயனார்க்கு திருப்பள்ளி நாச்சியாரும் திருக்கதவு இரண்டும் அரசர் திருப்பணி.

(*A.R. No. 637 of 1904*)

கல்வெட்டு 5

இடம்: விஜயராகவப் பெருமாள் கோவில், திருப்புக்குழி.
ஆண்டு: *1432.*

1. *ஸ்வஸ்தி ஸ்ரீ மன் மஹாமண்டலேஸ்வரன் மூவ... ராச...*
2. *ராயர் குமாரன் தேவராய மகாராயர் பிரதிவிராஜ்யம் ...*
3. *ற ஸஹாப்தம் ஆயிரத்து முன்னூற்று ஐம்பத்து நாளின் மெ...*
4. *கிற ஸம்வத்ஸரத்து மீன நாயிற்று பூர்வபக்ஷத்து பிரத...*
5. *கிழமை நாள் ஐயங்கொண்ட சோழ மண்டலத்து தா...*
6. *தி திருப்புட்குழியில் பெருமாள் பொரெற்றுப் பெருமாளுக்கு...*
7. *ஆயிலு அரசர் மகனார் சக்கரசர் பொன் பத்தினால் பண்ண...*
8. *தெற்கு... திருமதிளில் தென்மெலை மூலையில் சரிவு அம்ச...*
9. *ம் இந்த தம்மம் ஆசந்திரார்க்கஸ்தாலா ஆக நடக்...*
10. *இப்படிக்கு இவை கோயிற்கணக்கு தள...*
11. *திருப்புட்குழி பிரியன் எழுத்து:*

(*A.R. No. 200 of 1916*)

கல்வெட்டு 6

இடம்: வடாரண்யேஸ்வரர் திருக்கோவில், திருவாலங்காடு.
ஆண்டு: *1412.*

1. ஸ்வஸ்திஸ்ரீ நந்தன வருஷம்
2. பங்குனி மாதம் 21 ஆம் தேதி பௌ
3. ர்ணையும் பெற்ற உத்திரத்து நாள்
4. அண்டமுற நிமிந்தருளிய நாயனாற்கு
5. திருஉடையாரை சாத்து வித்தார்
6. மல்லண உடையர் தன்மம் ஆக
7. கொப்பரசர் மாதிஅரசர் உ

(A.R. No. 480 of 1905)

அ) மேற்கண்ட கல்வெட்டுகளின் அடிப்படையில் சக்கிலியர் சாதியைச் சேர்ந்த அரசர்களைக் கீழ்க்கண்டவாறு வரிசைப்படுத்தலாம்.

1. வீரகம்பண உடையார் பகடை - கி.பி. 1368 ஆம் ஆண்டை ஒட்டிய காலப்பகுதி

2. பயிண்டி அரசர் (அய்யலுப் பகடையின் தகப்பன்) - கி.பி. 1406க்கு முந்திய காலப்பகுதி

3. அய்யலுப் பகடை - கி.பி. 1406 ஆம் ஆண்டை ஒட்டிய காலப்பகுதி

4. கொப்பரசர் மாதி அரசர் - கி.பி. 1412 ஆம் ஆண்டை ஒட்டிய காலப்பகுதி

5. சக்கரசர் - கி.பி. 1432, 1435, 1436 கால கல்வெட்டுகள் கிடைத்திருக்கின்றன.

ஆ) இவ்வரசர்களின் கல்வெட்டுகள் திருப்புக்குழி, திருவாலங்காடு, திருமுல்லைவாயில், ராமகிரி, திருப்பதி, காலஹஸ்தி ஆகிய ஊர்களில் கிடைக்கின்றன. ஆகையால் இவர்களது ஆட்சிப் பகுதி காஞ்சிபுரம், திருவள்ளூர், சென்னை, சித்தூர் ஆகிய மாவட்டப் பகுதிகளில் பரவியிருந்தது என்று தெரிகிறது.

இவர்களுள் சக்கரசர் என்பவரின் கல்வெட்டுகள் காளஹஸ்தி, ராமகிரி, திருப்புக்குழி என்று பல்வேறு இடங்களில் கிடைக்கின்றன. மேலே குறிப்பிட்ட அவரது கல்வெட்டுகள் மட்டுமல்லாது பெரம்பலூர் மாவட்டத்தில் குன்னம் வட்டத்திலுள்ள சு.ஆடுதுறை என்னும் ஊரிலுள்ள ஒரு

கல்வெட்டிலும் இவர் குறிப்பிடப்படுகிறார். அப்பகுதியைக் காணலாம்.

"........................ இந்த மண்டல

6. த்தில் உசாவடிப் பிறதானி வன்னியர். சீவிதக்காரர் னெருக்கம் பண்ணினாலும் காணியாளர் ஆன பிராமணர்

7. வெள்ளாழர் இப்படிக்கொத்த மனித்தர் இராசகரத்தாரை கொண்டு நமக்கு ஒரு தாழ்வு நினைத்தாலும் நம்மிலொ

8. ருத்தர் வாரிசுக்கு இடங்குடுத்தல் கோட்சொல்லுகுதல் சிக்கரசர் பட்டயத்தை அழிக்குதல் கோவினாதன் கோலால் இருபத்து நாலு அடி

9. யும் விலக்கடியையும் அழித்தால் இவனைவரும் யின்று போலே கூடியிருந்து கேட்டுக் கொள்ளக் கடவோமாக..."

(A.R. E. 34 of 1913)

இக்கல்வெட்டின் காலம் கி.பி. 1429 ஆம் ஆண்டாகும். இரண்டாம் தேவராயன் ஆட்சிக் காலத்தில் விஜயநகரப் பேரரசில் மிக உயர்ந்த இடத்தைச் சிக்கரசர் வகித்திருக்கிறார். மிகப் பரந்த பரப்பளவு கொண்ட பகுதி அவரது ஆட்சியின் கீழ் இருந்திருக்கின்றன என்ற செய்திகளை இக்கல்வெட்டுகள் அறியத் தருகின்றன.

இ) காளஹஸ்தியிலுள்ள கல்வெட்டு அய்யலுப் பகடையை மாதியரசர் எனக் குறிப்பிடுகிறது. திருவாலங்காட்டிலுள்ள கல்வெட்டு கொப்பரசர் மாதியரசர் என்பவரைக் குறிப்பிடுகிறது. பகடை என்பதும் மாதியன் என்பதும் சக்கிலியரைக் குறிப்பவை என்பது கவனம் கொள்ளத்தக்கது.

ஈ) மதுரை வீரன் கட்டுரையில் நாம் காணப்போவது போல் மாதாரிக்கம் என்ற வரிவசூல் முறையும், மாதாரி என்கிற ஊர்க்காவல் ஏற்பாடும் செய்யப்பட்ட அக்காலத்தில் அருந்ததியர்கள் அரசர்களாக இருந்திருக்கிறார்கள். மாதாரிக்கம் என்ற வரியைக் குறிப்பிடுகிற கல்வெட்டு கி.பி. 1434 ஆம்

ஆண்டைச் சேர்ந்தது. அக்காலத்தில் அய்யலுப் பகடையின் மகனான சக்கரசர் என்ற சக்கிலியர் ஆண்டு கொண்டிருந்தார்.

உ) கள்ளிவேடு ஊரிலிருந்து 11 மைல் தொலைவில் மாதாரப்பாக்கம் என்ற ஊர் அமைந்திருப்பதாக *The Antiquarian Remains* நூல் குறிப்பிடுகிறது.

ஊ) திருமுல்லைவாயில் கோயில் கல்வெட்டு அய்யலுப் பகடை ஆபஸ்தம்ப சூத்திரத்தையும், காலபவ கோத்திரத்தையும் சேர்ந்தவர் என அறியத் தருகிறது.

எ) கல்வெட்டுகள் எவையும் நமது வரலாற்று ஆசிரியர்களின் நம்பிக்கைக்கும் ஆசைக்கும் ஏற்ப சக்கிலியர்கள் செருப்பு தைப்பதற்காகவும், சேணம் தைப்பதற்காகவும் நாயக்கர் சேனைகள் தங்கியிருந்த இடங்களில் தங்கியிருக்க ஆந்திராவிலிருந்து அழைத்து வரப்பட்டவர்கள் எனக் கூறவில்லை.

இந்த இடத்தில் வாசகர்களுக்கு ஒரு அய்யம் எழக்கூடும். *The Antiquarian Remains* நூல் குறிப்பிடுவதாக மூன்று சக்கிலி துர்க்கங்களைக் குறிப்பிட்டுவிட்டு காளஹஸ்தி அருகிலுள்ள அரசர்கள் தொடர்பான செய்திகள்தானே இங்கு பகிரப்பட்டுள்ளது; எஞ்சிய செஞ்சிக் கோட்டையிலுள்ள, வேலூரிலுள்ள சக்கிலி துர்கங்கள் குறித்து ஏதும் செய்தி இல்லையா என்ற கேள்வி எழக்கூடும். அவற்றுள் செஞ்சி சக்கிலி துர்கம் குறித்த செய்திகளை முதலில் பார்ப்போம்.

'Senji: A fortified city in the Tamil country' என்ற நூல் பாண்டிச்சேரி பிரெஞ்ச் இன்ஸ்டிடியூட் பங்களிப்பாக வெளிவந்துள்ளது. அந்நூலில் சக்கிலி துர்க்கம் (செஞ்சியில் உள்ளது) தொடர்பாகக் கூறப்பட்டுள்ள செய்திகளை இங்குக் காணலாம்.

> "வில்லியம் பென்டிங் பத்தொன்பதாம் நூற்றாண்டின் முதல் பகுதியில் (1828-1835) மதராஸ் மாகாணத்தின் ஆளுனராக இருந்தபோது, கர்னல் வில்யம் மக்லாட் என்பவரது வேண்டுகோளுக்கு இணங்க நாராயணப் பிள்ளையால் கர்நாடக ராஜாக்களின் கவிஸ்தார சரித்திரம்

(கர்நாடக ராஜாக்களின் விளக்கமான வரலாறு) என்ற பிரதி தொகுக்கப்பட்டதாகும். இது மெக்கன்சி ஆவணங்களுள் ஒன்றாக விளங்குகிறது."

(Senji: A fortified city is the Tamil country, பக். 32)

மேற்கண்ட நாராயண பிள்ளையின் நூலில் அவர் அறியத் தருவது:

"துப்பாக்கி கிருஷ்ணப்பர் என்ற செஞ்சி நாயக்கரின் காலத்தில் (1509-1521) செருப்புத் தைக்கும் சக்கிலியச் சாதியைச் சேர்ந்த தலைமை தளபதியால் அவரது சொந்த செலவில் கட்டப்பட்ட மலைக்கோட்டையே சக்கிலி துர்கம் என்பதாகும்."

(மேலது, பக். 53)

அதுபோலவே செஞ்சிக்கோட்டை பிரெஞ்சுக்காரர்களின் கட்டுப்பாட்டில் இருந்த காலப்பகுதியான கி.பி. 1750 முதல் கி.பி. 1761 வரையிலான காலப்பகுதியில் பிரெஞ்சு அலுவலர்கள் தங்கள் ஆளுநருக்கு எழுதிய கடிதங்களிலும் அனுப்பிய வரைபடங்களிலும் சக்கிலி துர்கம் குறித்த குறிப்பு இடம் பெறுகிறது.

"பிரெஞ்சு ஆவணங்களில் இக்குறிப்பிட்ட மலைமேல் உள்ள அரண் செய்யப்பட்ட கட்டிடம் சபாதேரே கோட்டை என்று அழைக்கப்படுகிறது. போர்ச்சுக்கீசிய மொழியில் சபாதேரே என்றால் காலணி செய்பவர் என்று பொருள்படும்; தமிழில் அதற்கு இணையான பெயர் சக்கிலி என்பதாகும். முதன்மையான மலையிலிருந்து அதன் தொடர்ச்சியாக நீண்டு கொண்டிருக்கும் இக்கட்டுமானம் சக்கிலி துர்கம் என்று அழைக்கப்படுகிறது. நாராயணப் பிள்ளையின் நூல் கூறுவது போல இது செருப்பு தைக்கும் சாதியைச் சேர்ந்தவரான ஒரு தலைமைத் தளபதியால் நாயக்கர் காலத்தில் கட்டப்பட்டதாகும்."

(மேலது, பக். 62).

மேலும், J. சர்க்கார் என்பவர் தனது நூலான 'History of Aurangazeb' இல் செஞ்சிக்கோட்டையின் மீதான முகலாயர்

படையெடுப்பை விளக்கும் போது, சக்கிலி துர்கத்தை சமார் திக்ரி என்ற பெயரில் குறிப்பிடுகிறார் என்ற தகவலையும் அந்நூல் தருகிறது.

இந்தத் தகவல்கள் எல்லாம் செஞ்சிக் கோட்டையின் தலைமைத் தளபதியாய் இருந்த சக்கிலியரையும், அவர் கட்டிய சக்கிலி துர்க்கத்தையும் நிறுவுவதாக அமைகின்றன.

திருமுல்லைவாயிலுள்ள அய்யலுப் பகடையின் கல்வெட்டு கி.பி. 1406 ஆம் ஆண்டைச் சார்ந்தது. ஏறத்தாழ அதே காலத்தைச் சேர்ந்த (கி.பி. 1412) திருவாலங்காட்டில் கொப்பரசர் என்பவர் ஆட்சி செய்திருக்கிறார். அய்யலுப் பகடையைப் போன்றே இவரும் மாதியரசர் என்று குறிப்பிடப்படுகிறார்.

ஆக மொத்தத்தில் கி.பி. 1360 முதல் கி.பி. 1436 வரை காஞ்சி, சென்னை, வேலூர், சித்தூர், திருப்பதி காளஹஸ்தி பகுதிகளில் அருந்ததியர்கள் அரசர்களாக இருந்த செய்தியும், அதைத் தொடர்ந்து கி.பி. பதினாறாம் நூற்றாண்டில் செஞ்சியில் தளபதியாக இருந்த செய்தியும் நமக்குப் புலனாகிறது. இந்தத் தொடர்ச்சியில் வைத்துதான் 1634 ஆம் ஆண்டின் காலப்பகுதியில் வாழ்ந்த மதுரை வீரனின் வாழ்க்கை வரலாற்றை நாம் புரிந்து கொள்ள வேண்டும்.

⊙

சக்கிலிய ஆட்சியாளர்கள்

நாம் இதுவரைப் பார்த்த கட்டுரைகளில் உள்ள தகவல்களில் இருந்து ஓர் உண்மை நமக்குப் புலப்பட்டிருக்கும். விஜயநகர அரசர்கள் காலத்துக்கு முன்பே அருந்ததியர்கள் அல்லது சக்கிலியர் தமிழ்நாட்டில் வசித்து வந்த ஒரு பூர்வ குடியினரே என்பது தான் அவ்வுண்மையாகும். சக்கிலியரில் ஒரு குறிப்பிடத்தக்க அளவிலான பிரிவினர் தூய்மைப் பணியாளர்களாக உள்ள நிலையில் பொதுச் சமூகம் அவர்களை மதிப்பிடுவதைப் போல தூய்மைப்பணி என்பது அவர்களின் மரபார்ந்த தொழில் அல்ல என்பதுவும் மற்றொரு உண்மையாக நமக்குப் புரிந்து விட்டிருக்கும்.

அதே நேரத்தில் இன்னொரு முக்கியமான கேள்வி வாசகர்களிடையில் எழும். அப்படியெனில் சக்கிலியர் என்பவர் யார்? அவர்கள் ஏன் தமிழ், தெலுங்கு, கன்னடம் பேசுபவர்களாக உள்ளனர்? இவையே அந்தக் கேள்விகள். இனிவரும் இயல்களில் மேற்கண்ட கேள்விகளுக்கான விடைகளைத்தான் தேடப் போகிறோம்.

சக்கிலியரைத் தெலுங்கர்களாக, கன்னடர்களாகப் பார்ப்பது என்பது ஆங்கிலேயர் படையெடுப்புக்குப் பின்னால் நேர்ந்த மாற்றம் என்றுதான் சொல்ல வேண்டும். எடுத்துக்காட்டிற்குச் சொல்வதென்றால், அரசு கீழ்த்திசைச் சுவடிகள் நிறுவனம் வெளியிட்ட இடங்கை, வலங்கை வரலாறு என்ற ஆவணத்தை எடுத்துக் கொள்ளலாம். அந்நூலிலுள்ள இடங்கை, வலங்கை புராணம் என்ற ஓலைச்சுவடியில் கீழ்க்கண்ட பகுதி அடங்கியுள்ளது.

"இந்த ஐவரும் அக்னியில் பிறந்த பேர்கள்; இந்த ஐவருக்குள்ளாகிய குலங்கள், வன்னியர், நகதகர், எகிலியர்,

இடையர், வேடர், கள்ளர், மொறவர், சக்கிலியர் ஆக குலம் எட்டு.”

(இடங்கை வலங்கை வரலாறு, பக். 23)

அந்த ஓலைச்சுவடி ஸ்ரீமுக வருஷமான கி.பி. 1693 ஆம் ஆண்டு எழுதப்பட்டது என்ற குறிப்பைக் கொண்டுள்ளது. அப்போது வரையிலும் சக்கிலியர்களை வேறாகப் பார்க்கும் நிலை இல்லை. வன்னியர் சாதியின் முன்னோனாகிய ருத்திரப் பள்ளியின் புராணத்தைத் தெரிவிக்கும் அந்த ஓலைச்சுவடி வன்னியரின் சகோதர குலங்களில் ஒன்றாகச் சக்கிலியரைக் குறிப்பிடுகிறது என்பது முக்கியமானது.

இதுவரை நாம் பார்த்த கல்வெட்டுச் சான்றுகளில் ராசேந்திரச் சோழன் காலமான கி.பி. 1030 ஆம் ஆண்டைச் சேர்ந்த திருவண்ணாமலைக் கல்வெட்டே சக்கிலியரைக் குறிப்பிடுகிற கல்வெட்டுகளில் பழமையானதாய் இருக்கிறது. அதற்கு முந்தைய கல்வெட்டுகளில் சக்கிலியர் பற்றிய குறிப்புகள் இருக்கின்றனவா? ஆம் இருக்கின்றன. அவற்றை இங்கு காணலாம்.

“ஸ்வஸ்தி ஸ்ரீ கோபாத் ரமஹேந்திர பன்மர்க்கு யாண்டு 14
வது சத்திவிடங்கனாகிய ஸ்ரீ காடபட்டிகள் தேவியார் பல்லவ
பெற்கடையார் மகள் சாமவையாகிய காடவன் வருந்தேவியேன்
ஸ்ரீவெங்கடத்து எழுந்தருளி நின்ற பெருமானடிகளுக்கு கர்மாச்சனை
கொண்டருள் திருவிள்ளங் கோயிலில் எழுந்தருளுவித்த வெள்ளித்
திருமேனியின் ...

(No. 18 of T.T.)

ஸ்வஸ்திஸ்ரீ கோபாத்ர பன்மர்க்கு யாண்டு 14 வது
சத்திவிடங்கனாகிய ஸ்ரீ காடபட்டிகள் பெற்கடையார் மகள்
சாமவையாகிய காடவன் பெருந்தேவி ஸ்ரீ வெங்கடத்து எழுந்தருளி
நின்ற பெருமானடிகளுக்கு கர்மார்ச்சனை கொண்டருளி
வெள்ளியால் எழுந்தருளுவித்த மணவாளப் பெருமாளுக்கு மார்கழித்
திருத்துவாதசிக்கு...

(No. 19 of T.T.)

மேற்குறிப்பிட்ட இரு கல்வெட்டுகளும் திருப்பதி வெங்கடேசப் பெருமாள் ஆலயத்தில் உள்ள கல்வெட்டுகள். இக்கல்வெட்டுகள் பல்லவ அரசியான சாமவ்வை என்பவர் மணவாளப் பெருமாளின் வெள்ளி சிலையை செய்வித்து அதற்கு 23 வைரங்கள், 16 பெருமுத்து, மாணிக்கம் 5 எனக் கொண்டு அமைக்கப்பட்ட கிரீடத்தையும், காதில் பொன் மகரம் இரண்டும், பவழக் கொப்பு ஒன்றும், 14 வைரங்கள், 3 மாணிக்கக் கற்கள், 11 பரு முத்துக்கள், நேர்முத்துக்கள் பல இட்டுக் கட்டிய மாலையையும், உதரபஞ்சனம் என்கிற இடுப்பு ஆபரணம் பொன்னால் ஆனது ஒன்றும், திருவரைப்பட்டிகை என்கிற இடுப்பு ஆபரணம் 4 மாணிக்கக் கற்கள் அடங்கியது ஒன்றும், பாகு வலையம் என்கிற கைகளில் அணிகிற ஆபரணம் 2 எண்ணம் மாணிக்கம் 2 கொண்டது. மாணிக்கக்கற்கள் 2 கொண்ட திருச்சந்தம் என்னும் முழங்கை ஆபரணம் நான்கும், கழுத்துக்கான வளையல் நான்கும், கால்களில் அணியும் காறை இரண்டும், பொன்னும் முத்தும், பவளமும் அய்ம்பத்திரண்டும், பாத சாயலம் இரண்டும், வெள்ளி பிரபையில் மாணிக்கம் ஒன்றும் என இத்தனை ஆபரணங்களும் இட்டு செய்த பொன் 47 கழஞ்சு இவை அனைத்தையும் அளித்துள்ளார். இந்தச் செய்தியை முதலில் குறிப்பிட்ட கல்வெட்டு குறிப்பிடுகிறது.

இப்படிச் செய்து அளித்த மணவாளப் பெருமாளுக்கு மார்கழி துவாதசி நாளையொட்டி ஏழு நாட்கள் திருவிழா இருவேளையும் கொண்டாட வேண்டிய செலவுகளுக்கு ஆன பூமியைத் தந்த செய்தியை இரண்டாவது கல்வெட்டு குறிப்பிடுகிறது.

பல்லவ அரசி சாமவ்வையின் கணவனாக சத்திவிடங்கனாகிய காடுபட்டிகள் குறிப்பிடுகிறான். அச்சாமவ்வையின் தந்தையின் பெயர் பல்லவ பெற்கடை எனக் குறிப்பிடப்படுகிறது. பல்லவனின் கீழ் சிற்றரசராக இருந்ததால் பல்லவனின் பெயரைத் தனது பெயரில் முற்பகுதியில் தாங்கியிருக்கிறார் எனக் கூற முடியும். பெகடை அல்லது பகடை என்பது அவரது பட்டப் பெயர். பல்லவனுக்கு காடுபட்டிகள் என்பது எப்படிப் பட்டமோ அவ்வாறு சக்கிலியருக்குப் பகடை என்பது பட்டம்.

அதோடு இந்தச் சத்திவிடங்கள் என்பவனது தங்கையே அருள்மொழிவர்மனாகிய ராஜராஜ சோழனின் பட்டத்தரசியான

தந்திசக்தி விடங்கியாகிய லோகமகாதேவி ஆவார். அவ்விதத்தில் பார்க்கும்போது ராஜராஜனின் தந்தையாகிய சுந்தரச் சோழனும், பல்லவப் பகையும் ஒரே இடத்தில் சம்பந்தம் வைத்துக் கொண்ட சம்பந்திகள் எனலாம்.

கோபாத்ர மகேந்திர வர்மன் அல்லது பார்த்திபேந்திரவர்மன் என்பவன் உத்தமச்சோழன் காலத்தில் அரசாண்டவன். இக்கல்வெட்டின் ஆண்டு கி.பி. 973 ஆகும்.

இவ்வரிசையில் மூன்றாவது நாம் காண இருக்கும் கல்வெட்டு திருவண்ணாமலை மாவட்டம் செய்யாறு வட்டத்திலுள்ள பிரம்மதேசம் கோவில் கல்வெட்டாகும்.

1. *ஸ்வஸ்தி ஸ்ரீ (...) பாண்டியனை தலை காண்ட பார்த்திவேந்திராதி வர்ம.*
2. *ற்கு யாண்டு 4 ஆவது தாமர் கொட்டத்து திருவெகம்ப புறத்து ராஜமல்ல.*
3. *சதுர்வைதி மங்கலத்து ஸ்ரீபொந்தைப் பெருமானடிகளுக்கு*
4. *அர்த்தராத்ரி திரிசந்தி திருவமது நாநாழி யுரிக்கும் ஒரு நொ*
5. *ந்தா விளக்குக்குச் சின்னமெய்ய பெற்கடை மகந்*
6. *காட்டமைய்யன் வைத்த பூமியாகின்றது பனை*
7. *யுடை நல்லூ ரெரி கீழ்த் தெவியார் தூம்பி*
8. *ன் கிழக்கு வெம்பன் குழிப்பாடகத்து பாக்க*
9. *த்து திருவெங்கட மாதவசர்வ கிரிதுயாஜியார். பக்-*
10. *கல் விலை கொண்டுடைய ஆயித்தொருபத்தெட்*
11. *டெமுக்காற் குழி நிலமுஞ் சந்திராதித்த வற் ஸபையார்*
12. *இப்பூமிக்கு இறையிலியாக்கிப் பணித்தமையா*
13. *ல் இறையிலியாக்கிப் பணித்து வைத்தமையி*
14. *ல் இறையிலியாக வைத்தது இத்தர்மத்துக்கு விரொத*
15. *ஞ் செய்தாரை ஸ்ரத்தாமந்தரே தர்மாசன முள்ளி*
16. *ருந்து அன்றாள் கொவுக்கு நிசதமிருபத்தைங் க*
17. *ழஞ்சு பொன் தண்டமிடப் பெறுவதாகப் பணித்தொ*
18. *ம் ஸபையோம் இத்தர்மத்துக்கு விரொதஞ் செய்த*
19. *ர் கங்காகன்னியாந்தம் நடுவுபட்டார் செய்தார் செய்த*
20. *பாபத்தில் படுவராகவும் உ இப்படி ஸபைய்*
21. *யுள்ளிருந்து*
22. *லபை பணி*

23. ப்ப வெழுதிநே

24. ன் நாதகணப்

25. பொசன் எழா

26. யிரவநேன்

(A.R., No. 205 of 1915)

இடம்: சந்திரமௌலீஸ்வரர் கோயில், பிரம்மதேசம். ஆண்டு: 963

சின்னமைய்ய பெற்கடை மகன் காட்டமையன் என்பவர் நள்ளிரவு திரிசந்தி வழிபாட்டின்போது திருவமுதிடவும், நந்தா விளக்கெரிக்கவும் என 1018 வு குழி (ஏறத்தாழ மூன்றரை ஏக்கர்) நிலத்தைத் தானமாக அளித்த செய்தியை மேற்கண்ட கல்வெட்டு குறிப்பிடுகிறது. இது முதலில் குறிப்பிட்ட கல்வெட்டை விட பத்தாண்டுகள் முந்தியது. கி.பி. 963 ஆம் ஆண்டைச் சேர்ந்தது.

இங்கு எடுத்துக்காட்டப்பட்ட மூன்று கல்வெட்டுகளிலும் காணப்படும் பெயர்கள் பல்லவப் பெற்கடையார், சின்னமைய்ய பெற்கடை என்று காணப்படுகின்றன. மூன்று கல்வெட்டுகளுமே பல்லவ அரசன் என்று அறியப்படுகிற பார்த்திபேந்திர வர்மனின் காலத்தைச் சேர்ந்தவை. பல்லவர் காலத்தில் சமஸ்கிருத மயமாக்கல் உச்சத்தில் இருந்தது என்பதை நாம் அறிவோம். தமிழ், பாலி போன்ற இந்திய மொழிப் பெயர்கள் சமஸ்கிருதத்தில் மாற்றமடையும் என்பதை நாம் அறிவோம்.

எடுத்துக்காட்டுக்குச் சொல்ல வேண்டுமானால், அசோகரின் சாஞ்சி ஸ்தூபி கல்வெட்டுகளில் உள்ள குறிப்பிடப்பட்ட பாலிப் பெயர்களும் அவற்றுக்கு இணையான சமஸ்கிருதப் பெயர்களும் எபிகிராபிகா இண்டிகா நூல் தொகுப்பு 2 இல் குறிப்பிடப்படுகின்றன. அவற்றுள் சிலவற்றைப் பார்க்கலாம்.

பாலி	சமஸ்கிருதம்
பியம் *(Piyam)*	பிரியம் *(Priyam)*
படிதியா *(Patittiya)*	பிரதிஷ்டா *(Pratishta)*
பொத்ததேவா *(peotadeva)*	ப்ரோஸ்த தேவா *(Prostha deva)*

அங்ஙனமே தமிழ் என்பது சமஸ்கிருதத்தில் திரமிள என்றும், பயணம் என்பது பிரயாணம் என்றும் மாற்றமடையும் என்பதை அறிந்திருக்கிறோம். ப (pa) என்கிற எழுத்து பிர (pra) என்று மாற்றமடையும் என்பதற்கு ஏற்ப பெகடை என்பது பெற்கடை என மாற்றமடைந்திருக்கிறது.

இந்த இயலில் நாம் பார்த்த இரு கல்வெட்டுகளும் காணப்படுகின்ற திருப்பதி கோவிலில் கி.பி. 1368 ஆம் ஆண்டில் வீரகம்பண உடையார் பகடை என்பவரின் கல்வெட்டும் காணப்படுகிறது. சக்கிலியர் பொருட்டு வாங்கப்படும் காவல் வரியான மாதாரிக்கம் என்பது வசூலிக்கப்பட்டதாக கி.பி. 1516 ஆம் ஆண்டைச் சேர்ந்த கிருஷ்ண தேவராயனின் கல்வெட்டும் அங்கே காணப்படுகிறது. மேலும் அய்யலுப் பகடையார் என்பவரின் மகனான சக்கரசரின் கல்வெட்டுகள் திருப்பதியின் அருகிலுள்ள காளஹஸ்தி, ராமகிரி ஆகிய ஊர்களில் இருக்கின்றன. அய்யலுப் பகடையின் கல்வெட்டு திருமுல்லைவாயிலில் காணப்படுகிறது. மாதாரிக்கம் வசூலிக்கப்பட்டதைக் குறிப்பிடும் மேலும் சில கல்வெட்டுகள் சந்திரகிரியிலும், தேவிகாபுரத்திலும் காணப்படுகின்றன. சந்திரகிரியும் திருப்பதியிலிருந்து 16 கிலோ மீட்டர் தொலைவிலேயே உள்ளது. இச்செய்திகள் பகடைகள் என்ற சக்கிலியர் இங்கு தொடர்ந்து வாழ்ந்து வந்த செய்தியை மட்டுமல்லாது, பெற்கடை எனக் கல்வெட்டு குறிப்பிடுவது பகடையைத்தான் என்பதை நிறுவுவதாக அமைகின்றன.

ஆக இச்செய்திகளைக் கருத்தில் கொண்டு ஆராய்ந்தால், நமக்குச் சில உண்மைகள் புலப்படுகின்றன. சக்கிலியர், பகடை எனப் பெயர் குறிப்பிடும் கல்வெட்டுகளில் காலத்தில் முந்தியவை மூன்று. அவற்றுள் முதலாவது கல்வெட்டு பிரம்மதேசத்தில் காணப்படும் கி.பி. 963 ஆம் ஆண்டின் கல்வெட்டாகும். அதைத் தொடர்ந்து கி.பி. 973 ஆம் ஆண்டைச் சேர்ந்த திருப்பதி வெங்கடேஸ்வரர் ஆலயக் கல்வெட்டு காணப்படுகிறது. மூன்றாவது திருவண்ணாமலையில் உள்ள கி.பி. 1030 ஆம் ஆண்டைச் சேர்ந்த ராஜேந்திரச் சோழன் காலக் கல்வெட்டு. அக்கல்வெட்டு சக்கிலியன் குண்டில் எனக் குறிப்பிடுகிறது. ஆயினும் பல்லவப் பகடையின் பெயரைக் குறிப்பிடும் கல்வெட்டு பல உண்மைகளை வெளிப்படுத்துகிறது. கி.பி. 973 ஆம் ஆண்டிலும் சக்கிலியர்கள் அரசர்களாக இருந்திருக்கின்றனர்.

பல்லவர் போன்ற பேரரசர்களுடன் மண உறவு கொண்டவர்களாக இருந்திருக்கிறார்கள். இது தமிழ் வரலாற்றில் சக்கிலியர்கள் குறித்து வரலாற்று ஆசிரியர்கள் முன்வைக்கிற சித்திரத்திற்கு மாறானதாக இருக்கிறது.

இதுவரை நாம் பார்த்த கல்வெட்டுகளைத் தொகுத்துப் பார்த்தால் சக்கிலியர், பகடை என்று குறிப்பிடுகிற கல்வெட்டுகள் கீழ்க்கண்ட இடங்களில் அமைந்திருக்கின்றன. 1. பிரம்மதேசம் (செய்யாறு வட்டம், 2. திருப்பதி, 3. திருவண்ணாமலை, 4. திருவாலங்காடு, 5. திருமுல்லைவாயில், 6. காளஹஸ்தி, 7. ராமகிரி, 8. திருப்புக்குழி ஆகிய இடங்கள்.

மாதாரி என்பதைக் குறிப்பிடுகிற கல்வெட்டுகள் அமைந்த இடங்களாக 1. ஸ்ரீரங்கம், 2. தேவிகாபுரம், 3. திருப்பதி, 4. சந்திரகிரி ஆகிய இடங்கள் அமைகின்றன. ஸ்ரீரங்கத்தைத் தவிர்த்த இவ்விடங்கள் அனைத்தும் அருவா நாடு, அருவா வடதலை நாடு என்று வழங்கப்படுகிற இடங்களிலேயே என்பதை நாம் கவனத்தில் கொள்ள வேண்டும். இக்கல்வெட்டுகளின் காலம் கி.பி. 963 முதல் கி.பி. 15 ஆம் நூற்றாண்டு வரையிலான காலம்.

இதுவரையிலும் தமிழ்நாட்டிலுள்ள பார்ப்பன - வெள்ளாள வரலாற்று ஆசிரியர்கள் நா.வா.வின் கூற்றான விசுவநாத நாயக்கன் காலத்தில் ஆந்திராவிலிருந்து அழைத்து வரப்பட்டவர்கள் என்பதையே சொல்லிக் கொண்டிருந்தார்கள். கொஞ்சம் பேர் ராஜராஜ சோழனின் மகன் ராஜேந்திர சோழனின் பெண் வாரிசு வழியாக வந்தவனும் வேங்கி நாட்டு அரச குடும்பத்தின் வழிவந்தவனுமாகிய குலோத்துங்கன் காலத்தில் வந்தவர்களாக இருக்கலாம் என்று சொல்லிப் பார்த்தனர். வரலாறு மேற்கண்ட கருத்துகளை எள்ளி நகையாடுவதாக இருக்கிறது.

அது மட்டுமல்லாமல் செருப்பு தைக்க அழைத்து வரப்பட்டவர்கள் சக்கிலியர் என்ற புனைவை மறுக்கும் விதமாக பத்தாம் நூற்றாண்டு முதல் பதினைந்தாம் நூற்றாண்டு வரை ஏராளமான அரசர்களை இக்கல்வெட்டுகள் அறிமுகப்படுத்துகின்றன. அப்படியெனில் இந்த அரசர்கள் எந்த மரபைச் சேர்ந்தவர்கள். இவர்கள் தமிழ்நாட்டு அரசர்கள் தாமா அல்லது வெளியிலிருந்து படை எடுத்து வந்து குடியேறியவர்களா என்ற கேள்வியை

நமக்கு எதிராய் விமர்சனம் வைப்பவர்கள் கேள்வி எழுப்பக் கூடும். அவற்றுக்கான விடைகளைத் தேடுவதும் அவசியமானது.

இதுவரை நாம் பார்த்தவற்றுள் பத்தாம் நூற்றாண்டு முதலான காலம் தொட்டு சக்கிலியர்கள் இங்கு வாழ்ந்ததற்கான சான்றுகள் உள்ளன. அதற்கு முற்பட்ட காலங்களில் அவர்கள் குறித்த குறிப்புகள் உண்டா? நிச்சயமாக உண்டு. சேலம் மாவட்டம் ஓமலூர் வட்டத்தில் கேத்தநாயக்கன் புதூர் என்ற ஊர் உள்ளது. அவ்வூரில் உள்ள ஏரியின் பெயர் பெரிய சக்கிலிச்சி ஏரி என்பதாகும். ஏரிக்கரையில் உள்ள தமிழ்நாடு அரசினுடைய பெயர்பலகை அவ்வேரியின் பெயர் பெரிய சக்கிலிச்சி ஏரி என்பதைத் தெளிவாகத் தெரிவிக்கின்றது.

இவ்வேரியில் இரு மதகுக் கல்வெட்டுகளும், இரு நடுகற்களும் இருந்திருக்கின்றன. இவற்றை அவ்வூரில் உள்ள அருந்ததியர்கள் மட்டுமே வழிபடுகின்றனர்.

ஏரியின் மதகுக் கல்வெட்டுகள் ஒரே வாசகத்தைத் தாங்கியுள்ளன. இரண்டிலும் ஒரே வாசகம் காணப்படுகிறது. ஆறாம் நூற்றாண்டு வட்டெழுத்து வகை.

"ஸ்ரீகிடங்கில்
புலியார் மகன் நல்லி
ஒட்டை கண்டது."

(பழந்தமிழர் தொழில்நுட்பத்திறன். பக். 204,
முனைவர் கொடுமுடி ச. சண்முகம்)

அவ்வேரியில் இருந்த நடுகற்களைப் படியெடுத்த ச. கிருஷ்ண மூர்த்தி தமது நடுகற்கள் நூலில் பின்வருமாறு குறிப்பிடுகிறார்.

"ஏரியருகே இருந்த அருந்ததியினர் அல்லாத மக்கள் எங்களுக்கு உதவவில்லை. கடப்பாறை, மண்வெட்டியைத் தரவும் மறுத்தனர். அருந்ததியினர் வழிபடும் மேற்படி நடுகற்களின் அருகிலும் வரமாட்டோம் என்று அவர்கள் குறிப்பிட்டனர். இராமமூர்த்தி நகர் அருந்ததியினர் துணையுடன் நடுகற்கள் இரண்டைத் தோண்டியெடுத்து, படியெடுத்து, படித்துக் காட்டியதுடன்

ஊரில் தொன்மையையும் நடுகற்களின் சிறப்புகளையும் விளக்கினேன்."

(நடுகற்கள், பக். 209, ச. கிருஷ்ணமூர்த்தி)

மேற்சொன்ன இரு நடுகற்களிலும் உள்ள செய்திகளை அந்நூலில் அவர் முன்வைக்கிறார். அப்பகுதி வருமாறு:

முதல் நடுகல்:

முதல் நடுகல்லில் போர் வீரன் கைகளில் கத்தி, கேடயத்துடன் உள்ளான். போரிடும் தோற்றத்தில் உள்ள வீரனுக்கு வலப்புறம் 9 வரி வட்டெழுத்தில் தமிழ்க் கல்வெட்டு உள்ளது.

1. *இரண்டாவது தா.*
2. *யனூர் நாடாளப் பொன்னந்*
3. *தியார் சேவக்கரு தாயனூராள்*
4. *வார் கொங்கிள வரைசரு ம*
5. *க்கள் பொற்சாத்தனார் தா*
6. *யனூர் மேல்வந்த ஞான்று*
7. *எறிந்து தொறு மீட்டுப்*
8. *பட்டான் வழுதியர் ம*
9. *(க)ன் பத்திரன் கல்*

(நடுகற்கள், பக். 209, ச. கிருஷ்ணமூர்த்தி)

கொங்கிளவரைசர் படை தாயனூர் மேல் படை எடுத்து வந்து ஆநிரை கவர்ந்த போது பொன்னந்தியார் படை வீரனாய் இருந்தவனும் வழுதியர் என்பவரது மகனும் ஆன பத்திரன் என்பவன் தொறு மீட்டு (மாடுகளை மீட்டு) அப்போரில் இறந்தான். இதுதான் கல்வெட்டில் அடங்கியுள்ள செய்தி. கல்வெட்டின் காலம் ஏறத்தாழ கி.பி. 577 ஆம் ஆண்டை ஒட்டியப் பகுதி என்கிறார் ச. கிருஷ்ணமூர்த்தி.

இரண்டாவது நடுகல்:

கத்தி, கேடயம் ஏந்திய வீரன் ஒருவனின் சிற்பம் உள்ளது. அவன் உடம்பில் அம்பு பாய்ந்துள்ளது. வீரனுக்கு அருகில் கள் குடம்

காட்டப்பட்டுள்ளது. வீரனின் தலைக்கு மேலும் இடப்புறமும் 6 வரியில் வட்டெழுத்தில் கல்வெட்டு அமைந்துள்ளது.

1. *கங்கச் சேவோர் நாடாளா நிற்க தா*
2. *யன்னூர் நாடு காரிப் பெருமாறனாள்*
3. *வார் கோ யிற்றமர் குலமாணிக்க இ*
4. *ளவரையர் மகன் கடத்தூர் மேற்*
5. *கங்கப் படை வந்த ஞான்*
6. *று குத்திப் பட்டான் கலிப்பொ*

(நடுக்கற்கள், பக். 210, ச. கிருஷ்ணமூர்த்தி)

கங்கப்படை கடத்தூர் மேல் படையெடுத்து வந்த போது கலிப்போ என்பவர் காயமடைந்து இறந்தான். கி.பி. ஏழாம் நூற்றாண்டைச் சேர்ந்த கல்வெட்டு என ச. கிருஷ்ணமூர்த்தி மதிப்பிடுகிறார்.

இவ்விரண்டு கல்வெட்டுகளிலும் சக்கிலியர், பகடை என்ற பெயர்கள் எவையும் இல்லை தாம். ஆயினும் பின்வரும் செய்திகள் கவனிக்கப்பட வேண்டியவை.

1. மதகுக் கல்வெட்டு கி.பி. ஆறாம் நூற்றாண்டில் ஏரியின் மதகு அமைக்கப்பட்டதாகக் குறிப்பிடப்படுகிற அவ்வேரியின் பெயர் பெரிய சக்கிலிச்சி ஏரி என்பதாகும்.
2. மதகுக் கல்வெட்டுகள் மட்டுமல்லாது, நடுகற்களும் அருந்ததியர்களால் மட்டுமே வணங்கப்படுகின்றன. பிற சாதியினர் அவற்றைப் புறக்கணிக்கின்றனர். அதோடு நடுகல் வழிபாடே முன்னோர் வழிபாடு என்பதால், அருந்ததியரால் வணங்கப்பெறும் அந்நடுகற்கள் குறிப்பிடும் வீரர்கள் அருந்ததியராகவே இருத்தல் வேண்டும்.
3. முதல் நடுகல் குறிப்பிடும் போரிட்டு இறந்த வீரனின் பெயரான பத்திரன் என்பது இன்று வரையிலும் அருந்ததியரிடையே பரவலாக வைக்கப்படும் பெயராக இருக்கிறது.
4. இரண்டாவது நடுகல் குறிப்பிடும் சிற்றரசனின் பெயரான காரிப் பெருமாறன் எனப்படும் மாறன் என்ற பெயர் மேற்கு

மாவட்ட அருந்ததியரிடையே பரவலாக வைக்கப்படும் பெயராக இருக்கிறது.

5. இரண்டாவது நடுகல்லில் வீரனின் உருவத்திற்கருகில் வடிக்கப்பட்டிருக்கும் கள் குடம் என்பது இன்று வரையிலும் கள், மது, குடிப்பதில் பேர் போனவர்களாக விளங்குகிற சக்கிலியருக்குப் பொருந்துவதாக உள்ளது.

6. தாயனூரை ஆண்ட முதலாவது நடுகல்லில் குறிப்பிடப்படும் பொன் நந்தி என்பவர் பல்லவனின் கீழ் சிற்றரசராக இருந்தவராக இருக்கலாம் என்கிறார் ச. கிருஷ்ணமூர்த்தி. நாம் ஏற்கெனவே திருப்பதியில் உள்ள கல்வெட்டில் பல்லவப் பகடை பல்லவர் கீழ் சிற்றரசராக இருந்த செய்தியைப் பார்த்தோம்.

இதுவரைப் பார்த்த தரவுகளை முன்வைத்து மதிப்பிடும்போது சக்கிலியர்கள் என்பவர்கள் ஒரு மரபார்ந்த இனம் என்பதையும், பல்லவர்களின் கீழ் அவர்கள் சிற்றரசர்களாக இருந்திருக்கிறார்கள் என்பதையும் அவதானிக்க முடிகிறது.

கேத்த நாயக்கன்புதூர் மதகுக் கல்வெட்டு புலி (புல்லி)யார் என்பவரது மகன் நல்லி என்பான், பெரிய சக்கிலிச்சி ஏரி என்ற பெயருடைய ஏரிக்கு மதகுகளை அமைத்தான் என்ற செய்தியைக் காண முடிகிறது. அக்கல்வெட்டுகள் உடன் உள்ள சிற்பத்தை வைத்துப் பார்க்கும் போது அக்குறிப்பிட்ட நல்லி என்பவன் மாவீரன் என்பதை உணர்த்துவதாக இருக்கிறது. அக்கல்வெட்டு ஆறாம் நூற்றாண்டைச் சார்ந்தது என்று மதிப்பிடப்படுவதால் அந்த ஏரியும் ஆறாம் நூற்றாண்டிலோ அதற்கு முந்தைய நூற்றாண்டிலோ வெட்டப்பட்டிருக்க வேண்டும்.

அக்காலங்களில் ஆட்சி செய்யும் அரசர்கள் போரில் அடையும் வெற்றியின் நினைவாகவும், வேளாண்மை பொருட்டும் ஏரிகள் வெட்டுவது வழக்கமாக இருந்தது. கி.பி. 600 முதல் கி.பி. 630 வரை அரசாண்ட பல்லவ அரசன் மகேந்திர வர்மன் தனது பெயரில் சோளிங்கர் அருகில் மகேந்திரவாடி என்ற ஏரியை வெட்டினான் என்று வரலாறு தெரிவிக்கிறது.

இவ்வாறு அரசர்கள் தங்கள் பெயரில் மட்டுமல்ல; தங்களது அன்புக்குரியவர்கள் பெயரிலும் ஏரி, குளங்கள் வெட்டுவது அக்கால வழக்கமாய் இருந்தது. எடுத்துக்காட்டாக மூன்றாம் குலோத்துங்கன் காலத்தில் அவனது சிற்றரசர்களின் ஒருவனான ஆகார சூர மலையமான் தனது தாயார் நீலம்மை பெயரில் ஏரி வெட்டுவித்த செய்தியை திருவண்ணாமலையில் உள்ள 1203 ஆம் ஆண்டைச் சேர்ந்த கல்வெட்டு தெரிவிக்கிறது. *(A.R., No. 524 of 1902)*

அக்காலங்களில் அரசனின் தந்தையைப் பெரிய தேவர் என்று அழைப்பது வழக்கம். இங்குக் குறிப்பிடப்படுகிற ஏரியின் பெயர் பெரிய சக்கிலிச்சி ஏரி என அழைக்கப்படுவதால் அரசனின் தாய் பெயரில் அவ்வேரி வெட்டப்பட்டிருக்க வேண்டும். அப்படியெனில் ஆறாம் நூற்றாண்டையோ, அதற்கு முந்தைய நூற்றாண்டையோ சேர்ந்த அவ்வேரியை வெட்டுவித்த அரசன் ஒரு சக்கிலியன் என்பதை நாம் அறிய முடிகிறது.

சக்கிலியன், சக்கிலிச்சி என்கிற பெயர்கள் சமகாலத்தில் வசைச் சொற்களாகப் பயன்படுத்தப்படுகின்றன. ஆனால் முற்காலங்களில் கோட்டைகள் சக்கிலி துர்கம், சக்கிலிக் கோட்டை என்று வழங்கப்பட்டிருக்கின்றன. சக்கிலியன் அணை என்று ஒன்று இருந்திருக்கிறது. இன்றும் இருக்கிறது. சக்கிலிச்சி மலை என்று ஒரு மலை இன்னமும் இருக்கிறது. சக்கிலிப்பட்டி என்ற பெயரில் பல இடங்களில் ஊர்கள் இருக்கின்றன. தர்மபுரி மாவட்டத்தில் அரூர் வட்டத்தில் சக்கிலிப்பட்டி என்ற ஊர் இருக்கிறது. அதே தர்மபுரி மாவட்டத்தில் பாப்பாரப்பட்டி அருகில் சக்கிலிநத்தம் என்ற ஊர் இருக்கிறது. மதுரையில் நாகமலை அருகில் ஒரு சக்கிலிப்பட்டி இருக்கிறது.

இழிவாகச் சொல்லப்படுகிற ஓர் இனக்குழுவின் பெயரில் எப்படி இத்தனைப் பெருமிதங்கள் இருக்கின்றன? சக்கிலிக் கோட்டை என்பதையும், பெரிய சக்கிலிச்சி ஏரி என்பதையும், சக்கிலியன் அணை என்பதையும் பெருமித உணர்வோடுதானே சூட்டியிருப்பார்கள்?

அப்படியெனில் இன்று சக்கிலியன், சக்கிலிச்சி என்கிற பெயர்களின் மீது சுமத்தப்பட்ட இழிவு என்பது அண்மைக் காலங்களில் சுமத்தப்பட்ட ஒன்றாகவே இருக்க வேண்டும்.

இதுவரைப் பார்த்த செய்திகளில் இருந்து கி.பி. ஆறாம் நூற்றாண்டிலிருந்து பதினாறாம் நூற்றாண்டு வரை சக்கிலியர்களுக்கு ஒரு பெருமிதமான வரலாறு இருக்கிறது என்பதை அறிய முடிகிறது! சக்கிலியர்கள் யார் என்ற கேள்வி மிகவும் பொருள் கூடிய ஒன்றாக மாறிவிட்டிருக்கிறது. இனிவரும் இயல்களில் அதற்கான விடையைத் தேடுவோம்.

மேலும் சில சக்கிலியர் ஆளுமைகள்

சென்ற இயலில் நாம் பார்த்த சக்கிலியர் சாதியைச் சேர்ந்த அரசர்கள், தளபதிகள் எல்லோரும் 14 முதல் 16 வரையிலான நூற்றாண்டுகளைச் சேர்ந்தவர்கள் ஆவர். மதுரை வீரன் பதினேழாம் நூற்றாண்டைச் சேர்ந்தவர். மதுரை வீரனைத் தவிரவும் பதினேழு, பதினெட்டாம் நூற்றாண்டுகளில் சக்கிலியர் சாதியைச் சேர்ந்த படைத் தளபதிகள், சிற்றரசர்கள் போன்றோர் தமிழ்நாட்டின் பல பகுதிகளில் இருந்துள்ளனர். அவர்களைக் குறித்து இக்கட்டுரையில் காண்போம்.

ஆவுடையார்புரம் பாளையம் அருந்ததியர் பாளையமே

நாம் முதலில் காணப் போவது ஆவுடையாபுரம் பாளையக்காரர் குறித்தேயாகும். ஆவுடையாபுரம் பாளையம் பிற்காலங்களில் நெற்கட்டும் செவல் என்று வழங்கப்பட்டது. ஆங்கிலேயர் ஆட்சிக் காலங்களில் பாளையங்கள் எல்லாம் ஜமீன்களாக மாற்றப்பட்டுவிட்டன. கி.பி. 1892 இல் Rev. T.B. பாண்டியன் என்னும் கிறிஸ்துவ போதகர் எழுதி வெளியிட்ட நூல் *The Slaves of the soil in southern India* என்பதாகும். அந்நூலில் அவர் குறிப்பிடும் செய்தி ஒன்று குறிப்பிடத்தகுந்தது.

> "திருநெல்வேலி மாவட்டத்திலுள்ள ஆவுடையாபுரம் ஜமீனின் தற்போதைய ஜமீன்தார் ஒருமுறை என்னிடம் (Rev. T.B. பாண்டியன்) தனது ஜமீன் ஒரு சக்கிலிய அரசரின் ஆட்சியின் கீழ் ஒரு காலத்தில் இருந்தது என என்னிடம் தெரிவித்தார்."
>
> (*The Slaves of the soil in Southern India*, பக். 3)

அதோடு, 2009 இல் அருந்ததிய இயக்கத் தலைவர்களில் ஒருவரான தோழர் திலீபன் என்பவரிடம் நெற்கட்டும் செவலைச் சேர்ந்தவரும், ஏறத்தாழ எழுபது வயதுடையவருமான தனுஷ்கோடித் தேவர் என்ற பெரியவர் நெற்கட்டும் செவலின் பாளையக்காரர்கள் ஒண்டிவீரனின் முன்னோர்கள் என்று குறிப்பிட்டிருக்கிறார்.

ஆவுடையார்புரம் பாளையம் குறித்த செய்திகளைச் சக்கிலியர்களது வீழ்ச்சியின் தொடக்கம் என்ற கட்டுரையில் காண இருப்பதால் இங்கு இந்தளவில் நிறுத்திக் கொள்வோம்.

வீரபாண்டியச் செகிலியர்

அடுத்ததாக நாம் காணப் போவது ராஜபாளையத்துக்கு அருகில் உள்ள தேவதானம் என்ற ஊரில் உள்ள பெரிய கோவிலில் உள்ள செய்தி குறித்து தனது இராசையா ஆய்வுக் களஞ்சியம் நூலில் குறிப்பிடுவதாகும்.

> "மகாமண்டபத்தின் இரண்டாவது தூணில் முன்குடுமி வைத்த அடியவரின் சிலை ஒன்று அஞ்சலித்த நிலையில் புடைப்புச் சிற்பமாக வடிக்கப்பட்டுள்ளது. எளிமையான இவ்வுருவம் காதிலும், கழுத்திலும் அக்கமாலை தரித்து, அரையில் ஆடை அணிந்து காட்சி அளிக்கிறது. இவ்வுருவம் 60 செ.மீ உயரம் உடையது. கல்வெட்டில் குறிக்கப்பட்டுள்ள வீரபாண்டியச் செகிலியர் இவராக இருத்தல் வேண்டும். கல்வெட்டின் எழுத்தமைதியும் அடியவரின் உருவ அமைதியும் கி.பி. 17 ஆம் நூற்றாண்டைச் சார்ந்தது என்பது தெரிகிறது. எனவே கி.பி 17 ஆம் நூற்றாண்டில் இம்மகாமண்டபம் வீரபாண்டியச் செகிலியரால் எடுப்பிக்கப்பட்டதாகும்."
>
> *(இராசையா ஆய்வுக் களஞ்சியம், பக். 23)*

மேலே குறிப்பிடப்படுகிற வீரபாண்டியச் செகிலியர் என்பவர் மதுரை வீரன் காலத்தைச் சேர்ந்தவராக இருக்கிறார். மதுரை வீரனும் பதினேழாம் நூற்றாண்டைச் சேர்ந்தவர்தான் என்பது இங்குக் குறிப்பிடத்தகுந்தது.

சின்னத்தம்பி

திருநெல்வேலி மாவட்டம், நாங்குநேரி தாலுகா, வேப்பிலாங் குளத்தில் பிறந்தவர் சின்னத்தம்பி. இவரது கதைப்பாடல் 1882 ஆம் ஆண்டில் எழுதப்பட்டதாகக் குறிப்பிடப்படுகிறது எனில் இவரது காலம் பதினெட்டாம் நூற்றாண்டாகவோ அல்லது முந்திய நூற்றாண்டாகவோ இருக்கக் கூடும்.

இவரது தாய் தகப்பன் பூலுடையாள், ராமப் பகடை என்பவராவர். இவர் யானையேற்றம், குதிரையேற்றம் கற்றவர். போர்க்கலையில் தேர்ச்சி பெற்றவர். பொதுமக்களுக்குத் தொல்லையளித்துக் கொண்டிருந்த கரடிகள், காட்டுப் பன்றிகளை வேட்டையாடி தொல்லை தீர்த்தவர். இவரது வீரம் பற்றிக் கேள்வியுற்ற திருக்குறுங்குடியிலிருந்து ஆட்சி செய்த மாணிக்கவாசகர் தமது அடங்காத குதிரையை அடக்கி, தனது கோட்டையின் வடக்கு வாசல் தளகர்த்தராகப் பதவியேற்கக் கேட்டுக் கொள்கிறார். அங்ஙனமே நிகழ்ந்தது. பின்னர் இவர் மாணிக்கவாசகரின் சதியால் நயவஞ்சமாக புதையலெடுப்பதற்காகப் பலியிடப்படுகிறார். இந்தச் செய்திகளை நாம் Institute of Asian Studies நிறுவனம் வெளியிட்ட The Wandering Voice என்ற நூலிலிருந்து தெரிந்து கொள்கிறோம்.

குருவிகுளம் ஒண்டிவீரன்

குருவிகுளம் ஜமீனில் காவல்பணி புரிந்தவர்களில் ஒருவர் ஒண்டிவீரன். நாயக்கர் சமூகத்தைச் சேர்ந்த எர்ரம்மாள் என்பவரும் ஒண்டிவீரனும் காதலித்துக் கொண்டிருந்தனர். இவர்களிடையே ஆன உறவை அறிந்த நாயக்கர் சமூகத்தினர், முரட்டுக்காளை ஒன்றிற்குச் சாராயம் புகட்டி, அதை ஒண்டிவீரனை அடக்கச் சொன்னார்கள். அவர்களது சூது அறியாமல் மாட்டின் அருகே போனபோது மாடு அவரைக் குத்திக் கொன்றது. அவரது பிணத்தை எரித்து சிதையில் எர்ரம்மாள் தம்மை மாய்த்துக் கொண்டார். இந்தச் செய்தியை பேராசிரியர் ஆ. சிவசுப்பிரமணியன் உழைப்பவர் ஆயுதம் 19 ஆம் இதழில் எழுதிய கட்டுரையிலிருந்து தெரிந்து கொள்கிறோம்.

இந்த ஒண்டி வீரனின் காலமென்பது 1800 ஆம் ஆண்டுக்கு பிற்பட்டக் காலமாக இருத்தல் வேண்டும். ஏனெனில் ஜமீன் முறை 1799 ஆம் ஆண்டில் தான் ஆங்கிலேயர்களால் ஏற்படுத்தப்பட்டது. ஒண்டிவீரன் ஜமீன்தாரின் கீழ் காவல் பணியில் ஈடுபட்டிருந்தவன் என்ற குறிப்பு தரப்படுவதால் இது பத்தொன்பதாம் நூற்றாண்டில் நிகழ்ந்திருக்க வேண்டும் எனலாம்.

திம்மச்சக்கிலி

கொங்கு நாட்டுச் சமுதாய ஆவணங்கள் நூலில் உள்ள தென்னிலைச் செப்பேட்டில் கீழ்க்கண்ட செய்தி காணப்படுகிறது.

> "ஜெய வருஷம் ஆனி மாதம் 27 ஆம் தேதி நஞ்சராயன் காலத்தில் தின்றான் கையில் பாப்பான் நீலான் தன்னுடைய அவசர நிமித்தியமாக வாங்கியது ஐநூறு பொன். யிந்த ஐநூறு பொன் பாப்பான் நீலான் கையில் குடுக்கிறதுக்கு சக்கிலியத் திம்மன் நம்பிக்கையில்லாத படியினாலே பில்லை வேட்டுவ சம்பந்தராயக் கவுண்டனும், பாப்பான் நீலான் இந்த கவுண்டர்களையெல்லாம் அழைச்சுவச்சிக் கொண்டு சக்கிலியத் திம்மனுக்குத் தனங்காட்டை யருதி பண்ணி வச்சி கல்வெட்டிப் போட்டுக் குடுத்ததுக்கு அங்கே சாதனம் காட்டுக்கு மேற்கு மூலையிலே துத்தாரி வடக்கு மூலையிலே புல்லைக் கல்லிலே கருவிக்கூடம் போட்டிருக்குது. தென்கிழக்கு மூலையிலே கிச்சுக் கத்தி தென்மேற்கு மூலைப்பாளியிலே கல் சாதனம் போட்டிருக்கது."

(கொங்கு நாட்டுச் சமுதாய ஆவணங்கள், பக். 139, 140)

நஞ்சராயன் காலம் என்பது 1499 முதல் 1510 வரைக்குமான காலம். இந்த இடைப்பட்ட காலத்தில் ஜெய வருஷம் வரவில்லை. கி.பி. 1534 ஆம் ஆண்டு ஜெய வருடம் ஆகும். எனில் நஞ்சராயன் காலத்தில் நடந்த செய்தியை அந்த ஆண்டு சாசனமாக வெட்டிய செய்தியைக் குறிப்பிடுகிறது எனலாம்.

அய்நூறு பொன் என்பது அக்காலங்களில் மிகப் பெரிய தொகையாகும். இவ்வளவு பெரிய தொகையைப் பார்ப்பனருக்குக்

கொடுக்க சக்கிலியத் திம்மன் என்பவர் மறுத்ததால், அதற்கு ஈடாக வயற்காட்டை எழுதிக் கொடுத்து கவுண்டர்கள் பரிந்துரை செய்து தொகையை வாங்கிக் கொடுத்த செய்தியைச் செப்பேடு குறிப்பிடுகிறது. எனில் சக்கிலியத் திம்மன் என்பவர் அக்காலத்தில் மிகப் பெரிய நிலவுடைமையாளராக இருந்திருக்க வேண்டும்.

சக்கிலிச்சி மலையும் சக்கிலியன் அணையும்

இந்நூலில் நா.வா.வின் புரட்டுகளும் சக்கிலியர் வரலாறும் கட்டுரையில் சக்கிலிச்சி மலை குறித்த செய்தியை நாம் ஏற்கனவே பார்த்தோம். *பாளையப்பட்டுகளின் வம்சாவழி* நூல் தொகுப்பில் ரெட்டியம்பாடி பாளையக்காரன் கைபீது என்ற ஆவணம் உள்ளது. அது சக்கிலிச்சிமலை என்றொரு மலையைக் குறிப்பிடுகிறது. அம்மலை பழனிக்கும், உடுமலைப்பேட்டைக்கும் இடையில் இரு ஊர்களிலிருந்தும் ஏறத்தாழ 25 கிலோ மீட்டர் தொலைவில் அமைந்துள்ளது. மலையின் ஒரு புறத்தில் குருவக்களம் என்ற சிற்றூரும் மறுபுறத்தில் ஆண்டிப்பட்டி என்ற சிற்றூரும் அமைந்துள்ளன.

சக்கிலிச்சி மலை அமைந்துள்ள பழனி வட்டாரத்திலேயே சக்கிலியன் அணையும் அமைந்துள்ளது. பழனியிலிருந்து கொடைக்கானல் போகும் வழியில் ஏறத்தாழ அய்ந்தாவது கிலோ மீட்டர் தொலைவில் வரதமாநதி அணை என்ற பெயர் பலகை காணக்கிடைக்கும். அப்பெயர் பலகைக் குறிப்பிடும் வரதமாநதி அணையின் பெயர் வருவாய்த் துறையின் பழைய ஆவணங்களில் சக்கிலியன் அணை என்றே காணப்படுகிறது. அவ்வணை மூலம் நீர் பெறும் பகுதிகளாக ஆவணம் காட்டுபவை: கிழக்கு ஆயக்குடி பகுதியில் உள்ள குமார நாயக்கர் குளம், வீரகுளம், மாப்பிள்ளை நாயக்கன் குளம், அயன் சிவகிரி பட்டி தட்டாங்குளம், தேவநாயக்கன்குளம் முதலியவை ஆகும்.

சக்கிலிச்சி மலை சக்கிலியன் அணை ஆகியவற்றுக்கு இடையே முப்பது கிலோ மீட்டர் தொலைவு இருக்கலாம். இப்பகுதி ஒரு குறிப்பிட்ட காலப்பகுதியில் சக்கிலியரால் ஆளப்பட்ட பகுதியாக இருந்திருக்க வேண்டும். அதன் அடிப்படையிலேயே இப்பெயர்கள் வழங்குகின்றன என்பதை நாம் உறுதியாகச் சொல்ல முடியும்.

சக்கிலி ஏரி

ராஜண்ணன் என்பவர் எழுதிய சேலம் சைக்ளோபீடியா என்ற நூலில் 40 ஆவது பக்கத்தில் கீழ்க்கண்ட செய்திகள் அடங்கியுள்ளன.

> **சக்கிலி ஏரி, சேலம் நகரம்:**
>
> 165 ஏக்கர் பரப்பளவு கொண்ட மிகப் பெரிய பாசனத்திற்கான நீர்த்தேக்கம் இதுவாகும். தோல் பணியாளர்களான சக்கிலியர்கள் வசிக்கும் பகுதியை ஒட்டி, இவ்வேரியின் பாசனக் கால்வாயின் நீர் கொண்டு போகும் பகுதி இருப்பதால் சக்கிலி ஏரி என்று அழைக்கப்படுகிறது. இது வட்ட வடிவத்தில் அமைக்கப்பட்டதை முன்னிட்டு இந்த ஏரி சர்க்கிள் ஏரி Circle Yeri என்றும் அழைக்கப்பட்டது. சக்கிலி ஏரி (1860 களில் இவ்வாறுதான் அது அழைக்கப்பட்டது) அதன் கரையோரம் அமைந்த ஊர்ப் பகுதி பெரிய ஏரி (Big Tank) ஆகியவை பிஷர், போக்ஸ் குடும்பத்தாருடையதாய் (Fisher and Foulkes families) இருந்த சேலம் ஜமீன்தாரிப் பகுதிக்குள் அடங்கியவையாய் இருந்தன.
>
> (Salem Cyclopedia, பக். 40, Rajannan, 1992)

நூல் தொகுப்பாளரின் கருத்துகள் நகைத்துக் கடக்க வேண்டியவை. சக்கிலியர் பகுதிக்கு அருகில் இருந்ததால் சக்கிலி ஏரி, வட்ட வடிவில் இருந்ததால் சர்க்கிள் ஏரி (வட்ட ஏரி கூட இல்லை சர்க்கிள் ஏரி) நன்கு கதை விடுகிறார். நமக்கு இங்கு முக்கியமான செய்தி என்னவெனில் இன்று சுருங்கி, இல்லாமல் ஆகிவிட்ட ஏரி 1860 ஆம் ஆண்டிலேயே சக்கிலி ஏரி என்று அழைக்கப்பட்டிருக்கிறது. சகாதேவபுரம் விரிவாக்கம் உடையப்ப செட்டியார் காலனி, ராஜாராம் நகர் ஆகியவை அவ்வேரியை நிரவி உருவாக்கப்பட்டுள்ளன. ஏரியின் கரையிலேயே முனியப்பன் கோவில் அமைந்திருந்தது.

1992 ஆம் ஆண்டில் சர்க்கிள் ஏரி என்று கதை கட்டுபவர்களின் மூதாதையர்களிடம் சக்கிலி ஏரியின் வரலாற்றைப் பறி கொடுத்து விட்டோம். அதுதான் மிக முக்கியமானது.

⊙

மதுரை வீரனும் மாதாரிகளும்

அருந்ததியர் வரலாற்றில் மதுரை வீரனின் வரலாறு மிக முக்கியமானப் பங்கை வகிக்கக் கூடியதாகும். தமிழக வரலாற்றிலேயே மதுரை வீரனின் பங்கு மிக முக்கியமானதாக இருந்த போதிலும், வெகு மக்கள் தங்கள் நினைவுகளில் மதுரை வீரனுக்கு ஒரு முக்கிய இடம் கொடுத்திருக்கிறார்களே ஒழிய தமிழகத்தில் அறியப்பட்ட வரலாற்று ஆய்வாளர்கள் மதுரை வீரனைப் புறக்கணிப்பதே தமது அறிவுக்கு அளிக்கும் கவுரவம் என்று கருதி வந்திருக்கிறார்கள். அதிலும் குறிப்பிட்டுச் சொல்வதென்றால் நா.வா. என்கிற இடதுசாரி அறிஞர் மதுரை வீரன் கற்பனைப் பாத்திரம் என்றே அடித்து விட்டிருக்கிறார். இந்நிலையில் மதுரை வீரன் குறித்து, மதுரை வீரன் கதைப்பாடல்கள் அளிக்கும் செய்திகளை வைத்துக் கொண்டு அவரது வரலாற்றை ஆராய்வது என்பது அவசியமான ஒன்றாகிறது.

மதுரை வீரன் அம்மானை, வீரையன் அம்மானை, மதுரை வீரன் கதை ஆகிய மூன்று கதைப்பாடல்கள் மதுரை வீரன் குறித்து வந்திருக்கும் நாட்டார் கதைப்பாடல்களாகும். இது தவிர மதுரை வீரன் என்ற பெயரில் இரு திரைப்படங்கள் முறையே 1939 மற்றும் 1956 ஆகிய ஆண்டுகளில் வந்திருக்கின்றன. இவற்றை மய்யப்படுத்தி நாம் மதுரை வீரன் வரலாற்றை அலசலாம்.

மதுரை வீரன் வரலாற்றை முன்வைத்து பேராசிரியர் அருணன், மாற்கு, எழில். இளங்கோவன் போன்றோர் கட்டுரைகள் எழுதியுள்ளனர். அவர்கள் தங்கள் ஆய்வில் மதுரை வீரன் சின்னான் - செல்லி என்கிற அருந்ததியத் தம்பதிகளின் வளர்ப்பு மகன் அல்லன் என்று கதைப்பாடல்களில் காணப்படும் செய்தி குறித்து விரிவாகவும், விளக்கமாகவும் ஆய்வு செய்துள்ளதால் அதைத் தவிர்த்து விடுகிறேன்.

பேராசிரியர் நா.வா. குறிப்பிடுகின்ற மதுரை வீரன் கதை வரலாற்றுப் பின்னணியில் எழுந்த கற்பனையாகும் என்கிற கருத்தை முதலில் எடுத்து அணுகலாம். நா.வா.வின் மேற்கூறிய கருத்துக்கு பேராசிரியர் அருணன் தனது கொலைக்களங்களின் வாக்குமூலம் நூலில் எடுத்து வைக்கும் வாதமே உரிய பதிலாகிறது.

> "இவன் மெய்யாலுமே வாழ்ந்தவனே என்பதற்கு மதுரை வீரன் அம்மானையில் அகச் சான்று உள்ளது. இதிலே பொம்மண நாயக்கர் வருகிறார். திருச்சியில் இருந்த விஜயரங்க நாயக்கர் வருகிறார். ஆக ஒரு விஷயம் பட்டப்பகல் வெளிச்சமென தெட்டத் தெளிவாகிறது.
>
> கதை நடக்கும் காலம் மதுரை நாயக்கர் காலம். இதிலே மன்னர் திருமலையின் காலம் கி.பி. 1623 தொடங்கி 1659 வரையிலானது."

(கொலைக்களங்களின் வாக்குமூலம், பக். 89)

மதுரை வீரன் கதை கற்பனையல்ல உண்மையில் நடந்ததே என்பதை மதுரை வீரனின் பெயரை வைத்தே சொல்லிவிடலாம். மதுரை வீரனின் பெயர் முத்து வீரப்பன் என்பதாகக் கதைப்பாடல்கள் பல இடங்களில் அறியத் தருகின்றன. "வீரப்பன் என்று சொல்லி விதமாகப் பேருமிட்டு" என்கிறது மதுரை வீரன் அம்மானை. ஆனிமுத்து வீரையன் என்றே கதைப்பாடல் முழுவதும் குறிப்பிடப்படுகிறது. மதுரை வீரன் கதை நூலில் ஏறத்தாழ 15 முறை.

மன்னராட்சிக் காலங்களில் மன்னரிடம் அமைச்சராய், சேனாதிபதியாய் இருந்தவர்கள் மன்னனின் பெயரைத் தாங்கி இருப்பார்கள். உத்தமச் சோழ பிரம்மாதிராஜன் என்பவன் உத்தமச் சோழனின் அமைச்சர். ராஜராஜ பிரம்மராயர் என்பது முதலாம் ராஜராஜனின் அமைச்சர். குலோத்துங்கச் சோழ பிரம்ம மகாராஜன் என்பவன் குலோத்துங்கச் சோழனின் அமைச்சர். ராஜாதி ராஜ இளங்கோவேள், ராஜாதிராஜ பல்லவரையன், ராஜாதிராஜ நீலகங்கரையன் என்போர் முதலாம் ராஜாதிராஜனின் சேனாதிபதிகள். ஆக மன்னனின் பெயரை அமைச்சர்கள், சேனாதிபதிகள் தாங்கியிருத்தல் என்பது அக்கால வழக்கம்.

அதே அடிப்படையில்தான் மதுரை வீரனின் பெயராக வழங்கப்படுகிற முத்து வீரப்பன் என்பது, திருமலை நாயக்கரின் மகனான இரண்டாம் முத்து வீரப்பரின் பெயரோடு ஒத்துப் போகிறது. இரண்டாம் முத்து வீரப்பர் 1659 ஆம் ஆண்டின் பிப்ரவரி மாதம் 17 அன்று முடி சூடி அதே ஆண்டில் ஜூன் மாதம் வரை அரசாண்டார். முதலாம் முத்து வீரப்பர் என்பவர் திருமலை நாயக்கரின் அண்ணன். அவர் கி.பி. 1609 முதல் கி.பி. 1623 வரை ஆண்டவர். அவரது பெயரையே தனது மகனுக்குத் திருமலை நாயக்கர் சூட்டினார்.

திருமலை நாயக்கர் தனது தலைநகரைத் திருச்சியிலிருந்து மதுரைக்கு மாற்றியமைத்து, தனது தளபதிகளுள் ஒருவரான விஜயரங்க சொக்கலிங்கத்தை ஆளுநராக நியமித்தது கி.பி. 1634 ஆம் ஆண்டாகும். அப்போது திருமலை நாயக்கருக்கு வயது ஏறத்தாழ ஐம்பது. இதையொட்டிய காலத்தில்தான் மதுரை வீரன் பொம்மியைச் சிறையெடுத்த நிகழ்வு நடக்கிறது. அப்படியெனில் மதுரை வீரன் திருமலை நாயக்கரின் மகனான முத்து வீரப்பனின் வயதை ஒட்டியவன். அதன் அடிப்படையில் சேனாதிபதியாக மதுரை வீரன் முத்து வீரப்பனின் பெயரைத் தாங்கினான் என்பது உறுதியாகிறது.

இதை நிறுவும் விதமாக கி.பி. 1640 ஆம் ஆண்டிற்கும் கி.பி. 1659 ஆம் ஆண்டிற்கும் இடைப்பட்ட காலத்தில் மதுரையில் பணியாற்றிய சேசுசபை பாதிரியார் பால்தாசார் டி கோஸ்டா (Balthazar De Costes) என்பவரது கடித ஆவணங்களில் இது குறித்த செய்திகள் இருப்பதாக த. கருப்பையா என்பவர் எழுதிய மதுரை வீரன் வழிபாட்டு மரபும் வழக்காறுகளும் என்ற நூலில் பதிவு செய்திருக்கிறார். எனவே வரலாற்றுச் சான்றும் உறுதிப்படுத்துவதால் மதுரை வீரன் கற்பனைப் பாத்திரம் என நா.வா. குறிப்பிடுவது உண்மையல்ல என்று தீர்மானமாகக் கூறலாம்.

கதைப்பாடல்கள் மூன்றுமே மதுரை வீரன் தோற்றம் குறித்து காசி ராஜனின் மகன் என்ற புனைவினை உருவாக்கியதை இக்கதைப்பாடல்கள் குறித்து ஆய்வு செய்த பலரும் விமர்சித்திருக்கின்றனர். வீரையன் அம்மானை அந்தக் காசி மன்னனின் பெயர் நாராயணன் என்கிறது. அரசியின் பெயர்

அங்கயற்கண்ணி என்கிறது. மதுரை வீரன் அம்மானை அரசனின் பெயர் துளசி மகாராஜன் என்கிறது. அரசி பெயர் தரவில்லை. மதுரை வீரன் கதை, அரசனின் பெயர் துளசி மகாராஜன் என்கிறது. அரசியின் பெயர் கற்பூர வல்லி எனக் கூறுகிறது. ஒவ்வொரு கதைப்பாடலும் ஆளுக்கொரு பெயர் சொல்வதில் இருந்து கதைப்பாடல் ஆசிரியர்களின் குட்டு வெளிப்பட்டு விடுகிறது. மதுரை வீரன் காசிராஜன் மகன் அல்லன். மாதியச் சின்னானின் மகன் என்பதை மூன்று கதைப்பாடல்களுமே மாதியச் சின்னான் என்கிற பெயரைத் தெளிவாகக் குறிப்பிடுவதிலிருந்து அறியலாம்.

கதைப்பாடல்கள் ஏன் இவ்வாறு ஒன்றுக்கொன்று முரணான பெயர்களைச் சொல்கின்றன? பேராசிரியர் அருணன் சொல்வது மாதிரிதான்.

"மதுரை வீரன் சக்கிலியர் வீட்டுப் பிள்ளையல்ல. ஷத்திரியர் வீட்டுப் பிள்ளை ராஜகுமாரன் எனச் சொல்வதே இதன் நோக்கம். மகா வீரனாகவும், மதுரைக் கள்ளர்களை அடக்கிய தீரனாகவும், உயர்குலப் பெண்டிரும் கண்டு மோகித்த பேரழகனாகவும் இருந்தவனைப் பஞ்சமன் எனச் சொல்ல மனம் வரவில்லை. பிற்காலப் பண்டிதர்களுக்கு, ராஜா வீட்டுப் பிள்ளை என கதைகட்டி விட்டார்கள்."

(கொலைக்களங்களின் வாக்குமூலம், பக். 93)

மூன்று கதைப்பாடல்களும் மதுரை வீரனின் தகப்பனின் (வளர்ப்பு?) பெயர் மாதியச் சின்னான் என்று குறிப்பிட்டுள்ளன அல்லவா? அவனது தாயின் பெயரை என்னவாகக் குறிப்பிட்டுள்ளன? மைவிழியாள், சக்கிலிச்சி, கொம்பனையாள், பைங்கிளியாள், தோகை மயிலாள், ஏந்திழையாள், தாயார், மாதா, பேதை என இவைதான் மதுரை வீரனின் தாயைக் குறிக்கும் சொற்களாக வீரையன் அம்மானையில் குறிப்பிடப்படும் சுட்டுகளாகும். பெயர் ஓரிடத்திலும் குறிப்பிடப் படவில்லை. மதுரை வீரன் அம்மானையிலும் சக்கிலிச்சி, பைங்கிளியாள், கோதை மயிலாள், பைங்கிளி, காரிழையாள் என்று போகிறதே தவிர அதிலும் எங்கும் பெயர் தரப்படவில்லை. மதுரை வீரன் கதையிலும் அதே கதைதான். சக்கிலிச்சி, மங்கை நல்லாள், காரிகை, கோலமயில் அணையாள், பொற்செல்வி, கொம்பனையாள்,

நல்லாள், மங்கையாள் என்று சொல்லப்படுகிறதே தவிர அவரது பெயர் எங்கும் குறிப்பிடப்படவில்லை.

ஏன் கதைப்பாடல்களின் ஆசிரியர் எல்லோரும் சொல்லி வைத்த மாதிரி மதுரை வீரனின் மாதியத் தாயின் பெயரைக் கூற மாட்டேன் என்கிறார்கள்? ஆனால் மதுரை வீரன் திரைப்படத்தில் அத்தாயின் பெயர் செல்லி என்று காட்சிப்படுத்தியிருந்தார்களே! அது எப்படி? இதுபோன்ற கேள்விகள் நமக்கு எழலாம். இரண்டாவது கேள்வியைப் பொருத்தவரை 1956 ஆம் ஆண்டு வெளி வந்த மதுரை வீரன் படத்திற்கு ஆதாரமாய் விளங்கியது 1939 ஆம் ஆண்டு வெளி வந்த டி.பி. ராஜலட்சுமி, வி.ஏ. செல்லப்பா நடிப்பில் வெளி வந்த மதுரை வீரன் படமே!

1939 ஆம் ஆண்டு ஸ்ரீராஜம் டாக்கீஸ் & ராஜு பிலிம்ஸ் தயாரிப்பில் வெளி வந்த அத்திரைப்படம் இன்னும் சுவையான சில செய்திகளைத் தருகிறது. கதைப்பாடல்கள் சின்னானையும், செல்லியையும் வளர்ப்புப் பெற்றோராக்கி விட்டு, காசி மன்னர் - ராணி ஆகியோரை உண்மையான பெற்றோர் எனக் கதை கட்டுகின்றன. இப்படம் இன்னொரு செய்தியைச் சொல்கிறது. சின்னானும் செல்லியும் முற்பிறப்பில் சவுராஷ்ட்ர தேசத்து அரசனும், ராணியும் ஆவர். அவர்களின் பெயர்கள் நிகிலன், திலகவதி என்பவையாகும். திலகவதி கேட்டதற்காக மஹரிஷி ஒருவர் வளர்ப்பது என்பது தெரியாமல் மானை அம்பெய்து நிகிலன் கொன்று விடுகிறார். கோபமுற்ற மகரிஷி அவர்களை நீசர்களாகப் பிறக்கச் சாபமிட்டு விடுவதால் அவர்கள் மாதியச் சின்னான், செல்லி என்ற பெயருடன் சேரியில் தோன்றுகிறார்கள். அதுபோலவே, காசி ராஜனின் மகனைப் பூதம் தூக்கிக் கொண்டு வந்து காட்டில் போட்டு விடுகிறது. அங்கிருந்து செல்லியும், சின்னானும் குழந்தையை எடுத்துக் கொண்டு வந்து வளர்ப்பதாகக் கதை பண்ணியிருக்கிறார்கள். இயக்கம் பி.வி. ராவ் என்பவர் உதவி இயக்கம். எஸ். நாராயணசாமி என்பவர். கதைப்பாடல்கள் எதிலும் இல்லாத ஒரு கதை இது.

மதுரை வீரன் கதை கதைப் பாடலைத் தொகுத்தளித்த டாக்டர் சு. சண்முகசுந்தரம் சாகித்ய அகாடமிக்காக அண்மையில் தொகுத்து வெளியிட்ட நான்கு கதைப்பாடல்கள் நூலில் ஒரு செய்தியை முன் வைக்கிறார். திருநெல்வேலி மயிலேறிப் புலவர் கொடுத்த கைப்பிரதியில் இந்த சவுராஷ்ட்ர தேசத்து அரசன்,

அரசி ஆகியோரே அடுத்த பிறப்பில் சின்னானாகவும், அவரது மனைவியாகவும் பிறக்கின்றனர் என்ற செய்திதான் அது.

கதைப்பாடல்கள் சின்னானும், செல்லியும் மதுரை வீரனின் வளர்ப்புப் பெற்றோரே தவிர உண்மையான பெற்றோர் அல்ல என்று சொல்வதன் மூலம் மதுரை வீரன் மீது தீண்டாமையைச் சுமத்துகின்றன என்றால் மயிலேறு பெருமாள் அளித்த பிரதி வளர்ப்புப் பெற்றோராய் இருந்தவருக்கும் முற்பிறப்பு கற்பித்து அதில் ஏற்பட்ட சாபம் காரணமாகவே அவர்கள் சக்கிலியராகப் பிறந்தார்கள் என்கிறது.

ஆக, மதுரை வீரனைப் பெற்றவர்கள் அரச பரம்பரையினர். வளர்த்தவர்கள் சக்கிலியராயினும் அவர்கள் சாபத்தால் சக்கிலியரானவர்கள். முற்பிறவியில் அவர்களும் சவுராஷ்ட்ர தேசத்து அரசனும், அரசியும் ஆவர் என பிறப்புக்குத் தீட்டுக் கழித்துள்ளனர் கதைப்பாடல் ஆசிரியர்கள்.

அப்படியெனில் கதைப்பாடல்கள் ஏன் மதுரை வீரனின் தாய் பெயரைத் தெரிவிக்க மறுக்கின்றன என்ற கேள்விக்கு பதிலளிக்கப்படாமல் இருக்கிறது. அந்தக் கேள்விக்கான விடையை வேறு சில செய்திகளை அலசுவதன் ஊடாக நாம் கண்டடையலாம்.

மதுரை வீரன் வரலாற்றில், பூப்படைந்த பொம்மிக்குக் காவலிருக்க மதுரை வீரன் போவதென்பதுதான் ஒரு திருப்பு முனையாக அமைகிறது. கதைப்பாடல்கள் உடல்நலம் பாதித்த தந்தைக்குப் பதிலாக மதுரை வீரன் காவலிருக்கப் போனான் என்று கூறுகின்றன. இந்த இடத்தில் மதுரை வீரனின் தந்தை மாதியச் சின்னான் ஏன் காவலிருக்கப் போனார் என்கிற கேள்வி மிக முக்கியமானது.

பூப்படைந்த பெண் தீட்டுக்குரியவளாகக் கருதப்படுவதால் வீட்டுக்கு வெளியே குச்சி கட்டி தனித்திருக்க வைக்கப்படுவதும், பின்னர் நாற்பது நாட்கள் கழித்து தீட்டைக் கழிப்பதற்குரிய சடங்குகள் நடத்தி முடித்த பின் வீட்டுக்குள் அழைத்துக் கொள்ளப்படுவதும் வழக்கம்தான். பூப்படைந்த பெண் எந்தளவுக்கு தீட்டுக்குரியவளோ, அதே அளவுக்குக் காவலுக்குரியவள் என்பதும் உண்மைதானே! ஆனால், அவள்

யாரிடமிருந்து காக்கப்பட வேண்டியவள்? மதுரை வீரனின் காலம் 1634 ஆம் ஆண்டுக்கு முன்னும் பின்னுமான காலம். கி.பி. பதினோராம் நூற்றாண்டுகளில் இருந்து தமது வீட்டுப் பெண்கள் இன்று பட்டியலினம் என்று வரையறுக்கப்பட்டுள்ள சாதிகளைச் சேர்ந்த யாருடனாவது மண உறவு கொள்வதென்பதை மிகப் பெரிய இழிவானச் செயலாகக் கருதப்படுகிறது. "மனாட்டியைப் பறையனுக்குக் குடுப்பானாகவும், மனாட்டியைச் சக்கிலியருக்குக் குடுப்போமாகவும்" என்பது போல் முடியும் ஓம்படை கிளவிகள் உள்ள கல்வெட்டுகளை நாம் அறிவோம்.

அப்படியெனில் யாரிடமிருந்து தங்கள் பெண்களைப் பத்திரமாகப் பாதுகாக்கப்பட வேண்டுமோ, அந்தப் பட்டியல் சாதிக்காரரையே தனியாய் இருக்கும் பருவம் அடைந்த சின்னப் பெண்ணிற்கு காவலாக தனியே இருக்க விட்டிருப்பார்களா என்பது ஆராயப்பட வேண்டியச் செய்தி. மாதியச் சின்னான் நடுத்தர வயதைக் கடந்த ஒருவராக இருக்கலாம். ஆனால் ஆண். அதுவும் தங்களை விடக் கீழானது என்று கருதப்படுகிற சாதிகளில் ஒன்றைச் சேர்ந்த ஆண். தங்கள் வீட்டுப் பெண்களை யாரிடமிருந்து பாதுகாப்பது தங்கள் கடமையாக இருக்கிறதோ அவர்களையே காவலுக்கு வைத்தார்கள் என்பது அய்யத்திற்குரிய செய்தி.

பின்னர் மதுரை வீரன் பொம்மி சந்திப்பும், அதைத் தொடர்ந்த காதலும் திருமணமும் எங்ஙனம் நடந்தேறியிருக்கும்? இதைச் சில உண்மைகளை கருத்தில் கொண்டு ஆராயலாம்.

கதைப்பாடல்கள் பொம்மணன் ஆண்டு கொண்டிருந்த பகுதி இதுதான் எனத் தெளிவாகக் குறிப்பிடவில்லை. "பட்டணத்தை ஆளும் பரிவான தொட்டியன்" என்கிறது. மதுரை வீரன் அம்மானையும், வீரையன் அம்மானையும் அதே வரிகளைக் கொண்டுதான் குறிப்பிடுகிறது. மதுரை வீரன் கதை அதே வரிகளைக் குறிப்பிடுவதோடு, பிறிதொரு இடத்தில், "பொம்மணன் சீமை" என்கிறது.

> *"காடுமலை தாண்டி*
> *கருகி நடக்கல் உற்றார்*

பொம்மணன் சீமைக்கும்
பொட்டெனவே வந்தார்கள்"

(மதுரை வீரன் கதை, பக். 63)

இந்தப் பொம்மணன் சீமை எங்கிருக்கிறது? அதே கதைப்பாடல் மதுரை வீரன் பொம்மியைச் சிறையெடுத்துப் போன வழியைப் பின்வருமாறு குறிப்பிடுகிறது.

"கோட்டை கடந்து
கோனேரி ஆறு விட்டு
ஆமூர் வழியாக
ஆற்றில் வந்துதான் இறங்கி
நாட்டினார் கூடாரம்"

பொம்மணனின் கோட்டையைக் கடந்து வரும்போது கோனேரி ஆறு வருகிறது. இந்தக் கோனேரி ஆறு எங்கிருக்கிறது? பெரம்பலூரில் இருந்து அரியலூர் செல்லும் சாலையில் இரண்டு கிலோ மீட்டர் தூரத்தில் கோனேரி ஆறு இருக்கிறது. அதையும் கடந்து ஆமூர் வழியாக காவேரி ஆற்றங்கரையில் கூடாரம் இட்டார்கள் என்று கதைப்பாடல் சொல்கிறது.

வீரையன் அம்மானையில் சிறையெடுக்கும் முன் பொம்மியிடம் வீரன் "தெற்கே ஒரு தேசம் திருச்சினாப்பள்ளியென்று இருக்குதடி பெண்ணணங்கே இரு பேரும் போவோமடி" என்கிறான். அதோடு "பொம்மியரை முன்னே வைத்துப் போட்டான். குதிரைதனை தெற்கு முகம் புரவியைத்தான் திருப்பினான் காண்" என்று சிறையெடுத்துக் கிளம்புவதை வீரையன் அம்மானை வர்ணிக்கிறது. வீரையன் அம்மானையில் தெற்கு நோக்கி வரும்போது செஞ்சிப் பட்டணத்தைக் கடந்து வந்ததாகக் குறிப்பிடுகிறது.

மதுரை வீரன் அம்மானைச் சிறையெடுத்து வரும் வழிகுறித்து கீழ்க்கண்டவாறு குறிப்பிடுகிறது.

"ஆரணியந் தான் கடந்து அசையா நகரி விட்டுக்
கோதாவரி கடந்து கோனேரி தான் கடந்து கொல்லிமலை விட்டுகுமரி மலைதான் கடந்து
கருங்கல் வழியாக காளை முத்து வீரையனும்

தொட்டிய முசிறி விட்டு துள்ளுகுட்டி தான் நடந்தான்
மதுரை முகாமுனியும் வல்லாளன் தென்மதுரை
வல்லமையாக வாரானே தென்மதுரை
ஆமுர் வழியாக ஆற்றிலே வந்திறங்கி
நாட்டினார் கூடாரம்"

இரு கதைப்பாடல்களும் கோனேரி ஆற்றைக் குறிப்பிடுகின்றன. அப்படியெனில் குழந்தை ராயப்பன் குறிப்பிடுவதுபோல் பெரம்பலூர் மாவட்டத்தில் உள்ள கண்ணப்பாடி மதுரை வீரன் பிறந்த ஊர். இதன் அருகிலுள்ள பொம்மணப்பாடி பொம்மியின் ஊர் என்று எடுத்துக் கொள்ளலாமா? அப்படிச் சொல்லிவிட முடியும் எனத் தோன்றவில்லை. ஏனெனில் மதுரை வீரனின் காலம் ஏற்கெனவே குறிப்பிட்டபடி 1634 ஆம் ஆண்டை ஒட்டிய பகுதி. பல காலம் கழித்து 1816 ஆம் ஆண்டு பாளையக்காரர்களின் வம்சாவழியை கர்னல் மெக்கன்சி திரட்டி ஆவணப்படுத்தியுள்ளார். அதில் பொம்மணன் பற்றியோ பொம்மணப்பாடி பற்றியோ செய்தி எதுவுமில்லை. அங்கு கோட்டை முதலிய வேறு செய்திகளோ அது தொடர்பான ஆவணங்களோ ஏதும் கிடைக்கவில்லை. பொம்மணப்பாடி என்ற பெயரை மட்டும் வைத்துக் கொண்டு அப்பகுதியே பொம்மணனின் கோட்டை இருந்த பகுதி என்று எடுத்துக் கொள்ள முடியாது. பாடி என்றால் படைகள் நிலை கொண்டுள்ள பகுதி என்றே பொருள் கொள்ளப்படும். ஆகவே அஃது பொம்மணனின் தலைநகரம் என்றுச் சொல்ல முடியாது. கூடுதலாகச் சொல்வதென்றால் நாமக்கல் அருகில் கூட பொம்மன்பட்டி என்ற ஊர் இருக்கிறது. அவ்வூரில் நாயக்கர்களும் அருந்ததியர்களும் மட்டுமே இருக்கின்றனர். இப்போதைக்கு பொம்மணன் ஆண்ட பகுதி எது என எதையும் உறுதியாகச் சுட்ட முடியாது. அதுபோல் மதுரை வீரனின் ஊர் இதுதான் என எதையும் சொல்ல முடியாது.

மதுரை வீரன் பூப்படைந்த பொம்மிக்குக் காவலாய்ப் போனான் என்ற செய்திக்குத் திரும்புவோம். பூப்படைந்த பெண்ணுக்குக் காவலாய் பிற சாதி ஆண்களை நியமிப்பதில்லை என்று பார்த்தோம். அப்படியெனில் கதைப்பாடல்கள் எல்லாமும் மதுரை வீரன் தன் தகப்பனுக்குப் பதிலாகக் காவலுக்குப் போனான் என ஏன் குறிப்பிடுகின்றன.

இக்கேள்விக்கு விடையளிப்பதற்கு முன்னால், மதுரை வீரன் வாழ்ந்த பதினேழாம் நூற்றாண்டின் முதற்பகுதி எப்படி இருந்தது என்பதைக் காண்பது அவசியம். பதினேழாம் நூற்றாண்டில் திருச்சி மற்றும் அதைச் சுற்றியுள்ள பகுதிகள் அனைத்தும் மதுரையில் திருமலை நாயக்க மன்னனின் ஆட்சிக்குட்பட்டிருந்தன. விஜயநகர அரசு ஏற்பட்டதும் தமிழ்நாட்டின் அதுவரை இருந்த ஊர் காவல் அமைப்பு முறையில் ஒரு பெரிய மாற்றம் ஏற்பட்டது.

தமிழ்நாட்டில் கிராமக் காவல் புரியும் காவற்படையைச் சேர்ந்தவர்கள் அகம்படியர் என அழைக்கப்பட்டனர். தொண்டை மண்டலத்தில் 1351 இல் ஆண்டு கொண்டிருந்த வீரநாராயணன் சம்புவராயன் மீது விஜயநகர அரசின் படையெடுப்பு நிகழ்ந்தது. வெற்றியைத் தொடர்ந்து தமது ஆதிக்கத்தின் கீழ் வீரசவண்ண உடையார் என்பவரின் மேலாண்மையின் கீழ் சம்புவராயர்களைக் கொண்டு வந்தனர். இந்த விஜயநகர அரசர்களை அகம்படியர்கள் ஏற்றுக் கொள்ளவில்லை. இவர்களது ஒத்துழைப்பு இல்லாமையால் கிராமங்களில் வழிப்பறிகளும், கொள்ளைகளும், கலவரங்களும் ஏற்பட்டன.

திருவெற்றியூர் ஆதிபுரீஸ்வரர் கோவிலில் உள்ள சவண்ண உடையாரின் ஒன்பதாம் ஆட்சியாண்டு கல்வெட்டு ஊரில் குடியிருந்து காவல் காத்திருக்கும்போது பல அடுக்கழிவுகள் பண்ணி, பல கேடுகள் விளைந்ததால் காளிங்கராயன், சேதிராயன், ஆதித்தன், காயவடுகன் உள்ளிட்ட நாற்பத்தெட்டு அகம்படியருக்கு தண்டனை அளித்ததைக் குறிப்பிடுகிறது. *(A.R., No. 240 of 1912)*

அதுபோலவே தொண்டை மண்டலத்தில் திருக்காரீஸ்வரர் கோயிலில் உள்ள நாயன்மார் சிலைகளின் புனிதத் தன்மைக்குச் சிலர் தீங்கு விளைவித்ததையும் 1367 ஆம் ஆண்டில் கம்பண்ண உடையார் அவற்றைப் புனர்நிர்மானம் செய்ததையும் அக்கோவில் கல்வெட்டொன்று தெரிவிக்கிறது. *(A.R.E. 110 of 1921)*.

கங்கா தேவியின் மதுரா விஜயம் நூலின் தொகுப்பாசிரியர் அ. கிருஷ்ணமாச்சாரியார் பின்வருமாறு கூறுகிறார்.

> "இந்த நிகழ்ச்சிகளின் மூலம் தொண்டை மண்டலத்தின் ஆட்சி பீடத்தில் ராஜநாராயணன் சம்புவராயன் இருந்த

போதிலும் அவனுடைய குடிமக்கள் விஜயநகர மன்னனுடைய மேலாண்மையை விருப்பத்துடன் ஏற்றுக் கொள்ளவில்லை என்பது தெளிவாகிறது."

(கங்கா தேவியின் மதுரா விஜயம், பக். 41)

இந்தப் பின்புலத்தில் அதைத் தொடர்ந்த கொஞ்ச ஆண்டுகளுக்குள் ஊர்க்காவல் அமைப்பு முறை விஜயநகர ஆட்சிக் காலத்தில் மாற்றி அமைக்கப்படுகிறது. தலையாரி, மாதாரி ஆகியோர் ஊர்க்காவல் பணிக்குப் பொறுப்பாளர்களாக ஆக்கப்படுகின்றனர். தலையாரி முறை தமிழகம் முழுவதிற்கும் ஏற்படுத்தப்பட்டது. மாதாரி முறை திருச்சிக்குத் தெற்கே இல்லை. மா என்ற சொல் குதிரை எனப் பொருள் தரும் என்கிறது சாந்தி சாதனா வெளியிட்ட கல்வெட்டுச் சொல்லகராதி. "தெடுனடை மா கவிறொடு தன் அருள் பாடுதற்கு நன்அருளியும் (புறம் 632)" இச்செய்யுளில் மா என்பது குதிரையைக் குறிக்கிறது. சக்கரதாரி, வேஷதாரி, மகுடதாரி என்ற வார்த்தைப் பிரயோகங்களில் சக்கரத்தை ஆயுதமாய் ஏந்தியவன். வேஷமேற்றவன் மகுடமேற்றவன் என்று பொருள்படுவது கண்கூடு. பட்டதாரி என்பது பட்டம் பெற்றவன் என்ற பொருளைத் தருவது. அந்த வகையில் மாதாரி என்ற சொல்லுக்குக் குதிரை வீரன் என்ற பொருள் வருகிறது. தமிழகத்தின் தென் மாவட்டங்களில் கிராமக் காவலில் இம்முறை ஏற்படுத்தப்படவில்லை. தமிழகத்தின் வடமாவட்டங்களிலும் மத்திய மாவட்டங்களிலும் இருந்ததை நாம் காண்கிறோம்.

மதுரை நாயக்கர் வரலாறு நூலில் நாயக்கர் காலத்தில் வசூலிக்கப்பட்ட வரிகளில் ஒன்றாக தலையாரிக்கம் என்ற வரியும் இருந்தது என்பதை அ.கி. பரந்தாமனார் குறிப்பிடுகிறார். தலையாரிக்கம் என்ற வரி கல்வெட்டுகளில் காணப்படுகிறது. தலையாரி என்கிற கிராமக் காவலர்களை நாமும் கேள்விப்பட்டிருக்கிறோம்.

மாதாரிக்கம் என்ற வரியும் கல்வெட்டுகளில் காணக் கிடைக்கிறது. எனக்குத் தெரிய ஸ்ரீரங்கம் செப்பேடுகளில் முதன்முதலில் மாதாரிக்கை என்ற வரி காணக்கிடக்கிறது.

1. **இடம்:** ஸ்ரீரங்கம் செப்பேடு

"நஞ்சை, புஞ்சை, கமுகு, கர்ணா, வைப்பு, தென்னை மரம், கொளுந்து, வாழை, கரும்பு, மஞ்சள், இஞ்சி, செங்கழுநீர் மற்றும் பிற வான் பயிர், வாசல்வரி, பேர்க்கடமை, தறிக்கடமை, மரக்கடமை, செக்குக் கடமை, மாவடை, மரவடை, குளவடை, இடைத்துறை, புல்வரி, மண்டை - கண்டேற்றம் ஒழுகு நீர் பள்ளம், உள்ளாயம், வில்பணம், மகமை, மல்லாயி மகமை, இனவரி, நாட்டுக் காணிக்கை, கந்தாயம், குருகுல விசேஷம், அரசுப் பேறு, நல்லெருது, நற்கிடா, நற்பசு, பலதளி, அரிசிக் கானம், தலையாரிக்கம், மாதாரிக்கை, ராயச வர்த்தனை, அவசர வர்த்தனை, கட்டிகை வர்த்தனை, கரணிகே ஜோடி, நீராணி வரி, நாட்டுக் கணக்குவரி அக்கசாலை வரி, ஆளமிஞ்சி, ஊழிகம்" (கல்வெட்டு எண் 17, எபிகிராபி ஆப் இண்டிகா வால்யூம் (18) என்கிறது செப்பேட்டு வரிகள்.

இச்செப்பேடு கி.பி. 1434 ஆம் ஆண்டைச் சேர்ந்தது. இரண்டாம் தேவராயன் காலத்தைச் சேர்ந்தது. சோழ மண்டலத்தைச் சேர்ந்த திருச்சிராப்பள்ளி ராஜ்யப் பகுதியில் காவிரிக் கரையில் உள்ள 5 கிராமங்களைக் குறிப்பிடும் செப்பேடு.

இச்செப்பேடு மட்டுமல்ல பல்வேறு கல்வெட்டுகளும் மாதாரிக்கம் என்ற வரி வகையைக் குறிப்பிடுகின்றன. அவற்றைக் காணலாம்.

2. **இடம்:** பிரகதாம்பாள் கோவில், தேவிகாபுரம், ஆரணி வட்டம், வடஆற்காடு மாவட்டம். **ஆண்டு:** கி.பி. 1505. **அரசர்:** இம்மிடி தேவ மஹாராயர்.

கல்வெட்டு வரிகள்:

வாசற்கடமை, பேர்க்கடமை, தறிக்கடமை, செக்கோட்டுக் காணிக்கை, கட்டாயம், மாதாரிக்கம், தலையாரிக்கம், ஆசுவக்கடமை, பட்டடை.

(A.R., No. 354 of 1912)

3. இடம்: திருப்பதி, வெங்கடாசலபதி கோவில். ஆண்டு: 1516

கல்வெட்டு வரிகள்:

"நித்ய மூலவிசன்னாடு, தலையாரிக்கம், மாதாரிக்கம்."

(கல்வெட்டு எண்: 80 TT No. 578 Volume 3 TTDI)

4. பிரகதாம்பாள் கோவில், தேவிகாபுரம், ஆரணி வட்டம், வட ஆற்காடு மாவட்டம். ஆண்டு: 1519. அரசர்: கிருஷ்ண தேவராயர்.

கல்வெட்டு வரிகள்:

வாசல் பேர்க்கடமை, தறிக்கடமை, செக்கொட்டு, எருத்து, சம்மாதம் மாதாரிக்கம், தலையாரிக்கம், ஆசுவக்கடமை, பட்டடை, நூலாயம், இடத்துறை, வெட்டிவரி...

(A.R., No. 353 of 1912)

5. இடம்: பிரகதாம்பாள் கோவில், தேவிகாபுரம், ஆரணி வட்டம், வடஆற்காடு மாவட்டம். ஆண்டு: 1530. அரசர்: அச்சுதராயர்.

கல்வெட்டு வரிகள்:

வாசல் கடமை, தறிக்கடமை, பேர்கடமை, செக்கொட்டு, மாதாரிக்கம், தலையாரிக்கம், பட்டடை, நூலாயம், இடைத்துறை...

(A.R., No. 375 of 1912)

6. இடம்: பிரகதாம்பாள் கோயில் தேவிகாபுரம். ஆண்டு: கி.பி. 1513

கல்வெட்டு வரிகள்:

பேர்க்கடமை, தறிக்கடமை, செக்கு ஓட்டு, மாதாரிக்கம், தலையாரிக்கம், ஆசுவக்கடமை, பட்டடை நூலாயம், இடைத்துறை, வெட்டிவரி...

(A.R., No. 389 of 1912)

7. இடம்: கோதண்ட ராம சிவன் கோவில், சந்திரகிரி, சித்தூர் மாவட்டம். ஆண்டு: 1547. அரசர்: சதாசிவ தேவ மகாராயர்

கல்வெட்டு வரிகள்:

> *"சந்திரகிரிக்கு இறுக்கிற தலையாரிக்கமும், மாதாரிக்கமும்*
> *கோயில் அதிகாரி கொற்றிலக்கையும்; உகாதி, தீவளிகை"*

(A.R., No. 246 of 1904)

இக்கல்வெட்டுகள் தரும் செய்திகளிலிருந்து கீழ்க்கண்ட உண்மைகள் உணர்ந்து கொள்ளப்படுகின்றன. அவை:

1. கி.பி. 1434 முதல் கி.பி. 1547 வரையிலான ஆண்டுகளில் மாதாரிக்கம் என்ற வரி வசூலிக்கப்பட்டதற்கான ஆவணச் சான்றாக இவை அமைகின்றன. அவ்வாண்டிற்கு முன்னும் பின்னும் இவ்வரி வசூலிக்கப்பட்டிருக்கலாம்.

2. வரி வசூலிக்கப்பட்ட இடங்கள் ஸ்ரீரங்கம், ஆரணி, திருப்பதி, சந்திரகிரி என்று பரவலாகத் தமிழ்நாட்டின் மத்திய பகுதியிலிருந்து வட தமிழ்நாடு வரையிலும் வசூலிக்கப்பட்டிருக்கின்றது.

3. தலையாரி என்பது எப்படி ஊர்க்காவல் தொடர்பான பதவியோ அப்படியே மாதாரி என்பதும் ஊர்க்காவல் தொடர்பான பதவியே. (சாந்தி சாதனா வெளியிட்ட கல்வெட்டுச் சொல்லகராதி மாதாரிக்கம், மாதாரிக்கை என்பன உள்ளூர் காவலர் பொருட்டுச் செலுத்தும் வரி எனப் பொருள் தருகிறது.)

இப்படி ஊர்க்காவல் என்பது சக்கிலியர் என்கிற அருந்ததியரின் தொழில் என்பதால் அப்பணியின் பொருட்டு போக வர இருந்திருக்கும்போது வீட்டுக்கு வெளியே தனியே இருந்த பொம்மியுடன் மதுரை வீரனுக்குப் பழக்கம் ஏற்பட்டிருக்க வேண்டும். மாதாரி என்பவர்கள் குதிரை வீரர்கள் என்பதால் தான் மதுரை வீரன் பொம்மியைக் குதிரையில் சிறையெடுத்துப் போன நிகழ்வு நடைபெற்றிருக்கிறது.

அப்படியெனில் கதைப்பாடல்கள் எல்லாம், பூப்படைந்த பொம்மிக்குக் காவலிருக்க தகப்பனுக்குப் பதிலாகப் போன மதுரை வீரன், பொம்மியைக் காதலித்து சிறையெடுத்துப் போய் மணம் முடித்தான் என ஏன் சொல்கின்றன?

அதேபோல் கதைப்பாடல்கள் எல்லாமுமே பூப்புனித நீராட்டுச் சடங்கின்போது நடந்த விருந்தில் சோறு வாங்க மதுரை வீரன் தனது தந்தையுடன் வந்த செய்தியைக் குறிப்பிடுகின்றன.

"மாதியச் சின்னானும் வண்ணத்துரை வீரையனும்
சாதங்கறி வாங்கவென்று தாம் வாரார் அப்போது"

(வீரையன் அம்மானை, பக். 56)

"மாதாரிச் சின்னானும் வண்டத்துரை வீரையனும்
சாதங்கள் வாங்கவென்று தான் வந்தா ரப்போது"

(மதுரை வீரன் அம்மானை, பக். 33)

"மாதிகச் சின்னானும் வண்மையுள்ள வீரையனும்
சாதங்கறி வாங்கத்தான் வாரார் அந்நேரம்"

(மதுரை வீரன் கதை, பக். 94)

ஏன் கதைப்பாடல்கள் மூன்றுமே இப்படிச் சொல்கின்றன? கதைப்பாடல் ஆசிரியர்கள் எவருக்கும் ஏன் மதுரை வீரனின் தாய் பெயர் தெரியவில்லை? ஏனெனில் அவர்களுக்கு உண்மையிலேயே தெரியாது என்பதால்தான். திருமலைநாயக்கரின் தளபதியான மதுரை வீரன்; பொம்மணனின் மகளைக் கட்டியவன். சின்னான் என்பவரது மகன் அவன். மதுரையிலே மாறுகால் மாறுகை வாங்கப்பட்டான் என்ற அளவில்தான் அவர்களுக்குத் தெரிந்திருக்கிறது.

ஏன் அவர்களுக்கு மதுரை வீரனின் தாயின் பெயர் தெரியவில்லை என்றால் நிகழ்வு நடந்து பல தலைமுறைகள் கடந்து, குறைந்தது ஒரு நூற்றைம்பது ஆண்டு காலம் கழிந்தே கதைப்பாடல்கள் எழுதப்பட்டிருக்கின்றன. அதனால் மதுரை வீரன் குறித்த முழு விபரமும் அவர்களுக்குத் தெரியாத நிலையில் இப்படி ஏதோ இட்டு கட்டிப் பாடி இருக்கிறார்கள்.

இந்தக் கூற்றை எப்படி நிறுவ முடியும்? அதற்கு ஏதேனும் சான்றுகள் இருக்கின்றனவா? மதுரை வீரன் என்பவர் கொலையில் உதித்த தெய்வம். அவரது கொலைக்குப் பின் அவரது கொலையில் தொடர்பு உள்ளவர்களும், மதுரை வீரன் குடும்பத்தாரும் உறவினரும் மட்டுமே கும்பிட்டுக் கொண்டிருப்பர். சிறுகச் சிறுக மதுரை வீரனை வழிபடுபவர்களின் எண்ணிக்கை அதிகரித்து, எல்லோராலும் அவன் வழிபடக் கூடிய நிலை ஏற்படக் குறைந்தது நூற்றைம்பது ஆண்டுகளேனும் ஆகியிருக்கும். இப்படி எல்லாரும் வழிபடும் நிலை ஏற்பட்ட பின்தான் இத்தகைய கதைப்பாடல்கள் எழுத வேண்டிய தேவை ஏற்படுகிறது. இக்கதைப்பாடல்கள், இல்லையென்றால் மதுரை வீரன் சக்கிலியர் வீட்டில் தோன்றிய தெய்வமாக இருப்பான். எல்லா சாதியைச் சேர்ந்தவரும் அவனை வழிபடுவதென்பது சாதிய அமைப்புக்கு மிகப் பெரிய தொந்தரவை ஏற்படுத்தும். சாதியம் மிகப்பெரிய கேள்விக்குள்ளாகும். அதைச் சரி செய்வதற்காகவே அவனுக்கு அரச பிறப்பு கற்பித்து, காசி ராஜன் வாரிசு என நெஞ்சாரப் பொய் சொல்ல வேண்டிய தேவை ஏற்படுகிறது. அதிலேயே அவன் செருப்பு தைத்தான், விழாச்சோறு வாங்கப் போனான் என்று கதைப்பாடல் ஆசிரியர்களான சாதி இந்துக்கள் தங்கள் சாதிகளைப் பாடலில் கட்டவிழ்த்து விட வேண்டிய நிலை ஏற்படுகிறது.

இந்தக் கருத்துக்குத் துணையாக இருக்கக் கூடிய சான்றுகள் கதைப்பாடல்களில் ஏதேனும் உள்ளனவா? ஒன்று என்ன நிறைய இருக்கின்றன.

திருமலை நாயக்கன் அழைப்பை ஏற்று மதுரை வீரன் தனது படை வீரர்களுடன் மதுரை நோக்கி வருவதைக் கதைப்பாடல்கள் பின்வருமாறு வர்ணிக்கின்றன.

"மதுரை திசை நோக்கி
மங்கம்மாள் சாலை வழி
குதிரையின் மேல் பேரிகை
கூட முழங்கி வர"

(மதுரை வீரன் கதை, பக். 120)

> "ஐயாயிரம் சேனை அடவாகக் கூட்டமிட்டு
> மதுரைத் திசை நோக்கி மங்கம்மா சாலைவழி
> நடந்தான் காண் தென்மதுரை"
>
> (மதுரை வீரன் அம்மானை, பக். 57)

கதைப்பாடல்கள் குறிப்பிடுகிற மங்கம்மாள் சாலை என்பது மதுரையை ஆண்ட ராணி மங்கம்மாள் காலத்தில் போடப்பட்ட சாலையாகும். இவரது ஆட்சிக் காலம் கி.பி. 1689 முதல் 1706 வரையான காலம். மதுரை நாயக்கர் வரலாறு நூலில் அ.கி. பரந்தாமனார் கீழ்க்கண்டவாறு குறிப்பிடுகிறார்.

> "மங்கம்மாள், கோயிலைக் கட்டிக் குளங்களை வெட்டிக் கால்வாய்களைச் செப்பனிட்டுச் சாலைகளையும், சோலைகளையும் அமைத்துச் சத்திரங்களையும், சாவடிகளையும் வைத்து, வழிப் போக்கர்களுக்குத் தண்ணீர்ப் பந்தல்களையும் ஏற்படுத்தினாள்..."

> "அவள் ராமேஸ்வரம் செல்லும் பிரயாணிகளுக்கு நல்ல சாலைகளை அமைத்துச் சாலை ஓரங்களில் நிழலளிக்கும் மரங்களை நட்டுத் தண்ணீர்ப் பந்தல்களை வைத்ததைத் தெம்மாங்குப் பாடல்கள், 'மங்கம்மாள் சாலை மலை மேலே சோலை' என்று பாராட்டுகின்றன."
>
> (மதுரை நாயக்கர் வரலாறு, பக். 269)

இச்சாலைகள் கி.பி. 1700 ஆம் ஆண்டை ஒட்டிய ஆண்டுகளில் போடப்பட்டவை. மதுரை வீரனின் காலம் திருமலை நாயக்கரின் காலம். அப்படியெனில் அவன் மறைந்து அறுபதாண்டுகள் கழித்து போடப்பட்ட சாலையில் மதுரை வீரன் போனான் என இரு கதைப்பாடல்களும் ஏன் சொல்கின்றன? ஏனெனில் கதைப்பாடல் எழுதியவருக்கு இந்த வரலாறெல்லாம் தெரியாது. மங்கம்மாளுக்கும் பிறகு நூறாண்டுகளுக்குப் பிறகுதான் இக்கதைப்பாடல்கள் எழுதப்பட்டன என்பதால் இத்தவறு ஏற்பட்டு விட்டது.

அங்ஙனமே, மதுரை வீரன் பொம்மியைச் சிறையெடுத்துப் போனபோது பொம்மணன் படை துரத்திக் கொண்டு வந்து

போரிட்ட செய்தியைக் கதைப்பாடல்கள் கீழ்க்கண்டவாறு குறிப்பிடுகின்றன.

"பதினாயிரம் பேர் பாங்குடனே அம்பு தொட்டார்
கூடாரத்தை நோக்கிக் கோடியம்பு தொட்டார்கள்
துப்பாக்கி கொண்டு சுட்டார்கள் துலுக்கரெல்லாம்"

(மதுரை வீரன் அம்மானை, பக். 39)

"சேனைகளைக் கூட்டி
திரளாகப் போவதற்குப்
பதினாயிரம் வெடிகாரம்
பாங்குடனே கூட்டமிட்டார்"

(மதுரை வீரன் கதை, பக். 100)

வெடிகாரம் என்ற சொல்லுக்கு வெடிகுண்டு என்று பொருள் தருகிறார் அக்கதைப்பாடலைத் தொகுத்த டாக்டர் சு. சண்முகசுந்தரம்.

மேற்கண்ட கதைப்பாடல் வரிகளில் துப்பாக்கி வெடிகுண்டு முதலியன வருகின்றன. இவை தமிழகத்தில் பயன்பாட்டிற்கு வந்த காலம் பதினெட்டாம் நூற்றாண்டில்தான். மதுரைப் பகுதியில் ஆற்காடு நவாப்கள் படையெடுப்பு 1736 இல் தான் நடைபெறுகிறது. கையெறி குண்டுகள் எல்லாம் ஆங்கிலேயர் படையெடுப்புக்குப் பின்தான் புழக்கத்தில் வருகின்றன. தென் தமிழகத்தில் ஆங்கிலேயர் படையெடுப்பு பதினெட்டாம் நூற்றாண்டின் பிற்பகுதியில்தான் நடைபெற்றது. கதைப்பாடல்கள் அவற்றைக் குறிப்பிடுகின்றன. ஆகவே கதைப்பாடல்கள் எழுதப்பட்ட காலம் உறுதியாக 1750க்குப் பிற்பட்ட காலமாகவே இருக்க வேண்டும்.

அதை ஏன் அவ்வாறு 1750 ஆம் ஆண்டுக்குப் பிறகான காலம் எனச் சொல்கிறோம் என்பதற்கு வலுவான காரணங்கள் உள்ளன. எடுத்துக்காட்டிற்கு *British Battles* நூல் Battle of Kaveripauk பகுதியில் கீழ்க்கண்ட செய்திகளை அறியத் தருகிறது. அப்போர் (Battle of Kaveripauk) நடைபெற்ற தேதி 23 பிப்ரவரி 1752. அப்போரில் ராபர்ட் கிளைவ் தலைமையிலான படையணியில்

இடம் பெற்ற வீரர்கள் மற்றும் துப்பாக்கிகள் எண்ணிக்கை வருமாறு:

அய்ரோப்பிய படை வீரர்கள்	300
இந்திய சிப்பாய்கள்	1300
மொத்தம்	1600
துப்பாக்கிகள் மொத்தம்	6

பிரஞ்சுத் தரப்பில் ராஜுசாகிப் தலைமையிலான படையணியில்

ஐரோப்பிய துருப்புகள்	400
குதிரைப்படை வீரர்கள்	2500
சிப்பாய்கள்	2000
மொத்தம்	4900
துப்பாக்கிகள்	9

துப்பாக்கிகளின் எண்ணிக்கை மிகச் சொற்பமாகவே பயன்படுத்தப்பட்டிருப்பதை நாம் காணலாம். அதோடு இந்தியப் படை வீரர்களின் ஆயுதங்கள் என அந்நூல் கூறுவது வில், வாள், வேல் என்பதைதான். சிலர் துப்பாக்கி கொண்டிருந்தார்கள் என்கிறது. அதோடு இந்திய துப்பாக்கி வீரர்களுக்கு அதை சரியாகக் கையாளத் தெரியவில்லை என அந்நூல் குறிப்பிடுகிறது.

இந்த உண்மைகளைக் கருத்தில் கொண்டு பார்த்தால் துப்பாக்கிப் பயன்பாடு 1750 ஆம் ஆண்டுக்குப் பிறகே இருந்திருக்க வேண்டும் என்பது புலப்படுகிறது. கதைப்பாடல் துப்பாக்கி வீரர்களைக் குறிப்பிடுவதால் அது நிச்சயமாக 1750 ஆம் ஆண்டுக்குப் பிறகே எழுதப்பட்டிருக்க வேண்டும் என்று தெளிவாகிறது.

ஏறத்தாழ நூற்றைம்பது ஆண்டுகளுக்குப் பின்பான காலத்தில் முகலாயருக்கு எதிரான போரில் முறியடிக்கப்பட்ட சக்கிலியர்கள் மீண்டும் அதைத் தொடர்ந்த ஆங்கிலேயர் படையெடுப்பில் சுத்தமாக அனைத்துச் சக்திகளையும் இழந்து ஒட்டாண்டிகளாக

மாற்றப்பட்டு விட்ட சூழலில் இக்கதைப்பாடல்கள் எழுதப்படுகின்றன.

கதைப்பாடல் ஆசிரியர்களுக்கு மதுரை வீரன் பிறந்த பகுதியில் மாதாரி என்கிற ஊர்க்காவல் முறை நடைமுறையில் இருந்ததும் தெரியாது. அவர்கள் பெருமையாக வாழ்ந்ததும் தெரியாது. தென் மாவட்டங்களில் போர்களில் முறியடிக்கப்பட்டப் பின் வீழ்ச்சியடைந்த அருந்ததியர்களையே இவர்களுக்குத் தெரியும் என்பதால், கதைப்பாடல்களில் பொம்மி வீட்டுக்கு விழாச் சோறு மதுரை வீரன் வாங்கப் போனான் என எழுதினார்கள்.

மதுரை வீரன் வழிபாடு மக்களிடம் வெகுவாகப் பரவியபின், அதன் மூலம் சாதிய அடுக்கில் இது உடைப்பை ஏற்படுத்தி விடக்கூடாது என்னும் கவனத்துடனேயே இக்கதைப்பாடல்கள் இயற்றப்பட்டன. அப்படிக் கதைப்பாடல்கள் எழுதியவர்களுக்கு மதுரை வீரன் மீது குருட்டுத்தனமான கோபம் இருந்திருக்க வேண்டும். ராஜா மகளை இவன் மணம் செய்யலாமா என்கிற பதைபதைப்பு இருந்திருக்க வேண்டும். கதைப்பாடல்கள் வீரனை பெண்பித்துக் கொண்டவன் என்றே சித்திரப்படுத்துகின்றன.

விஜயரங்கரின் அரண்மனையில் ஆயிரம் சேவகர்க்கு அணித் தலைவனாக நியமிக்கப்பட்ட வீரன் செய்த வேலைகளில் ஒன்றாகக் கதைப்பாடல்கள் கீழ்க்கண்டவாறு குறிப்பிடுகின்றன.

"பத்தினிப் பெண்கள் பதுவைக் குலைக்கிறதும்
கன்னி யழியாத பெண்கற்பை குலைக்கிறதும்
இப்படித் தானும் ஏற்றமுள்ள வீரையனும்..."

"மதுரையணிந்திருக்கும் வாசனைகள் மெத்த வுண்டு
மருந்து பொடி வாசம் மயங்குவார் கோடி பெண்கள்"

(மதுரை வீரன் அம்மானை, பக். 46)

"பதிவிரதைப் பெண்களை
பதியைக் குலைக்கிறதும்."

(மதுரை வீரன் கதை, பக். 109)

இன்றைக்கு ஜீன்ஸ், டி சர்ட், கூலிங்கிளாஸ் அணிந்து தலித் இளைஞர்கள் உயர்சாதிப் பெண்களை மயக்குகிறார்கள் என ஒரு சில தலைவர்கள் சொல்வதன் அந்தக் கால வடிவம்தான் இது பொடி போட்டு பெண்களை வீரன் மயக்கினான் என்பது.

ஆக மதுரை வீரன் பொம்மியை மயக்கினான். பின்னர் நிறைய பெண்களையும், தேச குறிகாரன் கிருஷ்ணப்ப நாயக்கரின் பெண்ணையும் மயக்கினான், கடைசியாக வெள்ளைம்மாளை மயக்கி அவளை அடையும் முயற்சியில் இறுதியாக மாறுகால் மாறுகை வாங்கப்பட்டான். அப்படி வெட்டப்பட்ட கைகால்களும் மீனாட்சி அருளால் மீண்டும் வளர்ந்தன. அவனே விரும்பி, தனது மனைவியருடன் தீக்குளித்து இறந்தான் எனக் கதையை முடிக்கின்றது மதுரை வீரன் அம்மானை. மனைவியரைத் தீக்குளித்து இறக்க வைத்துவிட்டு, மீனாட்சி பாதத்தில் கழுத்தை அறுத்துக் கொண்டு வீரன் செத்தான் என்கிறது மதுரை வீரன் கதை.

கதை ஆசிரியர்கள் விருப்பத்திற்கு ஏற்றவாறு சொல்லப்பட்டிருக்கிறது. அக்கதைக்குள் சொல்லப்பட்ட வரலாற்றுச் சித்தரிப்புக்கு மட்டும் சாய்வு இருக்கக் கூடாதா என்பதைத்தான் கதைப்பாடல்களில் கூறப்பட்டுள்ளவை கேட்காமல் கேட்டுக் கொண்டிருக்கின்றன.

◉

சக்கிலியர்கள் யார்?

கல்வெட்டுகள் என்பவை வரலாற்றைக் கண்டடைந்து தொகுத்துக் கொள்வதில் முதன்மை ஆதாரமாய் விளங்குகின்றன. இந்தியாவினுடைய வரலாற்றின் பெரும்பகுதி கல்வெட்டுகள் தரும் தரவுகளின் அடிப்படையில் வரையறுக்கப்பட்டதேயாகும். இதுவரை நாம் பார்த்த கல்வெட்டுகள் சக்கிலியர் குறித்து சொல்லும் செய்திகள் என்னென்ன? கல்வெட்டுகளில் காணப்படும் தரவுகள் அடிப்படையில் சக்கிலியர் எனப்படும் பிரிவினர் ஏறத்தாழ அய்நூறு ஆண்டுகள் முன்பு வரையிலும் ஆட்சியாளர்களாக இருந்திருக்கிறார்கள் என்பது தெரிய வருகிறது.

தமிழ்நாட்டைப் பொருத்தவரை சேரர், சோழர், பாண்டியர், களப்பிரர், பல்லவர், விஜயநகர அரசர்கள் என்பவர்கள் பேரரசர் குலமாகவும், அதியமான், இருக்கு வேளிர், பழுவேட்டரையர், தொண்டைமான்கள், கொங்குச் சோழர்கள், காடவராயர், மலையமான்கள், சம்புவராயர், மிலாடுடையார் போன்றவர்கள் சிற்றரசர் குலமாகவும் அறியப் பெற்றவர்கள். இவர்களுள் சக்கிலியரை யாருடன் அடையாளம் காணலாம்?

கல்வெட்டுகள் சக்கிலியர் குறித்து நமக்கு அறியத் தருபவை:

* சக்கிலியர் குடியைச் சேர்ந்த அரசர்கள் பகடை என்ற பெயருடன் அறியப்படுகிறார்கள்.
* சில கல்வெட்டுகள் அவர்களை மாதியரசர் எனத் தெரிவிக்கின்றன.
* அவர்கள் கட்டிய கோட்டைகள், ஏரிகள் முதலியன சக்கிலிக் கோட்டை எனவோ, சக்கிலிச்சி ஏரி, சக்கிலிச்சி மலை எனவோ குறிப்பிடப்படுகின்றன.

பகடை

முதலில் பகடை என்கிற பெயரை எடுத்துக் கொள்வோம். பகடை என்பது தமிழ்ப் பெயர். பகடு என்ற சொல்லுக்குப் பெருமை; பரப்பு; வலிமை; எருது; எருமைக்கடா; ஏர்; ஆண் யானை; தெப்பம்; ஓடம்; சந்து எனப் பல்வேறு பொருட்கள் உள்ளதாகக் கூறுகிறது உலகத் தமிழாராய்ச்சி நிறுவனம் வெளியிட்ட தமிழ் அகர முதலி.

பகடை என்ற சொல் பகடு+ஐ என்று பகுக்கப்படும். இரண்டாவது உள்ள ஐ என்பது உடையவன் என்ற பொருள் தரும். பகடை என்ற பெயர் பல்லவர் காலத்திலேயே இருந்திருக்கிறது. சக்தி விடங்கன் எனப்பட்ட பல்லவ அரசனின் மாமன் பெயர் பல்லவப் பகடை என்பதாகும். சுந்தரச் சோழன் காலத்தைச் சேர்ந்த பார்த்திபேந்திர வர்மனின் ஆட்சிக் காலத்தில் செய்யாறு அருகில் பிரம்மதேசம் என்ற ஊரில் சின்னமய்யப் பகடை என்பவன் செல்வாக்குடன் விளங்கியுள்ளான்.

மேற்சொன்ன பல்லவப் பகடையின் மகளே சக்தி விடங்கனின் பட்டத்தரசியாய் சாமவ்வை என்கிற காடவன் பெருந்தேவி என்ற பெயருடன் ஆண்டிருக்கிறாள் எனத் திருப்பதிக் கல்வெட்டு குறிப்பிடுகிறது. ராஜராஜ சோழனின் பட்டத்தரசி இந்தச் சக்தி விடங்கனின் தமக்கையே ஆவாள். எனில், பல்லவப் பகடை என்பவர் சுந்தரச் சோழனின் வயதுடையவர் எனலாம். சுந்தரச் சோழனின் ஆட்சிக்காலம் கி.பி. 957 முதல் கி.பி. 970 வரை ஆகும்.

பத்தாம் நூற்றாண்டின் நடுப்பகுதியில் நமக்குப் பகடை என்ற பெயர் குறித்து சான்று கிடைக்கிறது. அது பிற்சோழர் ஆட்சியின் தொடக்கக் காலம். பல்லவ அரசனுக்குக் கீழ் சிற்றரசனாக பகடை என்போர் இருப்பார்கள் என்றால், அவர்கள் அதற்கு முந்தைய காலத்தில் ஒரு குறிப்பிட்ட காலப் பகுதியில்தான் வெல்லப்பட்டு சிற்றரசர்களாக ஆகியிருக்க வேண்டும். பல்லவர் எழுச்சியுடன் திகழ்ந்த காலமான கி.பி. அய்ந்தாம் நூற்றாண்டு முதல் ஒன்பதாம் நூற்றாண்டு வரையிலான காலப்பகுதியில் எப்போது அது நடந்தது என்பது ஆய்வுக்குரியது.

நாம் இங்குக் கருத்தில் கொள்ள வேண்டியது பகடை என்கிற பெயர் மிகவும் காலத்தில் முந்தையது என்பதைத்தான். முற்காலங்களில் பகடை என்பதன் வேர்ச் சொல்லான பகடு என்பது என்னென்ன பொருள்களில் வழங்கப்பட்டது? எடுத்துக்காட்டிற்குப் புறநானூறை எடுத்துக் கொள்ளலாம். புறம் *88*, *96* ஆகிய பாடல்களில் பகட்டு மார்பின் என்று கூறப்படும் இடங்களில் பகடு என்பது வலிமை என்கிற பொருளில் கையாளப்படுகிறது.

புறம் *125*, *366*, *383*, *388*, *390*, *391* முதலிய பாடல்களில் பகடு என்பது எருது என்னும் பொருளில் பயன்படுத்தப்படுகிறது. புறம் *35* இல் பகடு புறந் தருநர் பாரமோம்பி என்னும் வரியில் பகடு என்பது ஏர் என்னும் பொருளில் கையாளப்படுகிறது.

புறம் *265*, *387* முதலிய பாடல்களில் பகடு என்பது ஆண் யானை என்னும் பொருளில் பயன்படுத்தப்பட்டுள்ளது. புறம் *161* ஆவது, *162* ஆவது பாடல்கள் குமணனைப் பெருஞ்சித்திரனார் பாடியதற்குப் பரிசாகப் பகடு (யானை) பெற்ற செய்தியைக் குறிக்கிறது. *171*, *177* ஆகிய பாடல்களும் புலவர்கள் பரிசாக யானை பெற்ற செய்தியைக் கூறுகின்றன.

இந்தச் செய்திகளை வைத்துப் பார்ப்போமாயின் பகடை என்னும் சொல்லுக்கு வலிமை உடையவர், எருதினை உடையவர், ஏர் கொண்டவர், யானையை (குல மரபுச் சின்னமாக) உடையவர் என்பதாக நாம் பொருள் கொள்ள முடியும். இப்பொருட்களில் சக்கிலியருக்கு உரிய பெயராகக் குறிப்பிடப்படும் பகடை என்பதற்கு எது மிகப் பொருத்தமாக இருக்கும்?

வலிமை உடையவர், ஏரினை உடையவர் என்கிற பொருள்கள் எல்லாம் எவருக்கும் குறிப்பாக உரிய தனித்தன்மையைச் சுட்டுவனவாக இல்லை என்பதால் அப்பொருள்களைத் தவிர்த்து விடலாம். எஞ்சியிருப்பவை எருதினை, யானையைக் குலமரபுச் சின்னமாக உடையவர் என்ற பொருள்கள் மட்டுமே. இவற்றுள் எருது அல்லது காளை மாடு என்பது சைவம் சார்ந்த அடையாளமாகவும், திராவிட மரபினத்தின் அடையாளமாகவும் உள்ளதால், அதைக் குறிப்பிட்ட யாருக்கும் உரிய தனித்த அடையாளமாகக் கொள்ள முடியுமா என்பது கேள்விக்குரியது.

எஞ்சி இருப்பது யானையை உடையவர் என்கிற பொருள் மட்டும்தான். தமிழ் வரலாற்றில் யானையைத் தங்கள் அடையாளமாய்க் கொண்ட ஆட்சியாளர்கள் இருந்திருக்கிறார்கள். களபர் எனப் பாலியிலும் களப்பிரர் எனச் சமஸ்கிருதத்திலும் அழைக்கப்படுபவர்களே அவர்கள்.

களப்பிரர் குறித்துக் கல்வெட்டியல் அறிஞரான முனைவர் ஆ. பத்மாவதி தமது 'புதிய நோக்கில் களப்பிரர் வரலாறு' என்ற நூலில் குறிப்பிடும் செய்திகளைக் கவனிக்கலாம்.

> "பௌத்த அறிஞர் புத்த தத்தர் காவிரிக் கரையிலுள்ள பூதமங்கலத்தில் வேணுதாசர் கட்டிய விகாரையில் தங்கியிருந்த பொது வினய வினிச்சயம் என்ற நூலை எழுதினார் என்றும் அதில், அவர் தான் அந்நூலை எழுத ஆரம்பிக்கும் போதும் முடிக்கும் போதும் களப குலத்தைச் சேர்ந்த மன்னன் அச்சுத விக்கந்தன் ஆட்சி செய்து கொண்டிருந்தான் என்றும் கூறியிருக்கிறார்."
>
> *(புதிய நோக்கில் களப்பிரர் வரலாறு, பக். 157)*

> "களப என்றால் இளம் யானை அல்லது யானைக்குட்டி என்று பொருள். கங்க மன்னர்கள் யானையைத் தங்கள் கொடியில் கொண்டிருந்தனர். அதனால் களப்பிரரும் யானையைத் தங்கள் கொடியில் கொண்டிருத்தல் வேண்டும். அதனால் தான் அவர்கள் களபர் அல்லது களப்பிரர் என்றழைக்கப்பட்டிருக்கின்றனர்"
>
> *(மேலது, பக். 166)*

> "களப்பிரர்களது சின்னம் யானைக் குட்டியாக இருந்திருக்கலாம். ஆதலால் களப்பிரர்களது சின்னமாகிய யானைக்குட்டியின் உருவமாகவே பிள்ளையார்பட்டியில் உள்ள பிள்ளையார் இருத்தல் வேண்டும்"
>
> *(மேலது, பக். 137)*

மேற்கண்ட செய்திகளில் இருந்து யானையைத் தங்களது சின்னமாகக் கொண்டுத் தமிழகத்தை ஆட்சி செய்தவர்கள் களப்பிரர்கள் என்று அறிகிறோம். சக்கிலியரின் பகடை என்பது

களபர் என்கிற பிராகிருதச் சொல்லுக்கு இணையான, அதே பொருளைக் கொண்ட தமிழ்ப் பெயர் என்பதையும் நாம் அறிகிறோம்.

அப்படியெனில் சக்கிலியர்கள்தான் களப்பிரர்களா என்ற கேள்வி எழுகிறது. இது குறித்து இன்னும் ஆழமாக ஆராய்வதே இக்கேள்விக்கான விடையை நமக்கு நல்கும்.

களப்பிரர் குறித்து 'வேள்விக்குடிச் செப்பேடு' கீழ்க்கண்டவாறு குறிப்பிடுகிறது.

> *"அளவறிய ஆதிராசரை யகலநீக்கி யகலிடத்தைக்*
>
> *களப்ரனென்னும் கலியரசன் கைக் கொண்டதனை யிறக்கியபின்..."*

(வேள்விக்குடிச் செப்பேடு, தமிழ்பகுதி, வரிகள் *11, 12*)

செப்பேடு குறிப்பிடும் களப்பிரன் என்னும் கலியரசன் குறித்து, ஆய்வாளர்கள் கலிகால அரசன், அதாவது புதுமையான, மாறுபாடான அரசன் என்றே விளங்கிக் கொண்டுள்ளனர்.

ஆனால், களப்பிரர்கள் பற்றிய ஒரு குறிப்பு (*A note on the Kalabhras*) என்ற கட்டுரை எழுதிய கே.ஆர். வெங்கடராமன் என்பவர் கூறும் கருத்து கவனத்திற்குரியது. அது வருமாறு:

> "மதுரையை வென்ற களப்பிரன் என்பவன் எண்ணற்ற அரசுகளை வேரறுத்து விரட்டியடித்த ஒரு கலியரசன் என விளக்கப்பட்டிருக்கிறான். கலியரசன் என்ற வார்த்தை பொதுவாகப் பலராலும் பொல்லாத மோசமான அரசன் என்பதாகவே இதுவரையிலும் மொழிபெயர்க்கப்பட்டு வந்தது. ஆனால், மறைந்த ஆய்வாளர் கிருஷ்ண சாஸ்திரி என்பவர் கலியரசன் என்கிற வார்த்தைப் பயன்பாடு, ஓர் அரசகுலத்தைக் குறிப்பிடுவதாகக் கூறினார். கலிகுலம் என்கிற பெயரில் ஓர் அரசகுலம் இருப்பது சாளுக்கிய அரசன் இரண்டாம் புலிகேசியின் கொப்பரம் செப்பேடுகளில் எட்டாவது வரியின் மூலம் புலனாகிறது."

(*A note on the Kalabhras*, கே.ஆர். வெங்கடராமன்)

மேலே குறிப்பிடப்பிடுகிற 'கொப்பரம் செப்பேடு' கூறுவது என்ன?

> "கலிகுலத்திற்குக் காலனாக இருக்கின்றவனும், எண்ணற்ற போர்களில் துணிவையும், தீரத்தையும் காட்டிப் போரிடுவதில் சிறந்தவனும், பக்கத்தில் உள்ள ராஜ்யங்களைப் பறித்துக் கொள்வதில் தேர்ந்தவனும், பகை அரசர் கூட்டத்தைத் தன் சொந்த கரங்களால் தோற்கடித்து, அதன் மூலம் தனது ராஜ்யத்தைப் பாதுகாத்துத் தனது வம்சத்தில் வந்த தனது சொந்த மகனும், அவனது வழித் தோன்றல்களும் அரசாள வழிவகை செய்தவனுமாகிய பிரிதிவி துவராஜன்"

(கொப்பரம் செப்பேடு, வரிகள் 7 முதல் 10)

கலிகுலம் என்றொரு அரச குலம் இருந்திருக்கிறது. அஃது சாளுக்கியர்களுக்குப் பகைக் குலமாய் இருந்திருக்கிறது என்பதைக் கொப்பரம் செப்பேடு உறுதிப்படுத்துகிறது இல்லையா! அந்த கலிகுலத்தைச் சேர்ந்த அரசர்கள் யார்? அவர்களது நாடு எங்கிருந்தது என்பதைத் தொல்லியல் அறிஞர் பத்மாவதி கீழ்க்கண்டவாறு விளக்குகிறார்.

> "வேங்கடம் தமிழ்நாட்டின் வடஎல்லையாக விளங்கியிருக்கிறது. எனவே வேங்கடத்தின் தென்பகுதி தமிழ்நாடாகவும், வேங்கடத்தின் வடபகுதி மற்ற மொழி பேசும் நிலமாகவும் இருந்திருக்கும். தமிழ்மொழி பேசுவோரும் வேற்றுமொழி பேசுவோரும் கலந்து உறைகின்ற நாடாகப் புல்லியின் நாடு இருந்திருக்கும். ஆதலால் தான் தமிழ்ப் புலவர்கள் அந்நாட்டை மொழிபெயர் தேயம் என்று கூறிப் போந்தனர்.

/.
......வடுகர்
பிழியார் மகிழர் கலி சிறந்தார்க்கும்
மொழிபெயர் தேஎம்

(அகம்: 295, வரிகள் 5 முதல்17 வரை)

என்று கூறுவதிலிருந்து வடுகர்கள் வாழும் இடம் மொழிபெயர் தேயம் என்பதை உணரலாம். அம்மொழி பெயர் தேயத்தில் கலி சிறந்து எக்காளமிடுகிறது என்று கூறுகிறார் புலவர். கலி என்பது இங்குக் கலி குலம் என்ற புதிய அரசைக் குறிப்பதாகலாம். அங்குக் கலி அரசனாகிய கள்வர் கோமான் புல்லி ஆள்வதையே புலவர் அவ்வாறு குறிப்பால் உணர்த்துகிறார்."

(புதிய நோக்கில் களப்பிரர் வரலாறு, பக். 24, ஆ. பத்மாவதி)

மேலே நாம் கண்ட அகநானூற்றின் 295 ஆம் பாடல் வேங்கட மலைப் பகுதியை ஆண்ட புல்லி என்பானே களப்பிரரைச் சார்ந்தாகக் குறிப்பிடப்படும் கலி குலத்தைச் சேர்ந்தவன் என்பதைத் தெரியப்படுத்துகிறது. அப்புல்லியைக் குறித்துப் பேசும் இன்னொரு அகப்பாடலும் கலிகுலத்தைக் குறிப்பிடுகிறது. அது வருமாறு:

2.
"கறையடி மடப்பிடி கானத் தலற
களிற்றுக்கன் றொழித்த உவகையர் கலிசிறந்து
கருங்கால் மராஅத்துக் கொழுங்கொம்பு பிளந்து
பெரும்பொழி வெண்ணார் அழுந்துபடப் பூட்டி
நெடுங்கொடி நுடங்கும் நியம மூதூர்
நறவுநொடை நல்லில் புதவுமுதற் பிணிக்குங்
கல்லா இளையர் பெருமகன் புல்லி"

(அகம்: 83, வரிகள் 3 முதல் 9 வரை)

பெண் யானை தனது கன்றினைப் பறிகொடுத்து விட்டு அலற, யானைக் கன்றினைப் பிடித்துக் கொண்ட மகிழ்ச்சியுடன் கலி குலத்தினர் சிறந்து விளங்கும், வலிய வெண்கடம்பு மரத்தின் அடியைப் பிளந்து, உரித்த நார்க்கயிற்றில் அக்கன்றினை பிணைத்துக் கொணர்ந்து நீண்ட கொடிகள் அசையும் அங்காடிகளை உடைய பழமையான ஊரில், கள் விற்கும் வீட்டின் வாசலில் கட்டி வைத்திடும் வேட்டுவத் தொழிலன்றி பிற தொழில் கல்லா வேடர்களின் தலைவனானவன் புல்லி. இதுவே அப்பாடலின் விளக்கம்.

இப்பாடலிலும் பெருமகன் புல்லி என்பவன் கலி குலம் சார்ந்தவன் என்ற குறிப்பு இருக்கிறது. கலி குலம் சார்ந்த புல்லி என்பவன் களப்பிரர் என்று கூறப்படும் அரச வம்சத்தைச் சேர்ந்தவன் தானா என்பதை முதலில் உறுதிப்படுத்திக் கொள்வோம். மேலே குறிப்பிட்ட இரு அகப்பாடல்கள் தவிரவும் புல்லி குறித்து அகநானூறு தரும் குறிப்புகளைப் பார்க்கலாம்.

3.

"அண்ணல் யானை வெண்கோடு கொண்டு
நறவுநொடை நெல்லின் நாண்மகிழ் அயருங்
கழல்புனை திருந்தடிக் கள்வர் கோமான்
மழபுலம் வணக்கிய மாவண் புல்லி
விழவுடை விழுச்சீர் வேங்கடம் பெறினும்"

(அகம்: 63, வரிகள் 9 முதல் 13 வரை)

யானைத் தந்தமும், கள்ளும் விற்று மாற்றாகப் பெற்ற நெல் கொண்டு, காலையில் கொலு மண்டபத்தில் வீற்றிருந்து சிறப்பு செய்யும் கழல் தரித்த அடிகள் கொண்ட கள்வர் பெருமானாகிய, மழவர் நாட்டை வென்ற புல்லியின் திருவிழாக்களை உடைய சிறப்பு வாய்ந்தது வேங்கடம்.

4.

"மாஅல் யானை மறப்போர்ப் புல்லி
காம்புடை நெடுவரை வேங்கடத்து உம்பர்
அறையிரந் தகன்றனர்..."

(அகம்: 209, வரிகள் 8 முதல் 10 வரை)

பெரிய யானையையும், வீரத்துடன் புரியும் போர்களையும் உடைய புல்லியின் மூங்கில்களை உடைய நீண்ட சாரல் பொருந்திய வேங்கடம்.

5.

"மழவிடைப் பூட்டிய குழாஅய்த் தீம்புளி
செவியிடை தீரத் தேக்கிலை பகுக்கும்

புல்லி நன்னாட்டும்பர் செல்லருஞ்
சுரமிறந் தேகினும் நீடலர்”

(அகம்: *311*, வரிகள் *10* முதல் *13* வரை)

எருதுகளில் கழுத்தில் பூட்டிய நுகக்கட்டையில் கட்டிய புளிச்சோற்றை புதிதாய் வருபவரின் காதடைப்பு போகத் தேக்கிலையில் பகிர்ந்து அளிக்கும் புல்லியின் வேங்கட மலைக்கு அப்பால் உள்ளது காடு.

6.
“வீழ்பிடி கெடுத்த நெடுந்தாள் யானை
சூர்புகல் அடுக்கத்து மழைமாறு முழங்கும்
பொய்யா நல்லிசை மாவண் புல்லி
சுவைகதிர் வரகின் யாணர்ப் பைந்தாள்
முதைச்சுவல் மூழ்கிய கான்சுடு குரூஉப்புகை”

(அகம்: *359*, வரிகள் *10* முதல் *14* வரை)

தனது ஆசைக்குரிய பெண் யானையை இழந்த நீண்ட கால்களை உடைய ஆண் யானை, தெய்வம் விரும்பி உறையும் மலைப்பக்கம் இடியொடு மாறுபட முழங்கும் இடமான, பரிசிலர்க்கு இல்லை எனாது வழங்கக் கூடிய புகழ் உடையவனும், வள்ளல் பண்பை உடையவனுமாகிய புல்லியின் பழங்கொல்லையாகிய மேட்டு நிலத்தைச் சுற்றியுள்ள காட்டைச் சுடுவதால் புகை எழும்.

7.
“குடவர் புழுக்கிய பொங்கவிழ் புன்கம்
மதர்வை நல்லான் பாலோடு பகுக்கும்
நிரைபல குழீஇய நெடுமொழிப் புல்லி
தேன்றூங்கு உயர்வரை நன்னாட்டும்பர்
வேங்கடம் இறந்தன ராயினும்...”

(அகம்: *393*, வரிகள் *16* முதல் *20* வரை)

இடையர்கள் சமைத்த அமுதம் போன்ற சோற்றினை, நல்ல பசும்பாலுடன் கூட்டி அளிக்கிற பசு நிரைகளை அதிகமாய் உடைய புல்லியின் தேன்கூடுகள் தொங்கும் உயர்ந்த மலைகளை உடையது நன்னாடாகிய வேங்கடம்.

மேற்கண்ட ஏழு பாடல்களிலிருந்து புல்லி குறித்து நாம் அறிந்து கொள்ளும் செய்திகள்:

1. புல்லி வேங்கட நாட்டை ஆள்பவன். அந்நாடு நன்னாடு. அதற்கு அப்பால் கொடுமையான கடத்தற்கரிய காடு உள்ளது.

2. அவனுடைய நாட்டில் கலி குலம் சிறந்து விளங்குகிறது.

3. காட்டையும் மலையையும் ஒட்டிய பகுதி என்பதால் யானைகள் மலிந்த பகுதி. யானை வேட்டையில் சிறந்தவர்கள் புல்லியின் நாட்டவர்.

4. விழாக்களின் சிறப்பு பெற்ற அவன் நாடு தமிழ்நாட்டின் வடக்கு பகுதியில் அமைந்துள்ளது.

5. புல்லி என்பவன் மழ நாட்டை (இன்றைய சேலம், நாமக்கல், தர்மபுரி பகுதிகள்) வென்று தனக்கு அடிமைப்படுத்தியவன். போரில் சிறப்புடைய தீரம் பெற்றவன்.

6. அவனுடைய நாட்டை அடுத்துள்ள காட்டுப் பகுதியைக் கடந்து சென்றால் வடுக நாடு. அங்கு வேறுமொழி பேசப்படுவதால் அது மொழிபெயர் தேயம் என்று அழைக்கப்படுகிறது.

7. அவன் களவர் கோமான் என்று அழைக்கப்படுகிறான். ஈகையில் சிறந்தவன் அவன்.

மேற்கண்ட செய்திகளுள் அவனது நாடு கலிகுலம் சிறந்து விளங்கும் பகுதி என்கிற செய்தியும், அவன் களவர் கோமான் என்று அழைக்கப்படுகிறான் என்ற செய்தியும் களப்பிர அரசர்கள் என்பவர்கள் அவன் வழி வந்தவர்களே என்ற உண்மையையும் உணர்த்துகின்றன.

புல்லியின் வழி வந்தவர்களே களப்பிரர்கள் என்ற செய்தியைக் கிருஷ்ணசாமி அய்யங்காரும் அழுத்திச் சொல்லுகிறார். அவரது கருத்து வருமாறு:

"புல்லி என்பவன் கள்வர் கோமான் புல்லி என்றே அவனைக் குறிப்பிடும் இடங்களில் எல்லாம் குறிப்பிடுகிறான். சங்கப் பாடல்களைப் பதிப்பித்தவரும் மூத்த அறிஞருமான பண்டித மகாமகோபாத்தியாய

டாக்டர். உ.வே. சுவாமிநாத அய்யர், ஓலைச் சுவடிகளின் மீது தனக்கு இருக்கும் ஆழ்ந்த ஞானம் தந்த ஆளுமையின் அடிப்படையில் என்னிடம் நேர்பேச்சில் குறிப்பிட்டது என்னவென்றால், தனது பதிப்பில் வந்த சங்கப் பாடல்களில் கள்வர் என்று வெளிவந்திருப்பவை எல்லாம் களவர் என்றே வந்திருக்க வேண்டும்; அதுவே சரியானது என்பதுதான்.

களப்பிரர்களைப் பற்றி நான் கேள்வி எழுப்பிய போதுதான் மேற்கூறிய கருத்தை அவர் முன்வைத்தார். சுவடிகள் மீது தனக்கிருக்கும் ஞானத்தின் அடிப்படையில் சொல்வதானால், எந்தெந்த இடங்களில் கள்வர் என்ற வார்த்தை இருக்கிறதோ, அங்கெல்லாம் களவர் என்று பொருள் கொள்வதும் அதேயளவிற்குப் பொருத்தமானதாக இருக்கும் என்று தெரிவித்ததோடு, கள்வர் என்பதை விட களவர் என்பதே பொருத்தமானதாக இருக்கும் என்று என்னிடம் அவர் உறுதியாகத் தெரிவித்தார்."

(The Kalabhra Interregrum: What it means in South Indian history, S. Krishnaswamy Aiyangar)

இந்த உண்மையின் அடிப்படையில் பார்த்தால் கள்வர் கோமான் புல்லி என்பது களவர் கோமான் புல்லி என்று கொள்ளப் படுதலே சரியானது. களவர் என்பது களபர் என்ற பாலிச் சொல்லின் தமிழ் வடிவம். அதுவே சமஸ்கிருதமயமாகும்போது களப்பிரர் என்று மாற்றமடையும்.

R.C. Childers சில்டர்ஸ் என்பார் தொகுத்த பாலி மொழி அகராதியில் *Kalablo = A young elephant* என்று பொருள் கூறப்படுகிறது. இது களபர் என்பது பாலி மொழிச் சொல்தான் என்பதை நிறுவுவதாக இருக்கிறது. இது குறித்து கே.ஆர். வெங்கடராமன் கூறுவதாவது:

"களபர் என்பது பாலியிலும் பிராகிருதத்திலும் வழங்கப்படும் சொல்லே, தமிழில் களப்பிரர், களப்பர் அல்லது களப்பாளர் என்று மாற்றமடைகிறது. மகாவித்துவான் எம். ராகவ அய்யங்கார் சுட்டிக்காட்டுவது போல; அண்டனர் - அண்டனாளர்; அருவர் - அருவாளர்;

வேள் - வேளாளர் என்று மாற்றமடைவது போல இவ்வார்த்தையும் மாற்றமடைகிறது"

(A note on Kalabhras, K.N. வெங்கடராமன்)

மேற்கண்ட சான்றுகளைத் தவிரவும் களப்பிரர் என்பவர் புல்லியின் வம்சாவழியினரே என்று நிறுவும் வகையில் கழுகுமலையில் உள்ள சமணக் கல்வெட்டுகளில் ஒன்று உள்ளது. அக்கல்வெட்டின் செய்தியாவது:

"ஸ்ரீ திருநெச்சுறத்து
மாறம் புல்லி
செய்வித்து படி
மம் இதுக்கு கி
ழரன் றெட்டந் திரு
விளக்கு நெய்"

(A.R., No. 39 of 1894)

புல்லி என்பது வேங்கடமலையை ஆண்ட மன்னனின் பெயர் என்பது நமக்குத் தெரியும். களப்பிரர் ஆட்சிக்குப் பின் ஒரு நூற்றாண்டு காலத்திற்குப் பின்னர் கழுகுமலையில் கட்டப்பட்ட சமணத் தலத்தில் ஒரு சிலையைப் புல்லியின் பெயரைக் கொண்ட ஒருவன் தன்மமாக செய்வித்திருக்கிறான். அவனது பெயரின் முற்பகுதி பாண்டியனின் பெயரான மாறன் என்பதாக இருக்கிறது. எனில், பாண்டியனின் கீழ் சிற்றரசனாகவோ, அதிகாரியாகவோ அப்பெயருடையவன் இருந்திருக்க வேண்டும். இது பாண்டிய நாட்டில் ஆட்சி செய்த களப்பிரர்கள் புல்லியின் வழித் தோன்றல்களே என்ற செய்தியை உறுதிப்படுத்துவதாக இருக்கிறது.

புல்லியின் வாரிசுகளான கலி குலத்தைச் சேர்ந்த களப்பிரர்களுக்கும், சக்கிலியர்களுக்கும் என்ன தொடர்பு? யானையைக் குலமரபுச் சின்னமாய், அடையாளமாய் உடைய களபர்கள் என்பதன் தமிழாக்கமாகப் பகடை என்கிற பெயர் திகழுகிறது என்பதை ஏற்கனவே கண்டோம்.

களப்பிரர்கள் கலியரசர்கள் எனப்பட்டனர் என்பது நமக்குத் தெரியும். நமக்குத் தெரிய வேண்டிய மற்றொரு செய்தி கலி

என்பது எதைக் குறிக்கிறது என்பதுதான். களபர் என்பது பாலி மொழிச் சொல்தான் என்பதை ஏற்கனவே பார்த்தோம். சங்கப் பாடல்களில் மவுரியப் படையெடுப்பு குறித்த குறிப்புகள் இருப்பது நமக்குத் தெரியும். புல்லி ஆண்டு கொண்டிருந்த வேங்கட மலைப்பகுதி அசோகரின் சாம்ராஜ்யத்தில் ஒரு பகுதியாக இருந்தது. அசோகரின் பேரரசுப் பகுதிகள் முழுமைக்கும் பவுத்தமும், புத்தரின் போதனைகள் கொண்ட பாலி மொழியும் கொண்டு சேர்க்கப்பட்டன. அந்த அடிப்படையில்தான் வேங்கட மலைப்பகுதியில் இன்னும் சரியாகச் சொல்வதென்றால் அருவாநாட்டிலும், அருவா வடதலை நாட்டிலும் வாழ்ந்த இனக்குழுவினர் களபர் என அறியப்பட்டனர்.

இந்த உண்மையைக் கணக்கில் கொண்டு பார்த்தால், கலி என்பதும் பாலிச் சொல்லாகவே இருக்க வேண்டும். ஜேம்ஸ் டி. ஆல்விஸ் என்பார் தொகுத்த *Buddhist Nirvana* என்ற நூலில் கலி என்ற வார்த்தைக்குச் "சாவு", "கெடுவாய்ப்பான சாவு" என்று பொருள் காணப்படுகிறது.

அவ்வாறே ச (Sa) என்ற முன்னொட்டு உடையவர், உரிமையுள்ளவர் என்ற பொருள் தருவதாகப் பாலி மொழி அகராதி குறிப்பிடுகிறது.

Sa: A prefix much used as the first part of compound Subjectives and adverbs and generally conveying the idea of possession or similarity

(A dictionary of Pali language, R.C. Childers)

சில எடுத்துக்காட்டுகளையும் அந்நூல் வழங்குகிறது

லஜ்ஜோ - வெட்கம்   சலஜ்ஜோ - வெட்கம் கொண்ட

சேனோ - படை   சசேனோ - படை உடைய

ஹத்தி - யானை   சஹத்தி - யானை கொண்ட

பாரியோ - மனைவி   சபாரியோ - தனது மனைவியுடன்

இந்த அடிப்படையின் ச+கலி - சக்கிலி என்ற வார்த்தைக்கு சாவினை உடமையாய்க் கொண்டவன் என்று பொருள்.

இவ்வார்த்தைத் தமிழில் மொழிபெயர்க்கப்படும் போது கூற்றன், கூற்றுவன் என்று வழங்கப்படும். இவ்வார்த்தைகள் களப்பிரரைக் குறிப்பிடுவன என்பதை நாம் அறிவோம்.

> "சுந்தரர் தம் திருத் தொண்டத் தொகையில், ஆர் கொண்ட வேர் கூற்றன் களந்தைக் கோன் அடியேன்' எனக் கூறுகிறார். நம்பியாண்டார் நம்பி தமது திருத்தொண்டர் திருவந்தாதியில், 'கோதை நெடுவேற் களப்பாளனாகிய கூற்றுவனே' என்கிறார்."
>
> (புதிய நோக்கில் களப்பிரர் வரலாறு, பக். 93.
> ஆ. பத்மாவதி)

> "பூலாங்குறிச்சி கல்வெட்டிலும் மன்னன் பெயர் சேந்தங் கூற்றன் என்றும் கூற்றஞ்சேந்தன் என்றும் கூறப்பட்டிருப்பதைக் காண முடிகிறது. எனவே கூற்றன் என்ற பெயர் களப்பிர மன்னர்களால் சூட்டிக் கொள்ளப்பட்ட பெயர் என்று தெரிகிறது."
>
> (மேலது, பக். 94)

ஆக, சக்கலி என்கிற பெயர் கூற்றுவன் என்ற பெயருடைய பாலி வடிவம் என்பது புலனாகிறது. கத்தரி என்கிற வார்த்தை நம் பயன்பாட்டில் கத்திரி என்று மாற்றம் அடைவதுபோல் சக்கலி என்பது சக்கிலி என்று மாறியிருக்கிறது. சக்கலி என்பதும் சக்கிலியர்களைக் களப்பிரர்களுடன் தொடர்பு படுத்துகிறது. அதோடு கலி என்பது குலப்பெயர் அன்று. அதுவும் ஒரு பட்டமே. பாண்டி குலாசனி, கேரளாந்தகன், சிங்களாந்தகன், மதுராந்தகன் என்பவை சோழர்கள் சூடிக் கொண்ட பட்டங்கள். தெலுங்கு குலகாலன், ராஷ்ட்ரகூட குல காலன் என்பவையும் அவர்களின் பட்டங்களே. அரசர்கள் இப்படித் தங்களை இயமனுக்கு இணையானவர்கள் என்று கூறிக் கொள்ளும், பட்டங்கள் சூடிக் கொள்ளும் வழக்கம் இங்கு உண்டு. அந்த அடிப்படையில்தான் சாவின் உரிமையாளன், எதிரிகளுக்குச் சாவை விரும்பும் நேரத்தில் அளிப்பவன் என்கிற விதமாய்க் களப்பிரர்கள் சூடிக் கொண்ட பட்டமே சக்கலி என்பதும் புலனாகிறது.

சக்கிலியர்கள் களப்பிரர்கள்தான் என்று நிறுவக் கூடிய வேறு சான்றுகளைப் பார்ப்போம்.

1.

சக்கிலிய ஆட்சியாளர்கள் என்ற கட்டுரையில் சேலம் மாவட்டம் கேத்தநாயக்கன் புதூரில் உள்ள பெரிய சக்கிலிச்சி ஏரியில் உள்ள மதகுக் கல்வெட்டுகள் குறித்துப் பார்த்தோம். அக்கல்வெட்டுகளை முதலில் படியெடுத்த கல்வெட்டு ஆய்வாளர் முனைவர் கொடுமுடி ச. சண்முகன் அதை ஆறாம் நூற்றாண்டைச் சேர்ந்தது என்கிறார். தேனோலை இதழில் சக்கிலிய சாதியைச் சேர்ந்த அரசனால் வெட்டப்பட்டது அவ்வேரி. கல்வெட்டு குறிப்பிடும் அரசனும் சக்கிலிய சாதியைச் சேர்ந்தவன் எனக் குறிப்பிடுகிறார். கல்வெட்டு வாசகம் கீழ்க்கண்டவாறு:

"ஸ்ரீ கிடங்கில்
புலியார் மதன் நல்லி
ஓட்டை கண்டது"

கல்வெட்டு ஏரியின் தூம்பினை அமைத்தவன் பெயர் நல்லி என்றும்; அவனது தந்தையின் பெயர் பு(ல்)லி என்றும் குறிப்பிடுகிறது. ஆறாம் நூற்றாண்டில் களப்பிரர்கள் ஆட்சியில் இருந்தார்கள் என்பது நமக்குத் தெரியும். அப்படி ஆட்சியில் இருந்த களப்பிர அரசனின் தந்தை பெயர் புல்லி எனக் கல்வெட்டு குறிப்பிடுவது, பெரிய சக்கிலிச்சியின் பெயரில் அவ்வேரி வெட்டப்பட்டிருப்பது என்கிற செய்திகள் புல்லியின் வழி வந்த களப்பிரர்கள் சக்கிலியரே என்ற செய்தியை உறுதிப்படுத்துவதாக அமைகின்றன.

2.

ஆய்வாளர் நடன. காசிநாதன் களப்பிரர் பவுத்தர்கள் என்று கூறுகிறார். கி.பி. 5 ஆம் நூற்றாண்டில் காவிரிப்பூம்பட்டினத்திலிருந்து ஆட்சி செய்த களப்பிர அரசன் அச்சுத விக்கந்தன் ஆட்சிக் காலத்தில் பவுத்த நூல்கள் எழுதப்பட்டதற்கு அவ்வரசன் உதவியாய் இருந்தான். கி.பி. 3 ஆம் நூற்றாண்டு முதல் 5 ஆம் நூற்றாண்டு வரை காஞ்சிபுரம் பவுத்த மதத்தின் தலைமைப் பீடமாகத் தமிழ் நாடு விளங்கியிருக்கிறது. அங்கிருந்து சீனா

போன்ற கிழக்காசிய நாடுகளுக்குப் புத்த பிக்குகள் சென்று பவுத்தத்தைப் பரப்பியிருக்கின்றனர். காவிரிபூம்பட்டினத்துக்கு அண்மையிலுள்ள நாகப்பட்டினத்திலும் புத்த ஸ்தூபம் கி.பி. எட்டாம் நூற்றாண்டுக்கு முன்பே இருந்திருக்கிறது. சாக்கிய நாயனார் புராணம் திருவாரூரிலும் பவுத்த மடங்கள் இருந்தன. அங்கு பல பௌத்த பிக்குகள் வாழ்ந்தனர் எனத் தெரிவிக்கிறது. மேற்கூறிய காரணங்களை முன்னிட்டுக் களப்பிரர்கள் பவுத்தர்களே என்று நடன. காசிநாதன் நிறுவுகிறார்.

சக்கிலியர்கள் களப்பிரர்கள் என்றால் அவர்களும் பவுத்தர்களாக இருந்திருக்க வேண்டும். அதற்கான தடயங்கள் வரலாற்றில் காணப்பட வேண்டும்.

கொங்கு நாட்டு சமுதாய ஆவணங்கள் நூலில் பேரூர் அணை கட்டின பட்டயம் என்ற பெயரில் 1499 ஆம் ஆண்டை ஒட்டிய ஓர் ஆவணம் உள்ளது. அவ்வாவணத்தில் உள்ள சில வரிகளைப் பார்ப்போம்.

> "தொட்டிய சக்கிலியற், மதுரைச் சக்கிலியற், அனுப்பச் சக்கிலியற், கானக்காட்டுச் சக்கிலியற் யிந்த நாலு சாதி சக்கிலியற் மேலே கந்தாயம் வரி கொடுக்கும் படியாயி கோசங்கிகளை சர்க்காறர் தெண்டித்த படியினாலே..."
>
> "சுவாமி கல்லுங் காவேரியும் உண்டான நாள் முதல் சந்திற சூரியர் வுள்ள நாள் முதலாயில்லாத கந்தாய வரி மாதாரிகளே குடுங்கள் என்று தெண்டிக்கிற படியினாலே தேவரீர் சமூகத்துக்கு வந்தேன். இனிமேல் இந்த நாலு சாதி கோசங்கி வம்முசம் உள்ள வரைக்கி பட்டரை வரி ரெண்டு பொன்தவிர மற்றவரி சரி மாப்பு யென்கிறதாக உத்தரவு கொடுத்து..."
>
> *(கொங்கு நாட்டு சமுதாய ஆவணங்கள், பக். 282, 283, செ. ராசு)*

மேற்சொன்ன ஆவணம் மட்டுமல்லாமல் அதே நூலிலுள்ள திருமுருகன் பூண்டி கிரைய சாசனம், மல்லி குந்தம் பட்டயம் ஆகிய ஆவணங்களும் சக்கிலியரைக் கோசங்கி வம்சத்தினர் என்று குறிப்பிடுகிறது.

ஜனவரி 31, 1912 தேதியிட்ட தமிழன் பத்திரிகையில் பண்டிதர் அயோத்திதாசரிடம் சி. முத்துக் குமாரசுவாமி, நாதமுனி, தீர்த்தகிரி, உபாத்தியாயர் என்பவர்கள் கேட்கும் கேள்வியில் ஒருபகுதி கீழே உள்ளவாறு:

"கோசங்கிகள் என்றழைக்கப்படும் சக்கிலியரை பறையரென்போர் மாமன் மைத்துனன் உறவாய் முறை கொண்டாடி, உண்பன, கொள்வன, கொடுப்பனவைகளிற் சம்பந்தப்படாமனிற்பதோ ஒருவருக்கொருவர் வீதிகளில் ஒருவருக்கொருவர் பாதரட்சை அணிந்து ஏகாது உறுதி செய்து கொண்டு..."

(அயோத்திதாசர் சிந்தனைகள், பக். 694)

இவையெல்லாம் சக்கிலியர்களைக் கோசங்கிகள் என்று குறிப்பிடுகின்றன. கோ (GO) எனப்படும் பாலி சொல்லிற்கு காளைமாடு என்று பொருள். சங்கி என்னும் சொல்லிற்கு சங்கத்தைச் சார்ந்தவன் என்பது பொருள். கோசங்கி என்னும் சொல்லிற்கு காளைமாடு பாதுகாப்புச் சங்கத்தைச் சேர்ந்தவன் என்று பொருள்.

ஏன் காளை மாடுகளைக் கொல்வதற்கு எதிரான சங்கம் தோன்ற வேண்டும்? இந்து மதத்தின் புதிர்கள் என்ற நூலில் அண்ணல் அம்பேத்கர் உயிர்களைப் பலியிடுவது தொடர்பான காளி புராணத்தின் பகுதிகளை மேற்கோள் காட்டுகிறார். அதில் ஒரு பகுதி இது:

"விலங்கினங்களிலும், பறவையினங்களிலும் பெட்டைகளை பலியிடக் கூடாது. மனித இனத்திலும் பெண்ணைப் பலியிடக் கூடாது. பெண்பாலைப் பலியிடுபவன் நரகத்தில் விழுவான்"

(அ.நூ.தொ., 8, தமிழ், பக். 163)

அதே போல அவருடைய நூல் தொகுப்பு 14 தமிழில் கீழ்க்கண்ட பகுதி காணப்படுகிறது.

"பிராமணர்கள் நடத்தும் வேள்விகளில் விலங்குகள் எவ்வளவு குரூரமாகவும், பெரும் எண்ணிக்கையிலும்

பலியிடப்படுகின்றன என்பதை விவரித்த பிறகு குததாந்தா பின்கண்டவாறு கூறுகிறார்:

> "...ஓ! கௌதமரே நான் 700 காளைகளையும், 700 விதையடிக்கப்பட்ட எருதுகளையும், 700 இளம் பசுக்களையும், 700 வெள்ளாடுகளையும், 700 செம்மறியாடுகளையும் விடுவிப்பேன். அவற்றுக்கு உயிர்ப்பிச்சை அளிப்பேன்.""

(அ.நூ.தொ. 14, தமிழ், பக். 140)

இப்படிப் பெரும் எண்ணிக்கையில் பலியிடப்பட்ட விலங்குகளைக் காக்கும் விதத்தில் தோற்றுவிக்கப்பட்டதே கோசங்கம். அதன் உறுப்பினர்கள் கோசங்கிகள். சக்கிலியர்கள் கோசங்கிகள் எனக் குறிப்பிடப்படுவதால் அவர்கள் பவுத்தர்கள் என்பது உறுதியாகிறது.

கோசங்கி என்பது பவுத்தச் சொல்லாடல்தான் என்பதை நிறுவ ஒரு சான்றைச் சுட்டிக் காட்டுவது பொருத்தமானதாக இருக்கும். அந்த வகையில் கி.மு. இரண்டாம் நூற்றாண்டைச் சேர்ந்ததாகக் கருதப்படுகிற மதுராவின் பவுத்த கல்வெட்டொன்றின், ஒரு குறிப்பிட்டப் பகுதியைப் பார்க்கலாம்.

(N)

1) அயாரியாச புத்திலா நக்ரராச பிக்கு

2) ச சர்வஸ்திவத்ஸ பக்ர

3) ந மகாசங்கியன ப்ர

4) ம நாவி தவே கலுலுச

(E.I. 9 to 146)

மேலே உள்ளது பிராகிருத மொழியில் அமைந்த ஒரு கல்வெட்டு. அதன் மொழி பெயர்ப்பு கீழ்க்கண்டவாறு அமையும்.

> "இயற்கை குறித்த அறிவுக்கான, பயிற்சிக்களமாகவும், மகாசங்கிகளின் முன்னணிப் படைக்கு எதிரானவரும் நகரா என்ற ஊரைச் சேர்ந்த பிக்குவுமான சர்வாஸ்திவாதின் ஆசார்ய புத்திலருக்கு"

இக்கல்வெட்டு கி.மு. இரண்டாம் நூற்றாண்டில் பவுத்தத்தில் தேரவாதப் பிரிவில் மகா சங்கிகள் என்னும் பவுத்தப் பிரிவினர் இருந்ததற்கான சான்றினைப் பகிர்கின்றது. இந்த அடிப்படையில் கோசங்கிகள் என்பவர்கள் கால்நடைகளைப் பலியிடுவதைத் தடுப்பதற்கான பவுத்தர்களின் சங்கத்தைச் சேர்ந்தவர்கள்தாம் என்பதை உறுதிப்படுத்துவதாக இருக்கிறது.

3.

களப்பிரர் காலச் சமூகத்தின் முக்கிய அம்சங்களில் ஒன்றாக மங்கலம் என்கிற பெயரோடு முடிகிற ஊர்கள் விளங்கின.

> "கி.பி. 3 ஆம் நூற்றாண்டில் மகாயான மங்கை வழிபாட்டைத் தமிழகம் மிகச் சிறப்பாகப் பின்பற்றியிருந்தது. மங்கை என்ற பெயருடைய ஊர்களெல்லாம் சிறந்த பவுத்த மய்யமாகத் திகழ்ந்தன."

> "...வெற்றித் தெய்வம் மங்கை இருக்கும் ஊர் மங்கலம் எனப்பட்டது. மங்கையே ஊர், ஊரே மங்கலம். அதனால்தான் மங்கலம் என்றும் மங்கை என்றும் ஒரே ஊர் அழைக்கப்பட்டிருக்கிறது."

(புதிய நோக்கில் களப்பிரர் வரலாறு, பக். 62)

புள்ள மங்கலம், விஜய மங்கலம், பூத மங்கலம் (போதி மங்கை) என்று அக்காலத்தில் புகழ் பெற்ற களப்பிரர் ஊர்களை நூலில் ஆ. பத்மாவதி குறிப்பிட்டுக் காட்டியுள்ளார். அந்த வரிசையில் திருவண்ணாமலை மாவட்டத்தில் உள்ள மாதிமங்கலமும் (வடமாதிமங்கலம்) கவனத்தில் கொள்ளப்பட வேண்டிய ஊர்.

எப்படி முற்காலப் பாண்டியர் காலத்தில் பேரரசர், அமைச்சர், சிற்றரசர், அதிகாரிகள் ஆகியோரின் பெயர்களில் மங்கலம் என்ற ஊர்கள் உருவாக்கப்பட்டனவோ அதே அடிப்படையில்தான் களப்பிரர் காலத்திலும் உருவாக்கப்பட்ட நிலை இருந்தது.

1) பாண்டி மங்கலம் 2) மூவேந்த மங்கலம் 3) பாண்டி அமிர்த மங்கலம் 4) வீர மங்கலம் 5) பாண்டி இளங்கோ மங்கலம் என்று முற்கால பாண்டிய கால ஊர்கள் அமைத்திருந்த மாதிரியில்தான்

மாதிமங்கலமும் களப்பிரர் காலத்தில் உருவாக்கப்பட்டிருக்க வேண்டும்.

இந்த இடத்தில் நமக்கு ஓர் அய்யம் தோன்றலாம், பிற்கால 15 ஆம் நூற்றாண்டு அரசர்களின் கல்வெட்டில் மாதி அரசர் என்ற பெயர் இடம் பெற்றிருக்கிறது என்பது உண்மைதான்.; அதனாலேயே களப்பிரர் காலமான 3 முதல் 6 வரையில் ஆன காலத்திலும் மாதி என்கிற பெயர் புழக்கத்தில் இருந்தது என்று சொல்ல முடியுமா? என்பதுதான் அந்த அய்யம்.

சங்க காலத்திலும் மாதி என்கிற பெயர் இருக்கிறது. அஃது கல்வெட்டில் காணப்படவில்லையே தவிர சங்ககால இலக்கியங்கள் அப்பெயரை அறியவே செய்யும். குறுந்தொகையின் 113 ஆம் பாடல் கீழ்க்கண்டதாகும்:

ஊர்க்கு மணித்தே பொய்கை பொய்கைக்கு
சேய்த்து மன்றே சிறுகான் யாறே
இரைதேர் வெண்குரு கல்லதியாவதும்
துன்னல போ கின்றார் பொழிலே யாமெம்
கூழைக் கெடுமண் கொணர்கஞ் சேறும்
ஆண்டும் வருகுவள் பெரும்பே தையே.

மேற்கண்டப் பாடலை எழுதியவர் பெயர் மாதிரத்தன் என்பதாகும். சங்ககாலத்தில் மாதி என்ற பெயரோடு அரசர்கள் பெயர் அறியப்படவில்லை. எனினும் புலவர் மாதி எனும் பெயரோடு இருக்கவே செய்கிறார். அதுவே பிற்காலத்தின் அரச குடியின் பெயராக அறியப்படுகிறது. இந்த மாதிரத்தன் என்பவர் எழுதிய பாடலாக அது மட்டுமே அறியப்படவில்லை.

நெல்லும் உயிரன்றே நீரும் உயிரன்றே
மன்ன னுயிர்த்தே மலர்தலை யுலகம்
அதனால், யானுயி ரென்ப தறிகை
வேன்மிகு தானை வேந்தற்க்குக் கடனே.

(புறம், 186)

இப்பாடலை மோசிகீரனார் எழுதியதாகக் குறிப்பிடப் பட்டிருக்கிறது. சிலப் பிரதிகளில் இப்பாடலை எழுதியவரின் பெயர் மாதிமாதிரத்தனார் என்று குறிப்பிடப்பட்டிருப்பதாகக்

கூறப்படுகிறது. இந்த மாதிமாதிரத்தனார் என்பவர் மேலே குறிப்பிட்ட மாதிரத்தனாராகவே இருக்க வேண்டும்.

ஆக, இப்படிச் சங்ககாலத்திலிருந்து வரும் மாதி என்ற பெயர் தாங்கி ஓர் ஊர் களப்பிரர் காலத்தில் உருவாக்கப்படும் என்றால், களப்பிரர் என்பவர் மாதியர் என்று வழங்கப்படும் சக்கிலியர்தான் என்பது உறுதி செய்யப்படுகிறது தானே!

சக்கிலியர்களே வாணர்கள்!

சக்கிலியர் யார் என்கிற சென்ற இயலில் சக்கிலியர்கள் களப்பிரர்களே என்ற செய்தியை உறுதிப்படுத்தும் சான்றுகளுடன் பார்த்தோம். சக்கிலியர்களே களப்பிரர்கள் என்ற வாதம் முன்வைக்கப்பட்டவுடன் சில கேள்விகள் உடனடியாக எழுந்து நிற்கும். அவை:

1. சக்கிலியர்களே களப்பிரர் என்பது உண்மையாய் இருந்தால், இந்தச் செய்தி வரலாற்றில் எப்படிக் காணாமல் அழிக்கப்பட்டது? இருண்ட காலமாய்க் கருதப்படும் களப்பிரர் காலத்துச் செய்திகள் எவையும் துலக்கமாகக் கிடைக்காமல் போனது ஏன்?

2. ஆறாம் நூற்றாண்டின் முற்பகுதியில் வீழ்த்தப்பட்ட களப்பிரர்கள் ஆகிய சக்கிலியர்கள் அதற்குப் பின் மீண்டெழவில்லையா?

3. ஆண்ட பிரிவினராக இருந்த மக்கள் எவ்வாறு தீண்டத்தகாதோராக மாறினர்?

இந்தக் கேள்விகளுக்குப் பதில் அளிக்கும் முன் நாம் இன்னொரு கேள்வியை எதிர்கொள்ள வேண்டும். சென்ற இயலில் நாம் பார்த்த செய்தி என்ன? களப்பிரர் என்பவர் யானையைத் தங்கள் அடையாளமாய்க் கொண்டவர். வேங்கடமும், அதைச் சார்ந்த பகுதிகளையும் தங்கள் பூர்வீகமாகக் கொண்டவர்கள். கலி குலத்தைச் சார்ந்தவர். கலி என்பதும் அவர்களுக்குரிய பட்டங்களில் ஒன்றே. சக்கிலி என்பதன் பொருள் சாவை தனது உடமையாய்க் கொண்டவன் என்பதே. அப்படியெனில், அவர்களுக்கு வேறு பெயர் எதுவும் உள்ளதா? தமிழ்நாட்டு வரலாற்றில் பல்லவர், சோழ, பாண்டியர் காலங்களில்

காணப்பெறும் சிற்றரசர் குலங்களில் ஏதேனும் ஒன்றைச் சார்ந்தவர்களா? ஆம் எனில் எந்தச் சிற்றரசர் குலம்?

இக்கேள்விகளுக்கு விடையளிக்கக் களப்பிரர் குறித்து இன்னும் கொஞ்சம் தெளிவு பெற முனைவர் துளசி ராமசாமியின் நூலிலிருந்து ஒரு சிறு பகுதியை மேற்கோளாகக் காண்போம்!

"களப்பிரர் யானையை இனமரபுச் (Totem) சின்னமாகக் கொண்டவர்கள். இனக்குழுவினர் களப்பிரர், களப்பாளர் எனப் பன்மையில் இவர்கள் குறிப்பிடப்படுவதால் இவர்கள் யானையை இனமரபுச் சின்னமாகக் கொண்ட இனக்குழுவினர் ஆவர்.

களப்பிரர் இனக்குழுச் சமூகமாதலால் அவர்கள் சிறுசிறு கூட்டமாகத் தமிழ்நாட்டிற்குள் ஊடுருவியிருக்க வேண்டும். அதனால் கலி குலமாகிய களப்பிரரில் ஒரு பிரிவு பாண்டியர் இனக்குழுச் சமூகத்தை விரட்டிவிட்டு அவர்களின் இருப்பிடத்தைக் கைப்பற்றிக் கொண்டது. இன்னொரு குலமாகிய அச்சுதக்குலம் சோழர் இனக்குழுச் சமூகத்தை விரட்டி விட்டுச் சோழப் பகுதியைக் கைப்பற்றிக் கொண்டது. இதே போன்று கலி குலமே சேரர், கொங்கு நாட்டுப் பகுதிகளைக் கைப்பற்றிக் கொண்டது."

(தமிழக வரலாற்றில் ஒளிர்வது களப்பிரர் காலம், பக். 176, முனைவர் துளசி ராமசாமி)

முனைவர் துளசி ராமசாமியின் கருத்துப்படி களப்பிரர்கள் என்பவர்கள் கலி குலம், அச்சுதக்குலம் என்ற இரு பிரிவைச் சேர்ந்தவர்கள். இவர்களுள் கலி குலத்தைச் சேர்ந்தவர்கள் பாண்டிய, சேரர், கொங்கு நாட்டுப் பகுதிகளைக் கைப்பற்றினார்கள். அச்சுதக் குலத்தினர் சோழ நாட்டைக் கைப்பற்றினர். அச்சுதக் குலத்தைக் குறித்து விரிவான ஆய்வுக்குப் பின்னரே சொல்ல முடியும். கலி குலத்தைச் சேர்ந்தவர்களே சக்கிலியர் என்ற செய்தியை நாம் கண்டோம். அந்தச் சக்கிலியர் என்னும் குழுவினரின் பின்புலத்தில் வரலாற்றைப் பகுத்துப் பார்ப்போம்.

களப்பிரர் காலத்துக் கல்வெட்டுச் சான்றுகள் பூலாங்குறிச்சி கல்வெட்டைத் தவிரப் பெரிதாக ஒன்றுமில்லை. களப்பிரர் காலம் வரைக்கும் கோயில்களைக் கற்றளிகளாகக் (கற்கட்டடங்களாக) காட்டும் வழக்கம் இல்லை. பல்லவ அரசன் இராச சிம்மன்தான் கற்றளிகளை முதலில் கட்டுவித்தவன். அக்கோயில்களும் கூட கருங்கற்களால் கட்டப்பட்டவையன்று.

"ஆயினும் கைலாசநாதர் கோயில் (காஞ்சி) கருங்கற்களைக் கொண்டு அமைக்கப் பெறாமல், மணற்பாறைக் கற்களைக் கொண்டு அமைக்கப் பெற்றமையால் அதிலுள்ள சிற்பங்கள் தட்பவெப்ப மாற்றங்களால் வெடிப்புற்று வருகின்றன."

(தமிழ்நாட்டு வரலாறு - பல்லவர் - பாண்டியர் காலம், பக். 167, தமிழ்நாட்டு வரலாற்றுக்குழு தமிழ்நாடு அரசு வெளியீடு, 1990)

பல்லவர் காலத்தின் இடைப் பகுதி வரை கற்கோயில்கள் தமிழ்நாட்டில் அமைக்கும் வழக்கம் இல்லாததால், செங்கல் கட்டடங்களாகவே கோயில் போன்ற பொதுக் கட்டடங்கள் இருந்தன. காலப் போக்கில் மறைந்தன. ஆகவே, ஆறாம் நூற்றாண்டின் மத்தியப் பகுதி வரைக்குமான கல்வெட்டுகள் என்பவை நமக்குக் கிடைக்கும் வாய்ப்பில்லை. பவுத்தம் எழுச்சி பெற்ற காலப் பகுதியான களப்பிரர் காலத்து இலக்கியங்கள் பெரும்பாலும் பார்ப்பனர்களின் தூண்டுதல்களால் அழித்து ஒழிக்கப்பட்டன.

ஆகவே, களப்பிரர் காலம் குறித்த கல்வெட்டுச் சான்றுகளும் இல்லை; இலக்கியச் சான்றுகளும் இல்லை என்பதுதான் தமிழ்நாட்டு வரலாற்றுக்கு நேர்ந்த அவலம் ஆகும். எஞ்சியிருக்கிற சில சான்றுகளைக் கொண்டே அறிஞர்கள் களப்பிரர் குறித்த வரலாற்றை ஆய்ந்து சொல்கின்றனர்.

நாமும் களப்பிரர் காலத்துக்கு முந்தைய சங்ககாலம் சார்ந்த குறிப்புகளையும், கிடைக்கும் ஒன்றிரண்டு நடுகற் கல்வெட்டுகளையும், பிற மொழிகளில் காணக் கிடைக்கிற குறிப்புகளையும் கொண்டு அந்த வரலாற்றை ஆய்வோம்.

களப்பிரரின் காலத்தைச் சேர்ந்ததாகச் சொல்லப்படுகிற நடுகற்களை முதலில் எடுத்துக் கொள்வோம். தமிழ்நாட்டில் கிடைத்த நடுகற்களில் மிகப் பழமையான நடுகற்களாக புலிமான் கோம்பை (கி.மு. 4-3 ஆம் நூற்றாண்டு) தாமரைக்கரை (ஈரோடு மாவட்டம்) (கி.பி. 4 ஆம் நூற்றாண்டு) ஆகியவற்றை தொல்லியல் அறிஞர் பத்மாவதி குறிப்பிடுகிறார். தாமரைக்கரை நடுகல் களப்பிரர் கால நடுகல்லாகும். அதைத் தொடர்ந்து அய்ந்தாம் நூற்றாண்டைச் சேர்ந்த நடுகற்கள் தர்மபுரி மாவட்டம் பாப்பம்பாடியில் (இருளப்பட்டி) கிடைக்கின்றன. அய்ந்தாம் நூற்றாண்டு என்பது களப்பிரர் ஆட்சியின் இறுதிக் காலம் என்று சொல்லத்தக்கது.

இருளப்பட்டியில் இரு நடுகற்கள் காணக் கிடைக்கின்றன. அவற்றைக் காணலாம்.

முதலாவது நடுகல்

1. கோவிசைய விண்ண பருமற்கு நான்காவ
2. து (தகடூரு) நாடாளும் கங்கரைசரு
3. மேல் வந்த தண்டத்தோடு எ
4. றிந்து பட்ட வாண பெருமரைசரு
5. … … …

(நடுகற்கள், பக். 148, ச. கிருஷ்ணமூர்த்தி)

இரண்டாம் நடுகல்

1. வாணபரும
2. அரைசரு சே
3. வகன் உழ
4. முணுகண் மக
5. ன் விசய ம
6. ங்கல மாண்
7. ட விண்ணபே
8. ரேனாதி கல்

1. விண்ணப்பேரே
2. ணாதி சேவகன்
3. கொற்றந்தை கோட
4. ன் கல்

(புதிய நோக்கில் களப்பிரர் வரலாறு, பக். 195, ஆ. பத்மாவதி)

முதல் நடுகல் வாணர், கங்கர் என்ற இரு குழுவினர் போரிட்ட செய்தியைக் குறிப்பிடுகிறது. இரண்டாவது நடுகல் வாணரை மட்டும் குறிப்பிடுகிறது. கி. பி. அய்ந்தாம் நூற்றாண்டில் தமிழ்நாட்டில் களப்பிரர் ஆட்சியே நடந்து கொண்டிருந்தது. கி. பி. ஆறாம் நூற்றாண்டில்தான் தமிழ்நாட்டில் பல்லவர் ஆட்சி நிலைபெற்றது.

"தொண்டை மண்டலத்தில் நிலைபெற்றிருந்த களப்பிரர்களைச் சிம்மவிஷ்ணு என்ற பல்லவ மன்னன் அகற்றியதைப் பல்லவர் செப்பேடுகளும் கல்வெட்டுகளும் பேசுகின்றன... சிம்ம விஷ்ணுவின் ஆட்சிக்கு முன்னரே பல்லவ மன்னர்களில் பலர் காஞ்சிபுரத்தைக் கோநகராகக் கொண்டு தங்களுடைய ஆட்சியை நிலைநிறுத்திய போதிலும் கி. பி. ஆறாம் நூற்றாண்டின் இறுதிப் பகுதியில் இருந்து தான் பல்லவ மன்னர்களுடைய ஆட்சி தொடர்ந்து கி. பி. ஒன்பதாம் நூற்றாண்டு வரையில் நடைபெற்றது."

(தமிழ்நாட்டு வரலாறு - பல்லவர் - பாண்டியர் காலம், பக். 116, தமிழ்நாட்டு வரலாற்றுக்குழு, தமிழ்நாடு அரசு)

இந்தச் செய்தியை மனதில் வைத்துக் கொண்டு பார்த்தால் களப்பிரர் ஆட்சி செய்து கொண்டிருந்த அந்தக் காலத்தில் பாணர்கள் தர்மபுரி மாவட்டப் பகுதியில் ஆட்சி செய்து கொண்டிருந்திருக்கிறார்கள். அதோடு இன்னொரு செய்தியையும் பார்ப்போம்.

"சமண வானவியல் குறித்துப் பேசுவதும், சிம்ஹ சூரி என்பவரால் எழுதப்பட்டதுமான லோகவிபாகா என்கிற சமணத்தின் திகம்பரப் பிரிவைச் சேர்ந்த சமஸ்கிருத நூல் சர்வநந்தி என்பவரால் வாணர் நாட்டில் உள்ள பாடலிகா என்ற ஊரில் நகலெடுக்கப்பட்டதாகக் கூறப்படுகிறது. காஞ்சியை ஆண்ட அரசன் சிம்மவர்மனின் 22 ஆவது ஆட்சி ஆண்டான சகம் 380 இல் (கி.பி. 458) நகலெடுக்கும் பணி நிறைவு பெற்றது என்று அச்சமண நூலின் கையெழுத்துப்படி தெரிவிக்கிறது. பாடலிகா எனக் குறிப்பிடப்படுவது. தென் ஆற்காடு (தற்போது கடலூர்) மாவட்டத்தில் உள்ள பாடலிபுத்திரம் என சரியாக அடையாளம் காணப்பட்டுள்ளது.

(The role of feudatories in Pallava History, பக். 3, M.S. Govindhasamy)

நடுகற்கள் தர்மபுரிப் பகுதியை வாணர்கள் அய்ந்தாம் நூற்றாண்டில் ஆண்டார்கள் என்று ஒரு புறம் கூற, மற்றொரு புரம் சர்வ நந்தியின் கையெழுத்துப்படி அதே அய்ந்தாம் நூற்றாண்டில் கடலூர் மாவட்டப் பகுதியையும் வாணர்களே ஆண்டார்கள் என்கிறது.

வாணர்கள் தங்களை மகாபலியின் வாரிசுகள் என்று உரிமை கோரும் ஏராளமான கல்வெட்டுச் சான்றுகளை நாம் பார்த்திருக்கிறோம். அந்த வகையில் தமிழ்நாட்டின் வடபகுதியில் உள்ள ஒரு நகரம் மகாபலிபுரம் என்று அவர்களின் பெயரிலேயே வழங்கப்படுகிறது. அந்நகரின் இன்னொரு பெயரான மாமல்லபுரம் என்னும் பெயரை வைத்து அந்நகரம் பல்லவர்களுடன் மட்டுமே சேர்த்து அடையாளம் காணப்படுகிறது. ஆனால் எபிகிராபிகா கர்நாடிகா நூலைத் தொகுத்த பி. லூயிஸ் ரைஸ் என்பவர் அந்நகரம் பாணர்களுடன் தொடர்புடையது என்கிறார்.

> "பாணர்கள், தாங்கள் மகாவலி அல்லது மகாபலி, அவரது மகன் பாணன் ஆகியோரின் வழித்தோன்றல்கள், அதன் காரணமாகவே நாங்கள் பாணர் என்று அழைக்கப்படுகிறோம் என்று கூறிக் கொள்கின்றனர். சென்னைக்குத் தெற்கே, கடற்கரையோரமாக உள்ள ஏழு பகோடாக்கள் (ஏழு கோபுரங்கள்) என்று அழைக்கப்படுகிற மகாபலிபுரத்தோடு தொடர்புடையவர்களாக இவர்கள் இருத்தல் வேண்டும்."

(எபிகிராபிகா கர்நாடிகா முன்னுரை, பக். 11, பி. லூயிஸ் ரைஸ்)

லூயிஸ் ரைஸ் கருத்தை உறுதிப்படுத்துவதைப் போன்றதொரு செய்திக் கட்டுரை 5.5.2022 தேதியிட்ட டைம்ஸ் ஆப் இந்தியா இதழில் வெளியானது. அக்கட்டுரையிலிருந்து சிலப் பகுதிகளைக் காண்போம்.

"சென்ற மாதம் (ஏப்ரல், 2022) மகாபலிபுரம் கடற்கரையின் கடற்கரைக் கோயில் அருகே கடல் பின்வாங்கியதின் காரணமாக, தூண்கள், பாறைகள் ஆகியவை கடலுக்குள் தெரியும் காட்சித்துணுக்கு பரபரப்பாகப் பகிரப்பட்டது. அவ்வாறு புலப்பட்டவை பல்லவர் காலத்துக்கு முன் மகாபலிபுரம் ஒரு துறைமுக நகரமாக இருந்த போது கட்டப்பட்ட கட்டிடங்களின் மிச்ச சொச்சங்களாக இருக்கலாம் எனத் தொல்லியல் அறிஞர்கள் நம்பினர்.

அந்நம்பிக்கை உண்மையானதுதான் என நிறுவும் விதமாக, கோவாவில் இருக்கும் தேசிய கடல் வரைவியல் நிறுவனம் (National institute of Oceanography) கடற்கரைக் கோயில் அருகே கடல் நீருக்கடியில் நடத்திய ஆய்வு அமைந்தது. அவ்வாய்வில் பல்லவர் காலத்துக்கு முற்பட்டதான கி.பி. முதலாம் நூற்றாண்டைச் சேர்ந்தது என்று தெரிய வருகிற கட்டடங்களின் மிச்ச சொச்சங்களைக் கண்டறிந்தது.

கட்டடங்களின் மேல் படர்ந்திருக்கும் கடல் உயிர்களின் மூன்று மாதிரிகளை (samples) அக்குழு சேகரித்து ரேடியோ கார்பன் டேட்டிங் என்ற பழமையைக் கண்டறியும் சோதனைக்கு உட்படுத்தியது. கடற்கரைக் கோயிலின் வடக்கே உள்ள இடத்தில் 9 மீட்டர் ஆழத்தில் எடுக்கப்பட்ட மாதிரி முதல் நூற்றாண்டைச் சேர்ந்தது என்று கண்டறியப்பட்டது. மற்ற இரு மாதிரிகளும் 14, 19 ஆம் நூற்றாண்டுகளைச் சேர்ந்தவை.

... 2017 ஆம் ஆண்டில் கடற்கரைக் கோயிலுக்கு வடக்கு, தெற்கு, கிழக்கில் 800 மீட்டர் தள்ளி என வெவ்வேறு இடங்களில் கடல் நீருக்கு அடியில் தொல்லியல் ஆய்வு மேற்கொண்டபோது, 4 முதல் 9 மீட்டர் ஆழத்தில் நீருக்கடியில் மூழ்கிய நிலையில் கட்டிடங்கள் இருந்தது புலப்பட்டது. கடற்பாறைகளிலிருந்து சுமார் 500 மீட்டர் வடக்காகவும், கடற்கரைக் கோயிலிலிருந்து 1 கிலோ மீட்டருக்கும் குறைவான தூரத்திலும் முதல் நூற்றாண்டைச் சேர்ந்த கட்டடத்தின் மிச்ச சொச்சங்கள் கண்டுபிடிக்கப்பட்டன.

மற்ற இடங்களில் கடற்கரைக் கோயிலில் உள்ளது போன்றே பல ஒற்றுமைகளுடன் கூடிய கட்டடங்கள் காணப்பட்டன. கட்டுமான மாதிரி, கட்டடம் கட்ட பயன்படுத்தப்பட்ட மூலப் பொருட்கள், சாந்து, சுண்ணாம்பு போன்ற இணைப்புப் பொருட்கள் இல்லாத தன்மை, கற்கள் ஒன்றுக்கொன்று இறுக்கமாகப் பிணைக்கும் வண்ணம் பொருத்தப்பட்ட தன்மை ஆகியவை ஒப்புமைகள். மற்ற கட்டடங்களில் 6 மீட்டர் நீளமுள்ள சுற்றுச்சுவர் கொண்டதாக அலையடிக்கும் இடத்தில் காணப்பட்டது. அதோடு திமிலுள்ள காளையைப் போன்ற தோற்றமுடைய ஒரு அமைப்பும் காணப்பட்டது.

(டைம்ஸ் ஆப் இந்தியா, யு. டிஜோன்மயம் 5.5.2022)

இச்செய்தி மகாபலிபுரத்தில் பல்லவர் காலத்துக்கு முந்தைய கட்டடங்கள் இருந்ததாகக் குறிப்பிடுவது முக்கியமானது. நகரின் பெயர் பாணர்களின் மூதாதையின் பெயரில் இருக்கிறது. திமிலுள்ள காளை பாணர்களின் இலச்சினை. இவையாவும் வாணர்களோடு மகாபலிபுரத்துக்கு உள்ள தொடர்பை மட்டுமல்ல, பல்லவர் காலத்துக்கு முந்தைய களப்பிரர் என்பவர்கள் பாணர்களே என்ற நமது வாதத்துக்கு வலு சேர்ப்பதாகவும் அமைகிறது.

கடம்ப அரசன் காகுஸ்தவர்மனின் தாளகுண்டா தூண் கல்வெட்டு, (கி.பி. 430 - 450 காலப்பகுதியைச் சேர்ந்தது) அவனது முன்னோர்களில் ஒருவனான மயூர சர்மன் பெரும் பாணன் தலைமையிலான அரசர்களைத் தோற்கடித்தான் என்று சொல்கிறது. அப்போர் கி.பி. 350 வாக்கில் நடைபெற்றது எனக் குறிப்பிடப்படுகிறது.

அதைக் குறிப்பிடும் கல்வெட்டுப் பகுதியின் தமிழாக்கம் வருமாறு:

“பல்லவ அரசர்களின் எல்லைக் காவலர்களைப் போரில் எளிதில் தோற்கடித்த மயூர சர்மன், ஸ்ரீ பர்வதத்தின் (ஸ்ரீசைலம்) வாசல் வரை நீண்டிருக்கிற நுழையக் கடினமான காட்டினை ஆக்கிரமித்தான் பெரும்பாணனிடமிருந்தும்,

அவனது ஆணைக்குக் கட்டுப்பட்டு அரசர்களிடமிருந்தும் பல்வேறு வரிகளை விதித்து வசூலித்தான்.”

(*Epigraphia Indica*, vol. VIII, பக். 34, 35)

மேற்கண்ட கல்வெட்டு ஆந்திரத்தின் ஸ்ரீசைலம் வரையிலும் வாணருடைய ஆட்சிப் பகுதி நீண்டிருந்தது என்பதைத் தெரிவிக்கிறது. கி.பி. 459 ஆம் ஆண்டைச் சேர்ந்த தோட்பல்லபூர் என்ற ஊர்க் கல்வெட்டு கங்க அரசன் (கி.பி. 4 ஆம் நூற்றாண்டு) கொங்கணிவர்மனைப் பாணனின் காட்டை விழுங்கும் காட்டுத்தீ என்று வர்ணிக்கிறது.

விழுப்புரம் மாவட்டத்தில் பறையம் பட்டு என்னும் ஊரில் உள்ள அய்ந்து அல்லது ஆறாம் நூற்றாண்டைச் சேர்ந்ததாகக் கூறப்படுகிற வட்டெழுத்தில் கல்வெட்டு பின்வருமாறு உள்ளது.

1. *நமோத்து பாணாட்டு வச்*
2. *சணந்தி ஆசாரிய*
3. *ர் மாணாக்க ராராதன்*
4. *நோற்று முடித்த நி*
5. *சீதிகை*

(நடுகற்கள், பக். 457, ச. கிருஷ்ண மூர்த்தி)

விளக்கம்: பாண நாட்டைச் சேர்ந்த வச்சணந்தி என்கிற ஆசிரியரின் மாணாக்கர் ஆராதன் என்பவர் உண்ணா நோன்பு இருந்து உயிர் நீத்த நீசிதிகை (இடம்).

இக்கல்வெட்டும் பாண நாட்டைப் பற்றிப் பேசுகிறது. விழுப்புரம் மாவட்டத்தின் வடமேற்குப் பகுதியில் உள்ளது பறையம் பட்டு என்னும் ஊர். பாணநாடு என்று நடுகல் குறிப்பிடுவது இப்பகுதியையும் உள்ளடக்கியதா அல்லது அருகில் உள்ள பகுதியையா என்பது தெளிவாகப் புலப்படவில்லை. ஆயினும் அய்ந்தாம் நூற்றாண்டு காலப் பகுதியில் பாணநாடு சிறப்புற்று இருந்த செய்தியை இக்கல்வெட்டு குறிப்பிடுகிறது எனலாம்.

இந்தச் செய்திகளோடு வாணர்களின் ஆதி தாயகம் எங்கிருக்கிறது என்பதைத் தமிழ்நாடு அரசு வெளியிட்ட ‘தமிழ்நாட்டு வரலாறு - பாண்டியர் பல்லவர் காலம்’ நூல் தெரிவிக்கிறது. அதைப் பார்ப்பதும் இவ்விடத்தில் அவசியமானதாகிறது.

"பாணர்களுடைய ஆதி தாயகம் பாணராஷ்ட்ரம், பெரும்பாணப்பாடி, பருளி விடயம் என்று பல கல்வெட்டுகளில் கூறப்பெற்றுள்ளன. பாணராஷ்ட்ரம் என்பது தென்னார்க்காடு மாவட்டத்தின் மேற்குப் பகுதியையும், பெரும்பாணப்பாடி என்பது கர்நாடகத்தின் கிழக்குப் பகுதியையும், வட ஆற்காடு மாவட்டத்தின் மேற்குப் பகுதியையும் குறிக்கும். பருளி விடயம் என்பது சிரீபர்வதம் அல்லது ஸ்ரீசைலம் என்று கூறப்பெறும் நிலப்பகுதியாகும்"

(தமிழ்நாடு வரலாறு - பல்லவர் பாண்டியர் காலம், பக். 310, தமிழ்நாடு அரசு)

வாணர்கள் ஆண்ட பகுதி மிகப் பரந்து விரிந்ததாக இருக்கும் அதே வேளையில், களப்பிரர்களின் காலம் என்று கருதப்படும் காலம் அவர்களுடைய ஆட்சிக்காலமாய் இருப்பதையும் கவனித்தால் நமக்கு ஒரு செய்திப் புலனாகும். அது களப்பிரர் என்பவர் யார் என்பது பெரிய புதிராகத் தமிழக வரலாற்றில் இருந்து வந்த நிலையை மாற்றிக் களப்பிரர் என்னும் இனக்குழுவில் அல்லது அணியில் வாணர்கள் மிக முக்கிய பங்கை வகித்தார்கள் என்பது உண்மையாக இருக்கும்.

இதுகுறித்து மேற்கொண்டு விளக்கும் முன் வாணர் என்ற இனக்குழுவினர் குறித்து சங்கப் பாடல்கள் குறிப்பிடும் செய்திகளைத் தொகுத்துப் பார்ப்பது மிகவும் பயனுள்ளதாக இருக்கும்.

/.

"இகந்தன வாயினும் இடம் பார்த்து பகைவர்
ஓம்பினர் உறையும் கூழ்கெழு குறும்பில்
குவையிமில் விடைய வேற்றா ஒய்யும்
கனையிருஞ் சுருணை கனிகாழ் நெடுவேல்
விழவயர்ந்தன்ன கொழும்பல் திற்றி
எழாஅப் பாணன் நன்னாட்டும்பர்...."

(அகம் 113, கல்லாடனார்)

தனது நாட்டின் எல்லையைக் கடந்து தொலைவாய் இருப்பினும் கவர்ந்து வருவதற்கு உகந்த நேரம் பார்த்து

பகைவரின் பாதுகாக்கும் அரண்களுக்குள்ளே சென்று காளைகளையும், பசுக்களையும் கவர்ந்து வருகின்ற நீண்ட வேலை உடைய் விழா செய்தாற் போன்ற கொழுமையான பல உணவுகளையும் உடைய, பகைவர்க்குப் புறமுதுகிடாத பாணனின் நல்ல நாட்டிற்கு அப்பால்...

2.

"........................... வடா அது
நல்வேற் பாணன் நன்னாட் டுள்ளதை
வாட்கண் வானத்தென்றூழ் நீளிடை
ஆட்கொல் யானை அதர்பார்த் தல்கும்
சோலை அத்தம் மாலைப் போகி ."..

(அகம் 325, மாமூலனார்)

வடக்கு திசையிலுள்ள நல்ல வேலை உடைய பாணனுடைய நாட்டில் ஞாயிறின் வெம்மை மிக்க நீண்ட காட்டினிலே, அவ்வழியே போவோரைக் கொல்வதற்கு யானை வழி பார்த்துத் தங்கியிருக்கும்.

3.

".... கணைக் கோட்டு வாளை
அள்ளலங் கழனி உள்வாய் ஓடிப்
பகடு சேறு உதைத்த புள்ளிவெண் புறத்துச்
செஞ்சால் உழவர் கோற்புடை மதரி
பைங்கால் செறுவின் அணைமுதற் புரளும்
வாணன் சிறு குடி ..."

(நற்றிணை 340, நக்கீரர்)

குளத்தை விட்டு தப்பி ஒரு வாளை மீன் வாய்க்காலில் விழுந்து நீந்தி எருதுகள் உழுது சீராகி இருக்கும் வயலில் விழுந்தது. இப்படிப்பட்ட வளமான தன்மை உடையது வாணனது சிறு நகரம்.

மூன்று பாடல்களும் குறிப்பிடுவதில் உள்ள கவனத்துக்குரிய சில செய்திகளைப் பார்ப்போம்.

1. பாணனின் நாடு வடக்கில் உள்ளது.
2. பாணனின் நாடு நன்னாடு.
3. பாணனின் நாட்டுக்கருகில் சுரம் (காடு) உள்ளது.
4. அக்காட்டில் யானைகள் உள்ளன.
5. விழா செய்தாற் போன்ற கொழுமையான உணவுகளை உடையது பாணனின் நாடு.
6. வளமான வயல் வாய்க்கால்களைக் கொண்டது பாணனின் நாடு.

பாணனின் நாட்டின் அடையாளங்களாய் சங்கப் பாடல்கள் சுட்டுபவை எல்லாம் புல்லியின் நாட்டுக்குச் சுட்டிய அடையாளங்களுடன் பொருந்துவனவாக உள்ளன. அவற்றை ஒப்பிட்டுப் பார்ப்போம்.

புல்லியின் நாடு	பாடல்	பாணனின் நாடு	பாடல்
1. புல்லி **நன்னாட்டும்பர்** செல்லரும் சுரம்	அகம் 311	1. பாணன் **நன்னாட்டும்பர்** நெறிசெல் வம்பலர்க் கொன்ற தெவ்வர்.	அகம் 113
புல்லியின் நன்னாட்டுக்கு அப்பால் கடக்க முடியா காடு உள்ளது.		பாணனின் நன்னாட்டுக்கும் அப்பால் வழியிற் போகும் புதியர்களைக் கொல்லும் வழிப்பறி கொள்ளையர்	
2. புல்லி தேன்றூங்கு உயர் வரை **நன்னாட்டும்பர்**	அகம் 393	2. நல்வேற் பாணன் **நன்னாட்டுள்ளதை**	அகம் 325
புல்லியின் நன்னாட்டுக்கு அப்பால் வேங்கட மலையைக் கடந்தனராயினும்		வேலுடைய பாணனின் நன்னாட்டில் உள்ள	
1. நெடுமொழிப் புல்லி தேன்றூங்கு உயர்வரை நன்னாட்டும்பர் **வேங்கடம்** இறந்தவராயினும்	அகம் 295	1. **வடா அது** நல்வேற் பாணன் நன்னாடு	அகம் 325

புகழுடைய புல்லியின் உயர்ந்த மலைகளை உடைய நன்னாட்டுக்கு அப்பால் வேங்கட மலையைக் கடந்து சென்றாலும்.		பாணனின் நாடு வடக்கில் உள்ளது.	
1. புல்லி நன்னாட்டும்பர் செல்லருஞ் **சுரமிறந்தேகினும்**	அகம் 311	1. நல்வேற் பாணன் நன்னாட்டுள்ளதை வாட்கண் **வானத் தென்றாழ் நீளிடை**	அகம் 325
புல்லியின் நன்னாட்டுக்கு அப்பால் கடத்தற்கு அரிய சுரம் உள்ளது.		வாணனுடைய நாட்டிலே வானின் கண்ணாகிய ஞாயிறின் வெம்மை மிக்க நீண்ட சுரம் உள்ளது.	
2. புடையலங் கழற்கால் புல்லி குன்றத்து **நடையருங் கானம்** விலங்கி	அகம் 295	2. வாணன் சிறுகுடி வடாஅது தீநீர் **கான்யாற்று** அவிரறல் போன்றே	அகம் 117
புல்லியின் வேங்கட மலையை ஒட்டியுள்ளது செல்லற்கு அரிய காடு.		வாணனின் சிற்றூருக்கு வடக்கே இனிய நீரை உடைய காட்டாறு உள்ளது.	
1. மாவண்புல்லி **விழவுடை** விழுச்சீர் வேங்கடம் பெறினும்	அகம் 61	1. **விழவயர்ந்தன்ன** கொழும்பல் திற்றி எழாஅப் பாணன் நன்னாடு	அகம் 113
மிக்க வலிமையுடைய புல்லியின் திருவிழாக்களை உடைய சிறப்புடைய வேங்கடம்		விழா செய்தாலொத்த கொழுமையாகிய உணவுகளை உடையது பாணன் நன்னாடு	
1. புல்லி குன்றத்து நடையருங் கானம் விலங்கி நோன்சிலைத் தொடையமை பகழித் துவன்று **நிலை வடுகர் பிழியார்** மகிழர்.	அகம் 295	1. பாணன் நன்னாட்டும்பர் நெறிசெல் **வம்பலர்க் கொன்ற தெவ்வர்.**	அகம் 113
புல்லியின் வேங்கடமலை சார்ந்த செல்வதற்கு அரிய காட்டினைக் கடந்தால் வலிய வில்லில் தொடுக்க நிறைய		பாணனின் நன்னாட்டுக்கும் அப்புறம் வழியிற் போகும் புதியர்களைக் கொல்லும் வழிப்பறி கொள்ளையர்	

கொண்டிருக்கும் வடுகரின் தேசம் வரும்.		உள்ளனர்.	
1. கறையடி மடப்பிடி கானத்தலற களிற்றுக் கன்றொழித்த உவகையர் ... வெண்ணார் அழுந்துபடப் பூட்டி நெடுங்கொடி நுடங்கும் நியம மூதூர் நறவு நொடை நல்லில் பதவு முதற் பிணிக்குங் கல்லா இளையர் பெருமகன் புல்லி...	அகம் 83	1. நல்வேற் பாணன் நன்னாட்டுள்ளதை வாட்கண் வானத் தென்றுழ் நீளிடை ஆட்கொல் யானை அதர்பார்த் தல்கும்	அகம் 325
பெண்யானை காட்டில் அலற அதன் கன்றைப் பிடித்து நார்க்கயிற்றால் அழுந்தக் கட்டி கொண்டு வந்து பழமையான ஊரில், கள் விற்கும் நல்ல வீட்டின் வாயிலிடத்தே பிணித்திடும் வேட்டைத் தொழிலின்றி வேறு தெரியா கல்லாத இளையரின் தலைவன் புல்லி.		வேலுடைய பாணனின் நன்னாட்டில் உள்ள நீண்ட காட்டு வழியே போவோரைக் கொல்லும் யானை காத்திருக்கும்.	
2. மாஅல் யானை மறப்போர்ப் புல்லி காம்புடை நெடுவரை வேங்கடத்து உம்பர்.	அகம் 209	2. பாணர் கைதொழு மரபின் முன் பரித்திடு உப்பழிச்சிய... அறைமிசைத் தாஅம் அத்தம் நீளிடைப் பிறைமருள் வான் கோட் டண்ணல் யானைச் சினமிகு ...	அகம் 115
பெரிய யானைகளையும் வீரம் செறிந்த போர்களையும் உடைய புல்லியின் மூங்கிலும் சாரலும் கொண்ட வேங்கடமலைக்கு அப்பால்		பாணர்கள் கையால் தொழும் முறையில் முன்பு வணங்கிய ... பாறை மீது பரந்து கிடக்கும் சுரத்தின் (காட்டின்) நீண்ட வழியில் உள்ள வெள்ளித் தந்தங்களை உடைய யானை இருக்கும்.	

"சக்கிலியர் யார்?" என்ற கட்டுரையில் புல்லியின் வழிவந்தவர்களே களப்பிரர்கள் என்று பார்த்தோம். இந்தக் கட்டுரையில் இதுவரை நாம் பார்த்த செய்திகளில் இருந்து புல்லியின் நாடு இருக்கும் பகுதியும் வாணர்களின் நாடு இருக்கும் பகுதியும் ஒரே இடத்தில்தான் என்பது விளங்கும். அந்நாட்டுக்குரிய தன்மைகள் ஒன்றாக இருப்பது போலவே, அதன் புவியியல் எல்லைகளும் ஒன்றாக இருக்கின்றன என்ற உண்மையை நாம் மேற்கண்ட அட்டவணையில் பார்த்தோம். இந்த உண்மைகளின் அடிப்படையில் களப்பிரர்களில் கலி குலம் சார்ந்த பிரிவினர் வாணர்கள் தாம் என்ற முடிவுக்கு நாம் வரலாம். களப்பிரரின் ஆட்சிக்காலப் பகுதியில் அவர்களும் தமிழ்நாட்டில் பரவலாக ஆட்சியில் இருந்தார்கள் என்ற செய்தியை அக்காலப் பகுதியைச் சேர்ந்த நடுகல் கல்வெட்டுகளும், பிற மொழியில் உள்ள நூல்களும் சொல்கின்றன என்கிற செய்தி இக்கருத்தை வலியுறுத்துவன ஆகும்.

சங்க இலக்கிய நூலான அகநானூறு வாணர்களின் இருப்பிடத்தை வடுகு நாட்டின் எல்லையான பெருங்காட்டின் தெற்கே தமிழ்நாட்டின் வட எல்லையில் அமைந்தது என்று குறிப்பிடுகிறது. அவர்களே களப்பிரர்கள் என்பது உண்மையானால் அவர்கள் பரந்த நிலப்பரப்பை ஆண்டதற்கான சான்று இருக்க வேண்டும். வாணர்கள் குறித்த அவ்வாறான சான்றுகளைக் காணலாம்.

கர்நாடகாவில் தாளகுண்டாவில் உள்ள தூண் கல்வெட்டு கடம்ப அரசன் காகுஸ்தவர்மனுடையது ஆகும். கல்வெட்டின் காலம் கி.பி. 430 - 451. கல்வெட்டு கூறும் செய்தி என்னவெனில் கடம்ப அரசர்களில் முதல்வன் ஆன மயூர சர்மன் பிரஹத் பாணன் (பெரும் பாணன்) என்ற பாணர் தலைவனைத் தோற்கடித்து திறை பெற்ற செய்தியாகும். மயூர சர்மனின் காலம் கி.பி. 345 - 370 ஆகும்.

பாணர்கள் குறித்தத் தமது கட்டுரையில் வி. வெங்கையா பாணர்களது ராஜ்யம் என்ன பெயர்களில் அழைக்கப்பட்டது என்பது குறித்துப் பேசும்போது கீழ்க்கண்டவாறு குறிப்பிடுகிறார்.

"பாணர்களால் ஆளப்பட்டு வந்த ராஜ்யம், ஆந்திர மண்டலத்தில் 12,000 கிராமங்கள் என்று அழைக்கப்பட்டது என கி.பி. 338 ஆம் ஆண்டைச் சேர்ந்தது எனக் கருதப்படுகிற முடியானூர் செப்பேடு குறிப்பிடுகிறது"

(எபிகிராபிகா இண்டிகா, Vol. XI, பக். 230)

அதோடு மேற்கண்ட கூற்று குறித்து அடிக்குறிப்பில் அவர் மேலும் கூறுவதாவது:

"டாக்டர் பிளீட் என்னிடம் 'ஆந்திர மண்டலத்தில் 12,000 கிராமங்கள் என்பது சரியான வாக்கியம் அல்ல; மாறாக ஏழரை இலக்க நாட்டுடன் ஆந்திர மண்டலத்தின் 12,000 கிராமங்களையும் ஆள்பவன் என்பதே சரியானதாகும்' என்று கூறினார்"

(மேலது)

தாளகுண்டா தூண் கல்வெட்டு ஆந்திர மாநிலத்தின் கர்நூல் மாவட்டத்தில் உள்ள ஸ்ரீசைலத்தை ஒட்டியுள்ள பகுதிகள் வரை பாணர்கள் ஆட்சிக்குட்பட்டிருந்தது என்று குறிப்பிடுகிறது. முடியனூர் செப்பேடு ஆந்திர மண்டலத்தில் 12,000 கிராமங்கள் மட்டுமல்ல; ஏழரை இலக்கம் என்ற நாட்டையும் பாணர்கள் ஆண்டார்கள் எனக் குறிப்பிடுகிறது. ஏழரை இலக்கம் என்பது முதலாம் ராஜராஜனின் மெய்க்கீர்த்தியிலும், முதலாம் ராஜேந்திரனின் மெய்க் கீர்த்தியிலும் கீழ்க்கண்டவாறு கூறப்பட்டுள்ளது.

"முரட்டெழில் சிங்களர் ஈழமண்டலமும்
இரட்டபாடி ஏழரை இலக்கமும்
முன்னீர்ப் பழந்தீவு பன்னீராயிரமும்.."

(ராஜராஜன் மெய்க்கீர்த்தி)

"... பயங்கொடு பழிமிக முயங்கில் முதுகிட்டு
ஒளித்த சயசிங்கன் அளப்பரும் புகழொடு
பிடியில் இரட்டை பாடி ஏழரை
இலக்கமும், நவநிதிக் குலப்பெரு மலைகளும் ..."

(ராஜேந்திரன் மெய்க்கீர்த்தி)

மேற்சொன்ன இரட்டை பாடி ஏழரை இலக்கம் என்பது மேலைச் சாளுக்கியர் நாட்டின் ஒரு பகுதி என கே.கே. பிள்ளை குறிப்பிடுகிறார். அது கர்நாடக மாநிலத்தின் வட எல்லையில் உள்ளது. அப்படியெனில் முதலாம் ராஜராஜன் காலத்திற்கு ஆறு நூற்றாண்டுகளுக்கு முன்பே பாணர்கள் அப்பகுதியை வென்று ஆட்சி செலுத்தியுள்ளனர் என்பது வரலாறு.

மேற்சொன்ன செய்திகளோடு, நாம் ஏற்கனவே சொன்னது மாதிரி புல்லியின் வழித்தோன்றல்களே வாணர்கள் என்பதை மனதில் கொண்டால் 61 ஆவது அகநானூற்றுப் பாடல் புல்லியை "மழபுலம் வணக்கிய மாவண் புல்லி" எனக் குறிப்பிடுகிறது. மழநாடு என்பது சேலம், நாமக்கல், தர்மபுரி, கிருஷ்ணகிரி பகுதிகளை உள்ளடக்கியது. இப்பகுதிகளைச் சங்க காலத்திலேயே புல்லி அரசன் வென்று விட்டான் என்பது கவனிக்கத்தக்கது.

அப்படியெனில் கி.மு. 200 காலப்பகுதியில் சேலம், நாமக்கல், தர்மபுரி, கிருஷ்ணகிரி பகுதிகளை உள்ளடக்கிய மழ நாட்டையும், வேங்கடக் கோட்டத்தை உள்ளடக்கிய அருவா வடதலை நாட்டையும், அருவா நாட்டையும் புல்லி ஆண்டிருக்கிறான். அவனது வழித் தோன்றல்கள் ஆந்திர மண்டலத்தையும், கர்நாடகத்தின் ஏழரை இலக்கம் பகுதியையும் சோலார் மாவட்டத்தையும் ஆண்டதற்கான சான்றுகளை நாம் காண முடிகிறது. நான்காம் நூற்றாண்டு வரை இந்நிலை இருந்திருக்கிறது.

அதைத் தொடர்ந்த அய்ந்தாம் நூற்றாண்டில் கடலூர் மாவட்டத்தை உள்ளடக்கியதாக பாணராஷ்ட்ரம் இருந்ததை லோக விபாகா நூலின் பிரதி தெரிவிக்கிறது. இருளப்பட்டி நடுகற்களும் கி.பி. அய்ந்தாம் நூற்றாண்டில் தர்மபுரி பகுதிகள் பாணர்களின் ஆளுகைக்குள் இருந்த செய்தியைக் குறிப்பிடுகிறது. தங்கர்களின் அரச வம்சத்தைத் தோற்றுவித்த கொங்கணி வர்மன் (கி.பி. 425-450) பாணனின் சாட்டை விழுங்கும் காட்டுத் தீ என கர்நாடகாவின் தோட் பல்லபூர் தாலுகாவிலுள்ள மல்லோஹல்லி செப்பேடுகள் குறிப்பிடுகின்றன. இது பெங்களூர் மாவட்டத்தில் உள்ளது.

இவ்வளவு பரந்த நிலப்பகுதியை ஆண்டவர்கள் பேரரசர்களாகவே இருக்க முடியும். கி.பி. ஆறாம் நூற்றாண்டு வரை இப்பகுதியை

ஆண்ட பேரரசர்கள் களப்பிரர்கள் ஆவார். ஆகவே, களப்பிரர் யார் என்ற நூறாண்டுகளாய்த் தொடரும் கேள்விக்கு வாணர்களையும் உள்ளடக்கிய இனக்குழுவினரே களப்பிரர்கள் என்ற விடை நமக்குக் கிடைக்கிறது.

வாணர்கள் அல்லது பாணர்கள் என்று அறியப்படும் களப்பிரர்களில் ஒரு பிரிவினரே சக்கிலியர்கள் என்ற செய்தியைத்தான் நாம் பார்த்துக் கொண்டிருக்கிறோம். சக்கிலியர் பாணரே என்று நிறுவுவதற்கான சான்றுகளைத் தருவதற்கு முன் பாணர்களின் சுருக்கமான வரலாற்றைக் காண்பது அவசியம்.

அய்ந்தாம் நூற்றாண்டு இருளப்பட்டி நடுகற்களுக்குப் பிறகு பாணர்கள் தமிழ்நாட்டில் தொடர்ந்து ஆட்சி செய்ததையும், போரிட்ட செய்திகளையும் தொடர்ச்சியாகப் பல நடுகற் கல்வெட்டுகளிலும், கோவில் கல்வெட்டுகளிலும் காண்கிறோம். இதைப் போலவே ஆந்திராவிலும் கர்நாடகாவிலும் சில நூற்றாண்டுகளுக்குப் பாணர்கள் ஆட்சி செய்த செய்திகளை நடுகற் கல்வெட்டுகள் தெரிவிக்கின்றன. ஆந்திராவில் இப்போதுள்ள சித்தூர் மாவட்டம் தமிழ்ப் பகுதியாகவே அறியப்படுவதால் அதை விட்டுவிடலாம். ஆந்திராவில் உள்ள கடப்பா மாவட்டத்தில் கமலாபுரம் வட்டத்தில் உள்ள திப்பலூரில் உள்ள கல்வெட்டு கி.பி. எட்டாம் நூற்றாண்டில் பேரரசாக ஆண்ட பாணராசாவைப் பற்றிக் குறிப்பிடுகிறது. *(EI. vol. 30, பக். 17)*.

அதே மாவட்டத்தில் உள்ள புலிவந்துலா வட்டத்தில் சுங்கேகலாவில் உள்ள கல்வெட்டு சூரமார விஷயம் என்ற நாட்டை வாணராஜா ஆண்ட செய்தியைக் குறிப்பிடுகிறது. *EI. 43, பக். 151* கல்வெட்டின் காலம் கி.பி. 696. அதுபோல கர்நாடகாவில், கோலார் மாவட்டத்தில் உள்ள பங்கவதியில் கி.பி. எட்டாம் நூற்றாண்டிலும், வாணர்கள் ஆண்ட செய்தி குறிப்பிடப்படுகிறது. *(EI. 7, பக். 23)*

ஆறாம் நூற்றாண்டிலிருந்து தமிழ்நாட்டில் பாணர்கள் குறித்த நடுகற் கல்வெட்டுகளைத் தொகுத்து கீழ்க்கண்ட அட்டவணையில் காணலாம்.

ஆண்டு	நடுகல் அமைவிடம்	கல்வெட்டு செய்தி	வாணர்
கி.பி. 560	கோரையாறு – அரூர் வட்டம்	பெரும்பாண்ணரைசர் மக்கள் சாத்த பராவனார் சேவகன் வன்ன ஊர்ப் பாவன் பூசலுட்பட்ட கல்	பெரும்பாணரசர்
கி.பி. 586	தொண்டைமானூர் – செங்கம் வட்டம்	தங்கள் மக்கள் பொன்னாக்கனார் நீலகண்டரசர் மக்கள் பொன் மூதன்னார் மீது படையெடுப்பு இதில் பொன்னக்கனார் சேவகர் வாணகோ அதிஅரைசர் மக்கள் பொன்னிரெவர் மறைவு	வாணகோ அதிஅரசர்
கி.பி. 592 க்குச் சில ஆண்டுகள் முன்	கேத்த நாயக்கன் புதூர் – ஓமலூர் அருகில்	பொன்னந்தியார் சேவகரு தாயனூராள்வார் கொங்கிள வரைசரு மக்கள் பொற்சாத்தனர் தாயனூர் மேல்வந்த ஞான்று எறிந்து தொறுமீட்டுப் பட்டான் வழுதியர் மகன் பத்திரன் கல்	பொன்னந்தியார்
கி.பி. 592	தொரைப்பாடி செங்கம் வட்டம்	கங்கரைசரு மக்கள் பொன்னந்தியார் பெருமுகை எறிந்த ஞான்று கங்கரைசச் சேவகரு எறிந்து பட்டாரு ராராற்றூ ஆண்ட குன்றக் கண்ணியார் கல்	பொன்னந்தியார்
597	சந்தூர் – கிருஷ்ணகிரி மாவட்டம்	பெரும்பாணிளவரைசர் சேவகன் நைய வடுகன்	பெரும்பாணிள– –வரைசர்
604	மாக்கனூர் – தர்மபுரி வட்டம்	பெரும்பாண அதிஅரைசருச் சிங்கபரும அதிஅரைசரு ... ந்த ஞான்று சிங்கபரும அதி அரைசரு சேவகன் அச்சுர பாநில் பட்டார்	பெரும்பாண அதி அரசர்

604	கருங்காலப்பாடி – செங்கம் வட்டம்	கருங்காலிப்பபடி ஆள் கொற்றவாசிற் கருசாத்தனாரு மகன் கட்டங்கன்னாரு பொற் காடன்னாரு சேவகரு நரிப்பள்ளி வீரவாண்ணரையரு பொன் பானன்னாரோடுடறிந்து பட்டாரு கல்	வீரவாணரையர், பொன்பானன்னார்
604	மொண்டு குழி – அரூர் வட்டம்	கடுகாவினஞ்சினார் மக்கள் பொற்கோவனார் வீரவாணரைசர் மக்கள் பொன் மோதனாரோடு நரிப் பள்ளியில் போரிட்டு இறந்தார்	வீரவாணரசர், பொன் மோதனார்
605	மொண்டு குழி – அரூர் வட்டம்	கொற்றமங்கலம் பொற்கோவனார் சேவகன் புளிக்கல் ஆளும் தேஞணி சாத்தனார் நரிப்பள்ளி ஆளும் பொன் மோதனரருக்கு எதிரான பொற்கோவனாரின் போரில் உடன் போரிட்டு இறந்தார்	பொன் மோதனார்
608	தண்டம்பட்டு – செங்கம் வட்டம்	மீ வேணாட்டு ஆந்தைப்பாடி ஈசை பெரும்பாணரை சரு மருமக்கள் பொற்சேந்தியாஞ் சேவகரு தொறுக் கொண்ட ஞான்று	பெரும்பாணரசர்
622	மோத்தக்கல் – தண்டராம்பட்டு வட்டம்	தொறுக் கொண்ட ஞான்று பொன்மோதன்னார் சேவகன் அக்கந்தை கோடன் தொறு விவித்துப் பட்டான்	பொன் மோதனார்

622	மோத்தக்கல் – தண்டராம்பட்டு வட்டம்	பொன்மோதன்னார் சேவகன் வின்றன் வடுகன் புலிகுத்திப்பட்டான்	பொன் மோதனார்
623	கொட்டையூர் – செங்கம் வட்டம்	வாணகோ அரைசரு மருமக்கள் பொன்னரம்பனார் மேல் வாணகோ அரைசரு மருமக்கள் கந்தவிண்ணனார் வேல் மறுத்திச் சென்ற ஞான்று	வாணகோ அரசர்
624	எடுத்தனூர் – செங்கம் வட்டம்	வாணகோ அரைசரு மருமக்கள் பொற்றொக்கை ஆர் இளமகன் கருந்தேவக் கத்தி.. பட்டான் கல்	வாணகோ அரசர்
628	சே. கூடலூர் – தண்டராம்பட்டு வட்டம்	வாணகோ அரைசரு மருமக்கள் கந்தவிண்ணனார் கூடல் தொறுக் கொண்ட ஞான்று தொறு இடுவித்துப் பட்டான் பொன்னரம்பனார் கொல்லகச் சேவகன் காகண்டி அண்ணாவன்	வாணகோ அரசர்
கி.பி. 623 க்கும் கி.பி. 628 க்கும் இடைப்பட்ட பகுதி	கண்ணக்கந்தல் – தண்டராம்பட்டு வட்டம்	வாணகோ அரைசர் மருமக்கள் பொன்னரம்பனார் வாணகோ அரசர் மருமக்கள் கந்தவிண்ணனார்.. றலப் புஞ்சிச் சென்ற ஞான்று பொன்னரம்பனார் சேவகன் வள்ளியப்பூரார் மகன் தாளச்சாமி கல்	வாணகோ அரசர்
ஏழாம் நூற்றாண்டு	கேத்த நாயக்கன் புதூர் – ஓமலூர் அருகில்	கங்கச்சேவோர் நாடாளாநிற்க தாயனூர் நாடு காரிப் பெருமானாள்வார் கோயிற்றமர் குலமாணிக்க இளவரையர் மகன் கடத்தூற் மேற் கங்கப்படை வந்த	காரிப்பெருமான்

		ஞான்று குத்திப்பட்டான் கலிப்போ	
கி.பி. 702	தா வேளூர் – தண்டராம்பட்டு வட்டம்	வாணகோஓ அதிரைசர் சேவகர் மீ கொன்றை நாட்டு மேல் வேளூர் ஆளும் பனைய மாரியார் இவ்வூர்த் தொறுக் கொண்ட ஞான்று பட்டார்.	வாணகோ அதிஅரசர்
கி.பி. 710	வேப்பூர் செக்கடி – தண்டராம்பட்டு வட்டம்	மீ கொன்றை நாட்டுப் பாலைக் கோட்டுத் தொறு கொண்ட ஞான்று தொறு இடுவித்து தாசமாரியார் பட்டார்	வாணகோ அரசர்
கி.பி. 710	வேப்பூர் செக்கடி – தண்டராம்பட்டு வட்டம்	மீ கொன்றை நாட்டுப் பாலைக் கோட்டுத் தொறு கொண்ட ஞான்று வாணகோ அரசர் சேவகர் பாலைக் கோடுடைய வண்ணக்க சாத்தனார் தொறு இடுவித்து நாயவனோடு பட்டார்.	வாணகோ அரசர்
கி.பி. 710	தாழையூத்து – செங்கம் வட்டம்	மீ வேண்ணாட்டுக் கோவலூர் ஊரரைசர் பெரும் பாணதியரைசர் சேவகன் சிற்றுப்பாடி பனையனார் மறித்தொறுக் கொண்ட ஞான்று பட்டார்	பெரும்பாண அதிஅரசர்

எட்டாம் நூற்றாண்டின் மத்தியிலிருந்து கோயில் கல்வெட்டுகள் பரவலாகக் கிடைப்பதால் நடுகல் கல்வெட்டுகள் தரும் பட்டியலை இத்துடன் முடித்து விடலாம். வாணர் வரலாற்றில் தொடக்கத்திலிருந்தே முக்கியமான பங்கை வகிப்பவை திருக்கோவிலூர், திருவல்லம், குடிமல்லம் முதலான ஊர்களாகும். இவற்றுள் கள்ளக்குறிச்சி மாவட்டத்தில் உள்ள

திருக்கோவிலூரில் கி. பி. 748 ஆம் ஆண்டில் இருந்தே வாணருடைய கல்வெட்டுகள் கிடைக்கின்றன. (E.I. vol. 7, பக். 139) சித்தூர் மாவட்டம் குடிமல்லத்தில் கி. பி. 754 ஆம் ஆண்டிலிருந்து கல்வெட்டுகள் கிடைக்கின்றன. (E.I. vol. 11 பக். 224). வேலூர் மாவட்டம் திருவல்லத்தில் கி. பி. 793 ஆம் ஆண்டிலிருந்தே கல்வெட்டுகள் கிடைக்கின்றன. S.I.I. Vol. 3 (பகுதிகள் 1, 2) எண். 42. கிருஷ்ணகிரி மாவட்டத்தில் ராயகோட்டைச் செப்பேடு கி. பி. 750 ஆம் ஆண்டில் வாணர்கள் ஆண்டச் செய்தியைக் குறிப்பிடுகிறது (E.I. vol. 5, பக். 52). திருவண்ணாமலையில் கி. பி. 884 ஆம் ஆண்டில் இருந்து வாணர்கள் குறித்த செய்திகள் கிடைக்கின்றன. (S.I.I. vol. 8, பக். 65)

வாணர்கள் முதலில் களப்பிரர்களில் ஒரு பிரிவினராகத் தென்னிந்தியா முழுமைக்கும் பரவலான பகுதிகளை ஆண்டு வந்தனர். பல்லவர்கள், கங்கர்கள், பாண்டியர்கள், சாளுக்கியர்கள் என வெவ்வேறு அரசப் பிரிவினரிடம் வெவ்வேறு காலகட்டங்களில் தங்களது ஆதிக்கத்தைப் பறிகொடுத்தாலும் தமிழ்நாட்டு வரலாற்றில் 16 ஆம் நூற்றாண்டு வரையில் மிக முக்கியமான பங்கினை வாணர்கள் வகித்தார்கள். தமிழ்நாட்டில் நாயக்கர் ஆட்சி ஏற்பட்ட பதினாறாம் நூற்றாண்டின் நடுப்பகுதியிலிருந்து அவர்கள் மெல்ல மெல்ல மறைந்து போயினர்.

வாணர்கள் களப்பிரர்களின் ஒரு பிரிவினரே என்பதை உணர்த்தும் மற்றொரு சான்றாக முனைவர் பத்மாவதியின் நூலில் குறிப்பிடப்பட்டுள்ள ஒரு செய்தி அமைகிறது. அப்பகுதிப் பின்வருமாறு:

> "முதலாம் குலோத்துங்கச் சோழன் காலத்தில் நெற்குன்ற வாணர் என்ற களப்பாளராயர் திருப்புகலூரில் ஆதுல சாலை என்ற மருத்துவமனையை நிறுவித் தானம் செய்தார்."

(புதிய நோக்கில் களப்பிரர் வரலாறு, பக். 127)

வாணர் என்ற பெயரைக் கொண்ட களப்பிர சிற்றரசன் முதலாம் குலோத்துங்கன் காலத்தில் இருந்ததோடு, மருத்துவமனையை நிறுவி அறப்பணிகளையும் செய்த செய்தியை வரலாறு நமக்கு

நினைவுறுத்துகிறது. இச்செய்தியும் வாணர்கள் களப்பிரரின் ஒரு பிரிவினரே என்ற உண்மையை உரக்கச் சொல்லும் சான்றாக விளங்குகிறது எனலாம்.

களப்பிரர் குறித்துப் பார்த்தபோது கலி குலத்தைச் சேர்ந்த களப்பிரப் பிரிவினர் பாண்டிநாடு, தொண்டைநாடு, கொங்கு நாடு ஆகிய பகுதிகளை ஆண்டனர் என்றும் அச்சுதக் குலத்தைச் சேர்ந்தவர்கள் சோழ நாட்டை ஆண்டார்கள் என்றும் பார்த்தோம். வாணர்களுடைய கல்வெட்டுகளும் மேற்கண்ட பகுதிகளிலேயே பரவலாகக் காணக் கிடைக்கின்றன. சோழ மண்டலப் பகுதிகளைப் பொருத்தவரை பதினோராம் நூற்றாண்டு முதல் பதிமூன்றாம் நூற்றாண்டின் நடுப்பகுதி வரையே வாணர்களை நாம் காண முடிகிறது. தஞ்சை மாவட்டம் ஆடுதுறையில் உலகம் காத்த வாணகோ வரையர் 14 ஆம் நூற்றாண்டு காலகட்டத்தில் காணக் கிடைப்பது விதிவிலக்கு என்று சொல்லத் தகுந்தது.

பல்லவர்களின் சிற்றரசர்களாக ஒன்பதாம் நூற்றாண்டின் இறுதிப் பகுதி வரை தொடர்ந்த வாணர்கள் சிறிது காலம் கி.பி. 880 முதல் இறையாண்மை பெற்ற அரசர்களாக அரசாண்டார்கள். முதலாம் பராந்தகன் கி.பி. 912 ஆம் ஆண்டு வாணர்களை வென்று அவர்களுடைய ஆட்சிப் பகுதியைக் கைப்பற்றினான். ஆயினும், கி.பி. 940 ஆம் ஆண்டு ராஷ்ட்ரகூடரிடம் பராந்தகனின் சோழப் படை தோல்வியுற்றது. அதைத் தொடர்ந்து கி.பி. 949 ஆம் ஆண்டு தக்கோலத்தில் நடந்த போரில் முதலாம் பராந்தகனின் மூத்த மகன் ராஜாதித்தன் யானை மீதிருந்து போர் புரிந்தபோது அம்பு பாய்ந்து இறந்தான். சோழர் படை மீண்டும் தோற்றது. பராந்தகனும் கி.பி. 953 ஆம் ஆண்டு மறைந்தான். அதன் பின்னர் கண்டராதித்தன் ஆட்சி கி.பி. 957 வரை நடந்தது.

அவனைத் தொடர்ந்து அவனது தம்பியான அரிஞ்சயச் சோழன் ஆட்சியமைத்தார். அவன் தனது அணியை வலுவாக்கத் தமது மகள் அரிஞ்சிகைப் பிராட்டியை வாணர் தலைவனுக்கு மணம் முடித்துக் கொடுத்தான். இந்த மண உறவின் மூலம் ராஷ்ட்ரகூடர், வாணர் உறவில் ஒரு பிரிவு ஏற்பட்டு, சோழர் - வாணர் உறவு ஏற்பட்டது. அரிஞ்சிகைப் பிராட்டி பாணப் பெருந்தேவி எனக் கல்வெட்டுகளில் போற்றப்படுகிறாள். அதிலிருந்து வாணர்கள் சோழர்களுக்கு வேண்டிய சிற்றரசர்களாக இருந்து

அரசாண்டனர். சோழ நாட்டிலும் வாணர்கள் அதிகாரிகளாகக் காணப்பட்டனர். ராஜராஜ வாணகோவரையன் முதலாம் ராஜராஜனின் அதிகாரியாய் கல்வெட்டுகளில் காணப்படுகிறான். சுந்தரமல்லன் ஆன விருதராஜ பயங்கர வாணகோவரையன் கி.பி. 1090 ஆம் ஆண்டு கல்வெட்டிலும் முடிகொண்டான் ஆன விருதராஜ பயங்கர வாண கோவரையன் கி.பி. 1124 ஆம் ஆண்டிலும் காணப்பெறுகிறார்கள். குலோத்துங்கச் சோழ மகாபலி வாணாதி ராஜன் என்பவன் திருவாரூரில் கி.பி. 1123 ஆம் ஆண்டில் காணப்படுகிறான்.

இவ்வாறு தொடர்ந்து சோழப் பேரரசர்களின் கீழ் சிற்றரசர்களாக வாணர்கள் இருந்து வந்தாலும் மூன்றாம் குலோத்துங்கன் காலத்தின் ஆண்ட மகதைப் பெருமாள் ஆன ராஜராஜ வாண கோவரையன் மிகுந்த செல்வாக்குடன் விளங்கினான். இவனுடைய மகளான புவன முழுதுடையாள் என்பவளே மூன்றாம் குலோத்துங்கனின் மகனான மூன்றாம் ராஜராஜனின் பட்டத்து ராணியாவார்.

அதோடு, பாண்டியர்களுடனான குலோத்துங்கனின் போர்களில் இவனது பங்கு மிக முக்கியமானதாக இருந்த படியால் சோழப் பேரரசில் மிக உயர்ந்த செல்வாக்கான நிலை மகதைப் பெருமாளுக்கும், அவனது தம்பியான குலோத்துங்கச் சோழ வாண கோவரையனுக்கும் இருந்தது. இதைப் பொறுக்காத பதினோரு சிற்றரசர்கள் ஒன்றாகக் கூடி கி.பி. 1206 ஆம் ஆண்டு அண்ணன் தம்பி இருவருக்கும் எதிராகத் தமக்குள் ஒரு ஒப்பந்தம் செய்து கொண்டனர். (S.I.I. 807 106) பதினோரு சிற்றரசர்களைப் பகைத்துக் கொண்டு இரு சிற்றரசர்கள் பக்கம் நிற்க குலோத்துங்கன் விரும்பவில்லை போலும். மூன்றாம் ராஜராஜன் காலத்தில் வாணர்கள் பாண்டியர் பக்கம் சாய வேண்டியிருந்தது.

வாணர்கள் பாண்டியர் பக்கம் மாறியதன் பிறகு சில ஆண்டுகளிலேயே சோழப் பேரரசு தள்ளாடி உருக்குலைந்து போனது. பாண்டியர் காலம் மீண்டும் தொடங்கியது. அதன் தொடர்ச்சியாகத் தென் மாவட்டங்களில் வாணர்கள் கல்வெட்டுகளில் தோன்றுகின்றனர். கி.பி. 1222 ஆம் ஆண்டிற்குப் பிறகு, திருவேடகம், திருநெல்வேலி, ஆழ்வார்திருநகரி என்று

வாணர்களின் கல்வெட்டுகள் பாண்டி மண்டலத்தில் அதிகம் காணப்படுகின்றன.

தொடர்ந்து 1323 ஆம் ஆண்டு உலூக்கான் படையெடுப்பைத் தொடர்ந்து இஸ்லாமியர் ஆட்சி ஏற்பட்டது. குமார கம்பணன் மதுரையைத் துருக்கியர்களிடம் இருந்து கைப்பற்றிய பின் மதுரை உட்பட பெரும்பாலான பாண்டி நாட்டுப் பகுதிகளில் வாணர்களின் ஆட்சியே நடைபெற்றது. கிருஷ்ண தேவராயன் காலத்தில் விசுவநாத நாயக்கன் தலைமையில் 1529 ஆம் ஆண்டு நாயக்கர் ஆட்சி ஏற்படுத்தப்பட்டபின் இந்நிலையில் மாற்றம் வந்தது. கல்லிடைக் குறிச்சி அருகே வெள்ளங்குடி என்னும் ஊரில் கிடைத்த செப்பேடு முள்ளி நாட்டில் நடந்த யுத்தத்தில் சேரன், பாண்டியன், வாணன் ஆகிய மூவரையும் விஸ்வநாத நாயக்கன் தோற்கடித்ததாகக் கூறுகிறது (E.I.16, பக். 320). இந்த யுத்தம் கி.பி. 1529 ஆம் ஆண்டுக்குப் பின்பு அச்சுதராயர் காலத்தில் நடந்திருக்க வேண்டும். அதன் பின்பே தமிழ்நாட்டில் பாளையக்காரர் ஆட்சி முறை கி.பி. 1555 ஆம் ஆண்டு தோற்றுவிக்கப்பட்டது.

தோற்கடிக்கப்பட்ட வாணர்கள் நாயக்கரின் சிற்றரசர்களாகச் சிறிது காலம் தொடர்ந்தனர். ஆயினும் வீரப்ப நாயக்கர் காலத்தில் (1572-1595) மானாமதுரை பகுதியில் மீண்டும் வாணர்கள் போர்க்கொடித் தூக்கினர். அடக்கப்பட்டனர். கி.பி. 1585 ஆம் ஆண்டு செஞ்சி அருகே தாயனூரில் வீரப்ப நாயக்கரின் காரியக்கர்த்தரான வாணாத ராயர் ஒருவர் கல்வெட்டில் காணப்படுகிறார். அதற்குப் பிறகு வாணர்கள் குறித்த செய்திகள் ஏதும் இல்லை.

வாணர்களின் வரலாற்றைப் பார்த்தோம். அதற்கும் சக்கிலியருக்கும் என்ன தொடர்பு என்ற கேள்வி வாசகர்களில் சிலருக்கு எழக்கூடும். களப்பிரரும் வாணர்களும் ஒருவரே என்பதையும், களப்பிரர் சக்கிலியரே என்பதையும் நாம் ஏற்கனவே அலசியிருக்கிறோம்.

களப்பிரர் சக்கிலியர் ஆகையால் களப்பிரர் என்று கூறப்படும் வாணரும் சக்கிலியரே என்று சுற்றி வளைத்துச் சொல்வதோடு நில்லாமல், வாணர்கள் சக்கிலியர் என்று முன் வைப்பதற்கான ஆதாரங்கள் உண்டா? அவற்றைத்தான் இனி பார்க்கப் போகிறோம்.

முதலில் வாணர் என்ற பெயரும் ஒரு பட்டமே. வாணர் என்பது பாணர் என்பதன் தமிழ் வடிவம். பாணர் என்ற சொல்லுக்கு பாணம் விடுவதில் சிறந்தவர்; தேர்ந்தவர் அல்லது வில்வித்தையில் விற்பன்னர் என்று பொருள். எடுத்துக்காட்டுக்குச் சொல்வதென்றால், தென்காசியில் உள்ள கீழ்க்கண்ட பாடல் கல்வெட்டைக் கவனியுங்கள்.

".................. கற்றுணர்ந்தோன் காசிக்கலியன் கவிராயன்
மற்றடந்தோள் வேல் வீரமாறனுக்கு சொற்
புனைந்தானாண மங்கலமுந் விற்றுக் குடை
மங்கலமும் வாண மங்கலமும் வகுத்து."

(A.R. No. 512 of 1909)

இப்பாடலில் வாணமங்கலம் என்பது வீரத்தின் அடையாளமான அம்பு என்னும் பொருளில் பயன்படுத்தப் பட்டிருப்பதைக் காணலாம். இக்கல்வெட்டின் காலம் கி.பி. 1588.

ஆக, வாணர் என்பதும் பட்டப்பெயரே அன்றி குடியின் பெயர் அன்று. வாணர் குடியின் பெயர் என்ன என்பதைச் சில கல்வெட்டுகள் மூலம் நாம் தெரிந்து கொள்கிறோம். ஸ்ரீமாறன் ஸ்ரீவல்லவனின் சின்னமனூர்ச் செப்பேட்டில் கும்பகோணத்தில் நடந்த போரில் பல்லவர், கங்கர், சோழர் இவர்களுடன் மாகதரையும் தோற்கடித்ததாகக் குறிப்பிடப்படுகிறது. மாகதர் என்பதுதான் வாணரின் பெயர்.

"... குடமுக்கிற் போர்குறித்து வந்தெதிர்ந்த
கங்க, பல்லவ, சோழ, காலிங்க, மாகதாதிகள் குருதிப் பெரும்புனற்
குளிப்ப"

(S.I.I. Vol. III, பக். 455)

ராஜராஜ வாணகோவரையனின் சமகாலத்தவனான ராஜராஜ அதியமானைப் புகழ்ந்து எழுதப்பட்ட பாடல் கல்வெட்டுகளில் ஒன்றில் வாணன் கீழ்க்கண்டவாறு குறிப்பிடப்படுகிறான்.

"நீ செற்றநாட் காடவனோ மாகதனோ கங்கனோ
வெங்கானி லோட வல்லாரோ உரை"

(A.R. No. 552 of 1906)

அதோடு கோப்பெருஞ்சிங்கனின் திருவண்ணாமலைக் கல்வெட்டில் வாணன் "வாணகோவரையன் தாயிலும் நல்லபெருமாள் திருநீற்று வீரமாகதச் சோழன்" என்று குறிப்பிடப்படுகிறான்.

(A.R. No. 489 of 1902)

இந்தச் சான்றுகளின் மூலம் வாணர்களின் குடிப்பெயர் மாகதன் என்பதை அறிய முடியும். இன்றைய ஆத்தூர், கள்ளக்குறிச்சி, விருத்தாச்சலம் வட்டங்களை உள்ளடக்கிய பகுதியின் பெயரே அன்றைய காலங்களில் மகதை மண்டலம் என வழங்கப்பட்டது. மாகதனின் நாடு என்னும் பொருளில்தான் மகதை நாடு என வழங்கப்பட்டது. மகதை மண்டலம் எனவும் அழைக்கப்பட்டது.

1. சக்கிலியரின் குடிப்பெயர் மாதி என நாம் அறிந்திருக்கிறோம். அது அன் விகுதி பெற்று மாதியன் என்றோ மாதிகன் என்றோ வழங்கப்பெறும். மாதிகன் என்னும் பெயரே மருவி மாகதன் என்று வழங்கப்படுகிறது. மதுரை, குதிரை என்கிற பெயரெல்லாம் பேச்சு வழக்கில் மருதை, குருதை என மருவி வழங்குவது வழக்கம்தான். அந்த அடிப்படையில் மாதிகன் மாகதன் ஆனது.

2. சக்கிலியர் தொடர்பான கல்வெட்டுகள் காணப்படும் பகுதிகள் எல்லாவற்றிலும் வாணர்களின் கல்வெட்டுகளும் கிடைக்கின்றன. தமிழ்நாட்டில் உள்ள மாவட்டங்களுள் 50,000 பேருக்கும் அதிகமாய்ச் சக்கிலியர் வாழக் கூடிய மாவட்டங்களாய் 2011 மக்கள் தொகைக் கணக்கெடுப்பு நிறுவனம் அறியத்தரும் மாவட்டங்கள் வருமாறு: 1. கோவை, 2. திருப்பூர், 3. ஈரோடு, 4. நாமக்கல், 5. சேலம், 6. திண்டுக்கல், 7. வேலூர், 8. மதுரை, 9. கரூர், 10. தேனி, 11. திருச்சி, 12. விருதுநகர், 13. திருநெல்வேலி இம்மாவட்டங்களுள் திருச்சி மாவட்டத்தைத் தவிர்த்த ஏனைய 12 மாவட்டங்களும் கலிகுல களப்பிரர் ஆட்சி செய்த தொண்டைநாடு, கொங்கு நாடு, பாண்டிநாடு சார்ந்தவையே ஆகும். காலனிய ஆட்சிக் காலங்களில் சக்கிலியரிடையே பெருமளவு புலப்பெயர்வு நடந்த தூத்துக்குடி, ராமநாதபுரம்,

திருவண்ணாமலை மாவட்டங்களையும் சேர்த்தால் பட்டியல் முழுமை பெற்று விடும்.

3. வாணர்களில் மிகவும் பேர் பெற்று விளங்கிய அரசன் மகதைப் பெருமாளான வாணகோவரையன். இவ்வாணகோவரையனைப் புகழ்ந்து ஒரு சமஸ்கிருதப் பாடல் கல்வெட்டு திருவண்ணாமலை கோவிலுள் உள்ளது. அதன் ஒரு பகுதி வருமாறு:

"பூர்வம் பஞ்சகமத்ய
சைகமமரக்ஷ் மாபால கர்வ்வத்ருஹ
பாண்ட்யான் ஸம்யதி ஸம்ஹ்ருதானி
மகுடான்யே தேஷி பாணேஸ்வர!
ஏகஞ் சோலக்ருதே
விதீர்ண்ணம பராண்யத் யாருணாக் யாயதே"

(A.R. No. 544 of 1902)

இதன் தமிழாக்கம் பின்வருமாறு:

"பாணர்களின் தலைவனே நீ முன்பு ஐந்து மணிமுடிகளையும் இன்று ஒரு மணி முடியையும் பாண்டியர்களிடமிருந்து கைக்கொண்டாய். அவர்கள் போரில் வானுலகின் தலைவனின் பெருமையையும் மழுங்கடிப்பவர்கள். அந்த மணி முடிகளுள் ஒன்றைச் சோழனுக்கு அளித்தாய். மீதியுள்ளவற்றை அருணாச்சலத்துக் களித்தாய்"

இக்கல்வெட்டு அமைந்துள்ள அதே கோயிலில் அதே காலப்பகுதியில் அமைந்துள்ள மற்றொரு கல்வெட்டைக் கவனிப்போம்.

"திருவண்ணாமலை உடைய நாயனார் திருக்கோயிலில் திருமஞ்சனம் பண்ணுகையாலும், திருநுந்தாவிளக்குக்கும் 32 பசுவிடுகையாலும் ஐந்தலை மணி யிடுகையாலும் சக்கிலிக்குத் தெரிசனம் காட்டி தோலாலே
செய்த திருவடி நிலைக்கு மெகடு குகைக்கு பத்துக்குப் பொத செம்பொன் அறுகழஞ்சு இடுகையாலும்..."

(A.R. No. 560 of 1902)

திருக்கோவிலில் அபிஷேகம் செய்து, நந்தாவிளக்கிற்காக 32 பசு விடுத்து, ஐந்தலை மணி (5 மணி முடி) செய்த சக்கிலிக்குத் தரிசனம் காட்டியதாகக் கல்வெட்டு குறிப்பிடுகிறது. இந்த அய்ந்து மணிமுடிகளை அருணாசலக் கோவிலுக்கு அளித்தவன் மகதைப் பெருமாளான ராஜராஜ வாணகோவரையன் என்பதை மேலேயுள்ள சமஸ்கிருதக் கல்வெட்டில் கண்டோம். அப்படியென்றால், சக்கிலியன் தான் வாணன் என்பதை இது புலப்படுத்துவதாக இருக்கிறதல்லவா!

இந்த இடத்தில் நமக்கு ஓர் அய்யம் எழக்கூடும்! தமிழ் வரலாற்றாய்வாளர்களின் தகிடுதத்தங்களும் சக்கிலியர் வரலாறும் கட்டுரையில் சொல்லப்பட்ட கல்வெட்டின் வரிகள் பின்வருமாறு உள்ளதே!

"பிள்ளையார் ஸ்ரீபாதம் விட்டு ஓடிப்போ நாமாகில் எங்கள் மிணாட்டிமாரைச் சக்கிலியருக்குக் குடுத்துப் பாத்திருந்தோமாவோம்."

(A.R. No. 496 of 1902)

இக்கல்வெட்டின் வரிகள் சக்கிலியரை இழிவுபடுத்தும் விதமாகவும் இருக்கிறதே! சாதிய ரீதியிலான ஒடுக்குமுறை அந்நாளில் சக்கிலியருக்கு இருந்திருப்பதற்கான தடயமாக இக்கல்வெட்டை எடுத்துக் கொள்ள முடியாதா? இது அந்தப் பகுதியில் ஒரு புகழ் பெற்ற சிற்றரசனாக மகதைப் பெருமாளான ராஜராஜ வாணகோவரையன் ஆட்சி செய்து கொண்டிருந்த காலப்பகுதியில் இவ்வாறான கல்வெட்டு இருக்கிறது என்றால், அது நீங்கள் இதுவரை வைத்த வாதங்களைக் கேள்விக்குரியவை ஆக்கி விடுகிறதே என்ற கேள்வி சிலருக்கு எழக்கூடும்.

மேற்கண்ட கல்வெட்டு சக்கிலியர் மீதான வெறுப்பை வெளிக்காட்டுவதாக இருப்பது உண்மைதான். ஆயினும் அக்கல்வெட்டைக் கவனமாக ஆய்வு செய்தால் வாணர் என்பவர் சக்கிலியர்தான் என்று நாம் வைக்கும் கருத்துக்கு ஆதரவான கல்வெட்டாகவே அது அமைகிறது என்பதைத் தெரிந்து கொள்ள முடியும். ஆகவே அக்கல்வெட்டை முழுமையாகப் பரிசீலிப்போம்.

"ஸ்வஸ்தி ஸ்ரீ திரிபுவனச் சக்கரவர்த்திகள் ஸ்ரீ இராஜராஜ தேவற்

கு இயாண்டு அஞ்சாவது பிள்ளையார் பிருதிகங்கர் கந்
மிகளுக்கு ஐயங்கொண்ட சொழக் குமணராயன் மருந்த
னும் அழகிய சோழ கங்கந் மட்டையாண்டானும் இவ்விருவோம்
உடையார் சன்நதியிலெ கல்வெட்டி குடுத்த பரிசாவது எங்கள்
பிராண
னும் எங்கள் வங்க்ச வுள்ளதனையும் பிள்ளையார் ஸ்ரீபாதம் விட்டு
ஓடி
போகாதெ பணிசெய்யக் கடவொமாகவும் பிள்ளையார் ஸ்ரீபாதம்
விட்டு
ஓடிப் பொநாமாகில் எங்கள் மிணாட்டிமாரை சக்கிலியர்க்கு குடுத்துப்
பாத்திருந்தொமாவோம் இவ்விருவோம்."

(A.R. No. 496 of 1902)

மூன்றாம் ராஜராஜனின் அய்ந்தாம் ஆட்சியாண்டான கி.பி. 1221 ஆம் ஆண்டின் கல்வெட்டு இது. கல்வெட்டில் கூறப்படும் பிள்ளையார் பிருதிகங்கர் என்பவர் மூன்றாம் குலோத்துங்கன் கீழும், மூன்றாம் ராஜராஜன் கீழும் சிற்றரசனாக இருந்து ஆட்சி செய்தவன்.

அக்கல்வெட்டின் காலமான கி.பி. 1221 ஆம் ஆண்டிற்கு முன்பான காலச் சூழ்நிலை என்ன? கி.பி. 1206 ஆம் ஆண்டு மூன்றாம் குலோத்துங்கனுக்குக் கீழ் சிற்றரசர்களாக இருந்த 1. பாண்டியநாடு கொண்டானான சம்புவராயன், 2. செங்கேணி அத்திமல்லன் வீராண்டானான எதிரிலிச் சோழச் சம்புவராயன், 3. அத்திமல்லன் பல்லவாண்டானான குலோத்துங்கச் சோழச் சம்புவராயன், 4. கிளியூர் மலையமான் பெரியுடையானான ராஜராஜச் சேதிராயன், 5. கிளியூர் மலையமான் ஆகாரச் சூரனான ராசகம்பீரச் சேதிராயன், 6. குந்தன் நம்பூரலான ராஜராஜ நீலகங்கரையன், 7. அம்மை அப்பன் மருந்தனான ராஜராஜ மூவேந்தரையன், 8. பாவந்தீர்த்தானான ராஜேந்திர சோழச் சம்புவராயன், 9. மலையன் நரசிங்க பன்மனான கரிகாலச் சோழ ஆடையூர் நாடாழ்வான், 10. சோமன் திருவண்ணாமலை உடையானான குலோத்துங்கச் சோழ பிருதி கங்கன், 11. சோமன் வரந்தருவானான சோழேந்திர சிங்க பிருதி கங்கன் ஆகிய பதினோரு பேர் ஒன்றாகக் கூடித் தமக்குள் ஒரு ஒப்பந்தம் செய்து கொண்டனர். (A.R. No. 516 of 1902)

இவர்களது ஒப்பந்தத்தின் உட்கருத்து என்னவென்றால்,

1. ராஜகாரியத்துக்குத் தப்பாமல் நின்று சேதிராயர் சொல்கிறபடி பணி செய்ய வேண்டும்.

2. அப்படிப் பணி செய்யும்போது மகதை நாடாழ்வானான வாணகோவரையனுக்கும் குலோத்துங்கச் சோழ வாண கோவரையனுக்கும் ஆள், ஓலை எதுவும் போகக் கூடாது. அவர்கள் இருவரோடு உறவு பண்ணுதல், அவர்களுடன் சேர்ந்து தீர்மானம் ஏதும் போடக் கூடாது. இவர்களின் ஆதரவின் கீழ் இருப்பவர்களிடமும் ஆள், ஓலை எதுவும் அனுப்பக் கூடாது. சில காரியங்களை நடத்திக் கொள்வதால் உறவு முடிவு செய்தல் செய்யக் கூடாது.

இவர்களிடமிருந்தோ அல்லது இவர்களது ஆதரவாளர்களிடமிருந்தோ ஆளோ, ஓலையோ வந்தால் அதனை ராஜராஜ சேதிராயனிடம் போய்க் காட்ட வேண்டும்.

எங்களில் ஒருவனுக்கு இரு வாணகோவரையர்களில் ஒருவரோ அல்லது ராஜராஜ காடவராயனோ ஏதேனும் தீங்கு செய்தால் படையும், குதிரையும் கொடுத்து நாம் துணையிருந்து அவரைக் காக்கக் கடவோம்.

இதுதான் அந்த ஒப்பந்தம். தெளிவாக இரு வாணகோவரையரை தனிமைப்படுத்தி ஒரு ஒப்பந்தம் செய்திருக்கிறார்கள். குலோத்துங்கச் சோழனின் பெருவெற்றிகளுக்குத் துணையிருந்த வாணகோவரையர்கள் இருவரையும் தனிமைப்படுத்தி மூன்றாம் குலோத்துங்கன் காலத்திலேயே இந்த ஒப்பந்தம் போடப்படுகிறது. குலோத்துங்கன் தனது வெற்றிகளுக்குக் காரணமானவரும், தனது சம்பந்தியுமான வாணகோவரையர்களை இந்தப் பிரச்சனையில் கைவிட்டு விட்டார் என்றே காண முடிகிறது. அதன் காரணமாகவே சோழர்களுக்கும் வாணர்களுக்கும் இடையிலான உறவில் பெரிய விரிசல் ஏற்பட்டது.

இவ்வொப்பந்தம் போடப்பட்ட 12 ஆண்டுகளில் மூன்றாம் குலோத்துங்கனும் இறந்து விட்ட பிறகு, கி.பி. 1219 ஆம் ஆண்டு மாறவர்மன் சுந்தரபாண்டியன் சோழ நாட்டின்

மேல் படையெடுத்து வந்தபோது, வாணகோவரையர்களில் ஒருவனான குலோத்துங்கச் சோழ வாணகோவரையன் சோழனுக்குத் துணையிருக்கவில்லை. விளைவு சோழனுக்குப் பெரும் தோல்வி. தோல்வியுற்ற மூன்றாம் ராஜராஜன் தனது இன்னொரு மாமனான போசளன் வீரநரசிம்மனிடம் உதவி கேட்டான். போசளப் படைகள் இளவரசன் நரசிம்மன் தலைமையில் வந்து போரிட்டு வாணகோவரையர்களைத் தோற்கடித்தது. தோற்கடித்துத் திரும்பியதுமே மீண்டும் வாணகோவரையன், கோப்பெருஞ்சிங்கன், தெலுங்குச் சோழன் பொதப்பி, சித்தி திருக்காளத்தி தேவன் எனும் கண்டகோபாலன் ஆகியோர் மூன்றாம் ராஜராஜனுக்கு எதிராகக் கலகம் செய்த நிலையில் மீண்டும் மாமனின் படை வந்து 1221 ஆம் ஆண்டு மேற்சொன்னவர்களுடன் போரிட்டு அவர்களது ஊர்க் கோவில்களை அழித்து கொள்ளையடித்துச் சென்றான்.

இதுதான் காலச் சூழ்நிலை. மேலே சொன்ன ஒப்பந்தம் போட்டவர்களுள் பத்தாவது நபராய் உள்ளவன்தான் திருவண்ணாமலை ஆண்ட குலோத்துங்கச் சோழ பிருதி கங்கன். பிள்ளையார் என்றால் அரசனுக்குப் பணிவான சிற்றரசன் என்பது பொருள். பிருதிகங்கன் வாணனுக்குப் பகை அரசன். வாணன் இரண்டாவது முறையாகத் தோற்கடிக்கப்பட்ட நிலையில் இருக்கிறான். ஆகவே அவனை இழிவு செய்யும் விதத்தில்தான் பிருதிகங்கனின் கல்வெட்டின் ஓம்படைக் கிளவி இருக்கும். அந்த அடிப்படையில் தான் சக்கிலியரைக் குறித்த வரி அக்கல்வெட்டில் இடம் பெறுகிறது. அதுவே வாணர் என்பவர் சக்கிலியர்தான் என்பதை உறுதிப்படுத்தும் சான்றாகவும் அமையும்.

அதோடு மாறவர்மன் சுந்தர பாண்டியனின் படையெடுப்புக்குப் பிறகான செய்திகளை அவனது பூ மருவிய திருமடந்தையும் என்று தொடங்கும் மெய்க்கீர்த்தி ஒரு முக்கியமான செய்தியைக் குறிப்பிடுகிறது.

“.................... கவடிச் செம்பியனைச்
சினமிரியப் பொருது சுரம்புக வோட்டியும்
பொன்முடி பறித்துப் பாணனுக்குக் கொடுத்துப்

பாடருஞ்சிறப்பிற் பருதிவான் தோயும்...”

சோழனின் மணிமுடி பறித்து அதைப் பாணனுக்குக் (வாணனுக்கு) கொடுத்ததாக சுந்தர பாண்டியனின் மெய்க்கீர்த்தி குறிப்பிடுகிறது. மகதைப் பெருமாளான ராஜராஜ வாணகோவரையன் மாவீரன் எனப் போற்றப்பட்டவன். பாண்டிய நாட்டின் மீதான குலோத்துங்கனின் போர்களின் போதெல்லாம் பெரும்பங்காற்றியன் இவனே. இவ்வாணன் சினமுற்ற பொழுதெல்லாம் பாண்டியன் நாட்டை விட்டுத் துரத்தப்பட்டதாகப் போற்றுகிறது ஒரு கல்வெட்டுப் பாடல்.

அவ்வளவு சிறப்பு கொண்ட வாணகோவரையன் சோழனுக்கும் படை உதவி அளிக்காமல் விலகி இருத்தல் வேண்டும். அதனால்தான் சுந்தர பாண்டியனின் வெற்றி எளிதாகி இருக்கிறது. போரில் உதவி செய்ததற்கு நன்றியாகவே சோழனுடைய ஆட்சிப் பகுதியில் ஒரு பகுதியையும் அவனது மணி முடியையும் சுந்தர பாண்டியன் அவனுக்கே அளித்திருத்தல் வேண்டும்.

தமிழ் வளர்ச்சித் துறை வெளியிட்ட ‘சோழப்பெரு வேந்தர்காலம்’ என்ற வரலாற்று நூலில் இவ்வாணன் குறித்து பின்வருமாறு குறிப்பிடப்படுகிறது.

“குலோத்துங்கனின் 35 ஆவது ஆட்சியாண்டிற்குப் பிறகு வெளிவந்த கல்வெட்டுகளில் மகதைப் பெருமாளான பொன் பரப்பினானைப் பற்றி எத்தகைய குறிப்பும் காணப்படவில்லை. எனவே அவன் குலோத்துங்கன் ஆட்சி முடிவதற்கு முன்னரே இறந்திருத்தல் வேண்டும்.” இக்கூற்று தவறானது. அதைக் கீழ்க்கண்ட கல்வெட்டு நிறுவுகிறது.

“திருபுவனச் சக்கரவர்த்திகள் ஸ்ரீராஜராஜதேவற்கு யாண்டு 17வது ஆறகளூருடைய தெம்பை யாழ்வான் ராஜராஜ தேவன் வாணகோவரையனேன் உடையார் திருவண்ணாமலை உடைய நாயனாற்குத் திருமடைப் பள்ளிப் புறமாக நாயநார் பொன் பரப்பின பெருமாளுக்கு நன்றாக பொன் பரப்பின பெருமாள் சந்திக்கும் எடுத்து...”

(A.R. No. 490 of 1902)

இக்கல்வெட்டின் காலம் கி.பி. 1233 ஆகும். தெம்பை ஆழ்வான் ராஜராஜ வாணகோவரையன் என்பது மகதைப் பெருமாளின் மகனாக இருக்கலாம். அவன் தனது தந்தை நலமாக வேண்டி தேவதானமாகக் கூவனூர் என்ற ஊரைத் தந்த செய்தியை இக்கல்வெட்டு தெரிவிக்கிறது. அதோடு அவன் ராஜராஜனின் கீழடங்கிய சிற்றரசனாகவே தொடர்ந்திருக்கிறான். அவனது சிறிய தந்தை ஆன குலோத்துங்கச் சோழ வாணகோவரையன் தான் பாண்டியர் பக்கம் நின்றிருக்க வேண்டும்.

சுந்தர பாண்டியனின் போருக்குப் பிறகான ஆண்டுகளில் கி.பி. 1222 ஆம் ஆண்டில் இருந்து வாணர்கள் திருநெல்வேலி உள்ளிட்ட தென் மாவட்டங்களில் அதிகாரிகளாக ஆட்சியாளர்களாகக் காணப்படுகிறார்கள் என்பது கவனிக்கப்பட வேண்டிய செய்தி.

3. 'பாண்டிய நாட்டில் வாணாதிராயர்கள்' என்ற நூலில் கல்வெட்டு ஆய்வாளர் பெ. வேதாசலம் முக்கியமான ஒரு செய்தியைக் குறிப்பிடுகிறார். அது வருமாறு:

"கி.பி. 1352க்குப் பிறகு கி.பி. 1500 வரைக்கும் வாணாதிராயர்கள் மதுரைப் பகுதியை ஆண்டார்கள்; அதன்பிறகு நாயக்கர்கள் பலர் மதுரையை ஆண்டார்கள் என்று மதுரைத் தல வரலாறு தெரிவிக்கிறது"

(பாண்டிய நாட்டில் வாணாதிராயர்கள், பக். 63)

"பாண்டிய நாட்டின் மீது படையெடுத்து வந்த விசயநகர வேந்தர்கள் அதை வென்ற பிறகு யாரிடம் அதன் ஆட்சிப் பொறுப்பை அளித்தனர், தமக்குக் கீழ் ஆட்சி புரிந்து வரும்படி அனுமதியளித்தனர் என்ற வினாவிற்கு மதுரை தலத்தார் வரலாறு விடையளிக்கிறது. விசயநகர வேந்தர்கள் இவ்வாணாதிராயர்களையே பாண்டியர்களின் வழிமுறையினர் என்று நினைத்து மதுரையின் ஆட்சிப் பொறுப்பை அவர்களிடத்து அளித்திருக்கின்றனர்."

(பாண்டிய நாட்டில் வாணாதிராயர்கள், பக். 66)

பெ. வேதாசலத்தின் கருத்து இரு செய்திகளைக் கூறுகிறது 1. குமார கம்பனின் மதுரை படையெடுப்பிற்குப் பிறகு மதுரையை ஆண்டவர்கள் வாணாதிராயர்கள் 2. அவர்கள் பாண்டியர்களின் வழித்தோன்றல்கள் என்று கருதியே ஆட்சிப் பொறுப்பை அவர்களிடம் விஜயநகர அரசர் (குமார கம்பணன்) அளித்தார்.

முதலாவது செய்தியைப் பொருத்தவரை மதுரையை 1371 ஆம் ஆண்டுக்குப் பிறகு 1500 ஆம் ஆண்டு வரை மதுரையையும் அதைச் சுற்றியுள்ளப் பகுதிகளையும் வாணாதிராயர்களே ஆண்டார்கள் என்பதை பெ. வேதாசலத்தின் நூலே இன்னொரு இடத்தில் சுட்டிக் காட்டுகிறது.

"பாண்டிய நாட்டின் மீது படையெடுத்து வந்து சென்ற கம்பணன் யாரிடம் பாண்டிய நாட்டு ஆட்சிப் பொறுப்பை ஒப்படைத்துச் சென்றான் என்பதற்கு நேரடியான சான்றுகள் ஏதும் இல்லை. பதினான்காம் நூற்றாண்டின் பிற்பகுதியிலும், பதினைந்தாம் நூற்றாண்டிலும் பாண்டியர் கல்வெட்டுகள் மதுரை மாவட்டத்தில் காணப்படவில்லை. திருநெல்வேலி மாவட்டத்தில் மட்டும் இவர்களது கல்வெட்டுகள் காணப்படுகின்றன"

(பாண்டிய நாட்டில் வாணாதிராயர்கள், பக். 63)

இது மட்டும் அல்லாமல் திருமாலிருஞ்சோலை மாவலி வாணாதிராஜன் என்பான் 1428 முதல் அழகர் கோவிலைத் தலைநகராய்க் கொண்டு ஆட்சி செய்ததற்கான கல்வெட்டுச் சான்றுகள் உள்ளன. அதற்கு முன்பும் பின்பும் வாணாதிராயர்கள் மதுரைப் பகுதியை ஆண்டதை உறுதி செய்யும் கல்வெட்டுச் சான்றுகள் கிடைக்கின்றன. எனில், குமாரகம்பணனின் படையெடுப்பின் மூலம் முகமதியர்களிடமிருந்து மதுரை கைப்பற்றப்பட்ட பின் ஆட்சிப் பொறுப்பு வாணர்களிடம் கொடுக்கப்பட்டிருக்கிறது.

ஏன் அவ்வாறு கொடுக்கப்பட வேண்டும்? ஏனென்றால் மதுரையைக் கம்பணனுடன் இணைந்து போரிட்டு மீட்டவர்கள் வாணர்கள் ஆகிய சக்கிலியர். திருப்பதியில் வீரகுமாரகம்பண உடையார் பகடை என்பவர் குறித்த 1368

ஆம் ஆண்டின் கல்வெட்டு குறித்து சக்கிலிய அரசர்கள் என்ற கட்டுரையில் நாம் பார்த்தோம். அவர் கம்பணன் காலத்துத் தளபதி ஆவார். அதே கட்டுரையில் கி.பி. 1406 ஆம் ஆண்டில் பயிண்டி அரசர் என்பவர் திருமுல்லைவாயில் கோவில் கல்வெட்டையும் கண்டோம். அதே போல திருவாலங்காட்டில் 1412 ஆம் ஆண்டில் கொப்பரசர் மாதியரசர் என்பவரது கல்வெட்டையும் கண்டோம். இவையெல்லாம் மதுரை முற்றுகை நடந்த காலத்துக்கு அண்மைக்கால கல்வெட்டுகள். இக்கல்வெட்டுகளின் மூலம் விஜயநகர அரசைத் தோற்றுவித்த சங்கம வம்ச அரசர்களின் தொடக்கக்கால ஆட்சிப் பகுதியிலேயே சக்கிலியர்கள் அவர்களுக்குக் கீழே ஆட்சியாளர்களாக இருந்ததை நாம் அறிய முடிகிறது.

முல்பாகலைத் தலைமையிடமாகக் கொண்டு மகாமண்டலேஸ்வரனாக ஆட்சி புரிந்த குமார கம்பணனின் போரில் இவர்கள் நிச்சயம் உடனிருந்து போர் புரிந்திருக்க வேண்டும். அதோடு கி.பி. 1222 ஆம் ஆண்டிலிருந்து வாணாதிராயர்கள் என்கிற சக்கிலியர்கள் தென்மாவட்டங்களில் ஆட்சிப் பொறுப்பில், அதிகாரிகளாக எனப் பல்வேறு நிலைகளில் இருந்ததையும் நாம் இக்கட்டுரையில் பார்த்தோம்.

இதை உறுதிப்படுத்தும் விதமாகக் ‘காவல் கோட்டம்’ நாவலில், சக்கிலியரின் கோசங்கியர் அணிக்குப் பெதவீரலு வெங்கடாத்திரி என்பவர் தலைமை வகித்த செய்தியையும், அதனூர் ஒபன்னா என்பவர் மூவாயிரம் மாதிக வில்லாளிகளுக்கும், பன்னீராயிரம் காலாள் வீரர்களுக்கும் தலைமை வகித்த செய்தியை சு. வெங்கடேசன் குறிப்பிடுகிறார்.

இத்தகையத் தரவுகளைக் கொண்டு குமார கம்பணனின் மதுரை முற்றுகைப் போரில் சக்கிலியர் மிக முக்கிய பங்காற்றிய செய்தி புலப்படுகிறது. சக்கிலியரே வாணர் என்கிற அடிப்படையில் மதுரை வெற்றிக்கு உறுதுணையாய் இருந்த சக்கிலியருக்குக் குமார கம்பணன் மதுரையின் ஆட்சிப் பொறுப்பை வழங்கியிருக்க வேண்டும் என்பது உறுதியாகிறது.

4. வாணர்கள் குறித்து வரலாற்று அறிஞர்கள் தொகுத்துச் சொல்லும் கருத்து என்ன?

"தென்னிந்திய வரலாற்றில் அரச வமிசங்கள் அல்லது இனக்குழுக்களின் இடப்பெயர்ச்சிக்குச் சிறந்த எடுத்துக்காட்டாக விளங்குவது பாணர்களின் வரலாறு ஆகும். கி.பி. நான்காம் நூற்றாண்டிலிருந்து கி.பி. பதினாறாம் நூற்றாண்டு வரையில் பாணர்கள் இடம்விட்டு இடம் பெயர்ந்து முடிவில் பாண்டிய நாட்டில் குடியேறி மற்ற தமிழ் மக்களுள் ஒன்றுபட்ட செய்தி மிக்க வியப்பைத் தருவதாகும்."

(தமிழ்நாட்டு வரலாறு -
பல்லவர், பாண்டியர் காலம், பக். 320)

அறிஞர்களின் கருத்துப்படியும், நாம் இதுவரைப் பார்த்த செய்திகளின் அடிப்படையிலும் தமிழ்நாட்டின் வட எல்லையில் இருந்து குடிபெயர்ந்து பாண்டிநாட்டில் பதிமூன்றாம் நூற்றாண்டில் குடியேறி பதினாறாம் நூற்றாண்டு வரைப் பாண்டிநாட்டு வரலாற்றில் தடம் பதித்த வாணர்கள், சக்கிலியர்கள்தாம் என்று நிறுவ வேறென்ன சான்றுகள் உள்ளது?

வாணர்கள் சக்கிலியர்களே என்பது நமது கருத்தாக இருக்கும் பட்சத்தில், உடனடியாகவே அடுத்த கேள்வி வரும். சக்கிலியர்கள் தெலுங்கு பேசுபவர்கள். வாணர்களும் தெலுங்கு பேசியதற்கான சான்றுகள் உள்ளனவா? இந்தக் கேள்விகளுக்கான பதில்களை ஒவ்வொன்றாய்ப் பார்ப்போம்.

சான்று - 1

கீழே உள்ளது திருவண்ணாமலையில் அருணாசலேஸ்வரர் கோயிலில் உள்ள வாணகோவரையர் சார்ந்த கல்வெட்டு:

"கோவிராசகேசரிபந்மற்கி யாண்டு 13வது
வாணகொவரையர் குணமந்தன் குறும்பகொ
லாலன் வயிரமேகனார் கொடுக்கன் சிற்றண்புலியூர்
நாடன் ..."

(A.R. No. 476-A of 1902)

மேலே உள்ள கல்வெட்டு வரிகளில் கொடுக்கன் என்ற சொல் தெலுங்கிலிருந்து தமிழுக்கு மாற்றப்பட்ட சொல். கொடுக்கு என்னும் சொல்லுக்கு மகன் என்று பொருள். கொடுக்கு என்னும் தெலுங்குச் சொல்லுடன் அன் விகுதி சேர்த்து கொடுக்கன் என்று மாற்றப்பட்டிருக்கிறது. இதற்கும் மகன் என்றே பொருள் கொடுக்கிறது கல்வெட்டுச் சொல்லகராதி. இது கி.பி. 884 ஆம் ஆண்டின் கல்வெட்டு.

சான்று - 2

பழங்கால வாணர் நடுகற்களில் தொறு கொண்டு அல்லது தொறு மீட்டு உயிர் விட்ட வீரர்களுக்கு அவர்களின் தியாகத்தைப் போற்றி அவர்களின் வழித்தோன்றல்களுக்கு என நிலத்தைத் தருவதைப் பல இடங்களில் காணலாம். இவ்வாறு தரும் நிலத்திற்கு நேத்தார்பட்டி, நெத்தல்பட்டி என்று பெயர் வழங்கப்படுகிறது. இவ்வகையான நிலம் அளித்தலுக்குப் பிற்காலங்களில் உதிரப் பட்டி என்ற பெயர் வழங்கப்படுகிறது. வாணர்களில் கல்வெட்டுகளில் காணப்படும் நேத்தார் என்பது நெத்தர என்ற தெலுங்குச் சொல்லின் தமிழ் வடிவம் ஆகும். நத்தர என்ற சொல்லின் பொருள் உதிரம் என்பதே ஆகும். அவ்வகையான சில கல்வெட்டுகளின் சான்றுகள்.

இடம்	தொறு கொண்ட/ மீட்ட வாணன்	நேத்தார் பட்டி	ஆண்டு
1. நெலப்பள்ளி, சித்தூர் மாவட்டம்	மாவலி வாண விச்சாதரனின் சேவகன் இந்தப்பன் புலிக்கொன்று பட்டான்	நேத்தார் பட்டி	--
2. சாணாங்குப்பம், ஆம்பூர் அருகே	மேல அடையாறு நாடு புக்கடைகள் ஆட	நேத்தார் பட்டி	கி.பி. 899
3. குரும்பட்டி, அரூர் வட்டம்	மாவலி வாணவரையன் ஆட்சியில் புலையமன்னார்	நேத்தார் பட்டி	--

4. வெள்ளாளம்பட்டி ஊத்தங்கரை (வ)	மாவலி வாணராயர் 9 ஆம் நூற்றாண்டு	நேத்தார் பட்டி	--

சான்று - 3

வாணகோவரையர்களில் மிகவும் புகழ் மிக்கவன் மூன்றாம் குலோத்துங்கன் காலத்தில் வாழ்ந்த மகதைப் பெருமாள் ஆன ராஜராஜ வாணகோவரையன் ஆவான். அவனைக் குறித்து திருவண்ணாமலை கோவிலில் உள்ள பாடல் கல்வெட்டில் ஒரு பகுதி கீழே உள்ளது.

"... வாணாதிபர் தணியாத தென்கொல்
பொங்கும் சினப்படை வங்கார தொங்கன் புரண்டு வீழச்
செங்குன்ற மின்று பிணக்குன்றமாக்கிய தேர் மன்னனே"

(A.R. No. 507 of 1902)

மேலே உள்ள பாட்டில் வங்காரத் தொங்கன் என குறிப்பிடப்படுபவன் குறித்துச் சோழப் பெருவேந்தர் காலம் நூல் கீழ்க்கண்டவாறு குறிப்பிடுகிறது.

"மேற்கூறிய வங்காரத் தொங்கன் தொண்டை மண்டலத்தைச் சேர்ந்த செங்குன்றக் கோட்டத்தில் வங்கார முத்தரையனே என்ற கருத்தே பொருத்தமானது.

(சோழப் பெருவேந்தர் காலம், பக். 317)

வங்கார முத்தரையனை வங்காரத் தொங்கன் எனப் புலவர் ஏன் குறிப்பிட வேண்டும். தொங்காடு என்ற தெலுங்குச் சொல்லுக்குத் திருடன் என்று பொருள். தொங்காடு என்பது அன் விகுதி பெற்று தமிழ் வடிவம் பெற்றுள்ளது. திருடன் அல்லது ஏமாற்றுப் பேர்வழி என மகதைப் பெருமாளின் எதிரியான சிற்றரசன் ஆன வங்கார முத்தரையன் என்கிற பொருளில் வங்காரத் தொங்கன் எனக் குறிப்பிடப்படுகிறான்.

மேற்கண்ட சான்றுகள் வாணர்கள் தெலுங்கு மொழி அறிந்தவர்களாகவும், அம்மொழியில் புழங்குபவர்களாகவும் இருந்தார்கள் என்ற உண்மையை நிறுவுவதாக உள்ளன அல்லவா?

4. இரணவீரர்

"முதலாம் ராஜாதிராஜனின் காலத்திற்குப் பிறகும், முதலாம் குலோத்துங்கச் சோழனின் காலத்திற்கு முன்னரும் வாழ்ந்த வாணகோவரையர்களில் வீரபருமர் என்பவர் குறிப்பிடத்தகுந்தவன். அவன் இரண வீர மங்கலம் என்ற ஊரை நிவந்தமாக அளித்தான் என்பது ஒரு கல்வெட்டிலிருந்து தெரிகிறது"

(சோழப் பெருவேந்தர் காலம், பக். 313)

மேற்கண்ட செய்தியின் மூலம் வாணர்களுக்கு இரணவீரர் என்ற சிறப்புப் பெயர் உண்டு என்பதை அறிய முடிகிறது. சக்கிலியர்களும் இரணவீரர் என்று அறியப்பட்டார்கள் என்ற செய்தியை எட்கர் தர்ஸ்டன் தனது 'குலங்களும் குடிகளும்' நூலில் அறியத் தருகிறார். அது வருமாறு:

"கணக்கெடுப்பின் போது சில சக்கிலியர் தங்களைப் பகடியர், மாதாரி ரணவீரன் என்று பதிந்து கொண்டுள்ளனர்."

(குலங்களும் குடிகளும், பக். 9)

இதுவும் சக்கிலியரே வாணர் என்கிற வாதத்தை வலுப்படுத்துவதாக இருக்கிறது.

5. நடுகல் சான்றுகள்

இக்கட்டுரையில் பாணர்களின் நடுகற்களை எட்டாம் நூற்றாண்டின் தொடக்க ஆண்டுகள் வரையிலானவற்றை நாம் ஏற்கனவே பார்த்து விட்டோம். அவற்றுள் கேத்த நாயக்கன் புதூர் என்ற ஊரிலுள்ள இரு நடுகற்கள் முக்கியமானவை. இவ்விரு நடுகற்களையும் குறித்து சக்கிலிய ஆட்சியாளர்கள் என்ற கட்டுரையில் நாம் அலசியிருக்கிறோம். அவ்விரண்டு நடுகற்களும் பெரிய சக்கிலிச்சி ஏரி என்ற ஏரியில் உள்ளன. அவற்றைச் சக்கிலியர் வழிபட்டுக் கொண்டு வருகிறார்கள் என்ற செய்தியை நாம் பார்த்தோம். நடுகல் வழிபாடு என்பது முன்னோர் வழிபாடேயாகும். எனில், அந்நடுகற்கள் குறிப்பிடும் பாணர்கள், சக்கிலியர்களின் முன்னோர்களே என்பதை நிறுவுவதாக இருக்கும்.

சக்கிலியர்கள் என்போர் பன்னெடுங்காலமாகவே இங்கு வசித்து வரும் பூர்வகுடிகள் என்பதால், கிடைத்துள்ள நடுகல் கல்வெட்டுகளில், வாணர் சக்கிலியரே என்பதை உறுதிப்படுத்தும் வேறு சான்றுகள் உள்ளனவா என்று காண்பது பொருத்தமானதாக இருக்கும்.

நடுகல் - 1 (காலம்: கி.பி. 899)

1. *கோவிசைய கம்ப விக்கிரம பரும*
2. *ர்க்கு யாண்டு முப்பதாவது படுவூர் கோ*
3. *ட்டத்து மேலடையறு நாடு புக்கடைகளாட பாலி*
4. *ன ... ம நாயகன் சாகூழன் வேளாளன் விண்டபா*
5. *டிக்கள்ளர் இவ்வூர் தொறுக் கொள்ளப்பட்டான்*
6. *இவனுக்கு (ஊருங்) கோவு நான்று அரசஞ்செ*
7. *று நெத்தல்பட்டி அட்டித்து*

(நடுகற்கள், பக். 204, ச. கிருஷ்ணமூர்த்தி)

படுவூர் கோட்டத்தைச் சேர்ந்த மேல் அடையாறு நாட்டில், விண்டபாடிக் கள்ளர்கள் தொறு கொண்ட போது புக்கடைகள் (பகடைகள்) எதிர்த்துப் போரிட்டுள்ளனர். அப்போது சாகூழன் வேளாளன் என்பவன் இறந்துள்ளான்.

நடுகல் - 2

வேலூர் மாவட்டம் வாணியம்பாடி வட்டத்தில் உள்ள மாரப்பட்டு என்ற ஊரில் உள்ள கி.பி. 906 ஆம் ஆண்டைச் சேர்ந்த நடுகல்லில் கீழ்க்கண்ட செய்தி இடம் பெற்றுள்ளது. "சகம் 828 இல் பாண நாட்டில் உள்ள பாக்கம் என்ற இடத்தில் பசுக்கூட்டத்தை மீட்கும் பூசலில் புக்குட பரிசட்டன் (பகடை) என்பவன் மாண்டான்"

(நடுகற்கள், பக். 419)

நடுகல் - 3

திண்டிவனம் வட்டம் ஒலக்கூரில் உள்ள நடுகல்லின் செய்தி கீழ்க்கண்டவாறு உள்ளது.

"கம்பபெருமாள் ஆணையாடின கொந்தளத்து இவ்வூர் அழிந்த நாட்பட்டான் தொதுபுத்தி மாதிரகன்"

கி.பி. ஒன்பதாம் நூற்றாண்டின் கடைசிப் பகுதியைச் சேர்ந்த ஆண்டுகள் கம்பவர்மனின் காலம் ஆகும். கம்பவர்மனின் ஆனைப்படை வந்து ஊரை அழித்துக் கொள்ளையடித்த போது எதிர்த்து நின்று இறந்தவன் தொதுபுத்தி என்னும் ஊரைச் சேர்ந்த மாதிரகன் என்பவன் ஆவான். மாதி என்பது சக்கிலியரின் குடிப்பெயர் என்பதை ஏற்கனவே பார்த்திருக்கிறோம். சங்க காலத்தில் மாதி ரத்தனார் என்னும் புலவர் இருந்ததை நாம் முந்தைய பக்கங்களில் பார்த்திருக்கிறோம்.

நடுகல் - 4

தர்மபுரி மாவட்டம் இந்தூரில் புருஷவர்மன் காலத்து நடுகல் உள்ளது. காலம் கி.பி. 746 ஆகும். புருஷவர்மன் ஆகிய கொங்கணி அரசரின் கீழிருந்து மாவலி வாணராயர் நாடாண்ட போது நோடையார் மகன் மாதிஞ் ... என்பவன் நான்கு பேருடன் போரிட்டு வென்ற போதிலும், போரில் இறந்தான் என்பது நடுகல் கூறும் செய்தி. மாவலி வாணராயரின் ஆட்களில் ஒருவனான மாதிஞ் ... என்பவன் போரில் இறந்தான் எனில், நாம் இதுகாறும் குறிப்பிட்ட வருகிற வாணர்கள் என்பவர்கள் சக்கிலியர்களே என்ற வாதத்தை வலுப்படுத்துவதாக, சக்கிலியரின் குடிப்பெயரான மாதி என்பது இடம் பெறும் செய்தி அமைகிறது.

மேற்கண்ட கல்வெட்டுகளில் மாதி, பகடை என்கிற சக்கிலியர்களின் பெயர்கள் வாணர்களோடு தொடர்பு கொண்டுள்ளதை நிறுவுவதாக அமைந்துள்ளன.

6. வாணர் ஆட்சிப் பகுதிகளில் சக்கிலியர் அடையாளங்கள்

வாணரின் பூர்வீக நிலங்களென அறியப்படும் அருவா வடதலை நாடு, அருவாநாடு முதலிய பகுதிகளிலேயே சக்கிலியர் குறித்த கல்வெட்டுகள் காணப்படுகின்றன என்பதை முந்தைய பக்கங்களில் கண்டோம். வாணரின் இடைக்காலமான பத்தாம் நூற்றாண்டு முதலே பகடை, சக்கிலியன் முதலான அடையாளங்களுடன் கல்வெட்டுகள் வாணர் ஆட்சிப் பகுதிகளில் காணக்கிடைக்கின்றன. அது மட்டுமல்லாமல் வாணரின் இறுதிக்காலக் கல்வெட்டுகள் காணப்படும் பகுதிகளிலும் சக்கிலியர் அடையாளங்கள் காணப் பெறுகின்றன.

1. சேலம் மாவட்டத்தில் ஓமலூர் வட்டத்தில் கேத்த நாயக்கன் புதூரில் பெரிய சக்கிலிச்சி ஏரி என்ற ஏரி இப்போதும் இருக்கிறது. இது ஆறாம் நூற்றாண்டு காலப் பகுதியைச் சேர்ந்தது. அதே சேலம் மாவட்டத்தின் தலைநகரான சேலத்தில் சக்கிலி ஏரி என்ற ஏரி இருந்த செய்தியை ஆவணங்கள் தெரிவிப்பதை "மேலும் சில சக்கிலியர் ஆளுமைகள்" என்ற கட்டுரையில் நாம் ஏற்கனவே பார்த்தோம். அதோடு தர்மபுரி மாவட்டம் அரூர் வட்டத்தில் சக்கிலிப்பட்டி என்ற ஊர் இருக்கிறது. இவற்றுள் சக்கிலி ஏரியும், சக்கிலிப் பட்டியும் சேலம் மாவட்டம் ஆறகளூரைத் தனது தலைமை இடமாகக் கொண்டு ஆட்சி செய்த ராஜராஜ வாணகோவரையன் காலத்திலோ அல்லது அதைத் தொடர்ந்த அவனது வழித் தோன்றல்கள் காலத்திலோ ஏற்படுத்தப்பட்டிருக்க வேண்டும்.

அதுபோலவே மதுரை வாணாதராயர்களின் ஆட்சியின் கீழ் இருந்த செய்தியை ஏற்கனவே பார்த்தோம். வாணர்களின் ஆட்சிக்குட்பட்ட பகுதிகளில் சக்கிலியரின் அடையாளத்தோடு ஊர்கள், ஏரிகள் முதலியவைக் காணப்படுவதைப் போலவே, மதுரையை ஒட்டியும் திருப்பரங்குன்றம் ஊராட்சி ஒன்றியத்துக்குட்பட்ட ஓர் ஊராக சக்கிலிப்பட்டி என்ற ஊர் அமைந்திருக்கிறது.

2. திருச்சி ஸ்ரீரங்கத்திலுள்ள அரங்கநாதர் ஆலயத்தின் மேல்திசை கோபுரம் சக்கிலியன் கோட்டை வாசல் என அழைக்கப்படுகிறது. மூன்றாம் குலோத்துங்கன் காலத்திலும், அதன் பிறகும் தஞ்சாவூர் திருச்சி பகுதிகளில் ஆண்டவன்

குலோத்துங்கச் சோழ வாணகோவரையன். இவன் கி.பி. 1216 ஆம் ஆண்டுக்குப் பிறகு பாண்டியருடன் அணி சேர்ந்து பாண்டியப் பேரரசு தோன்ற உதவிகரமாய் இருந்தான். திருச்சி, திருவானைக்காவல் கோயிலில் சில திருப்பணிகளையும் இவன் செய்ததாக வரலாறு கூறுகிறது. சக்கிலியன் கோட்டை வாசல் என ஸ்ரீரங்கம் கோவிலின் மேற்குக் கோபுர வாசல் அழைக்கப்படுவது இவனது கோட்டை வாசல் என்னும் பொருளிலேயே இருக்க வேண்டும்.

3. கி.பி. பதினாறாம் நூற்றாண்டில் செஞ்சிக் கோட்டையில் சக்கிலியச் சாதியைச் சேர்ந்த தலைமைத் தளபதி கட்டிய சக்கிலிதுர்கம் என்னும் சக்கிலியக் கோட்டையைப் பற்றி சக்கிலிய அரசர்கள் என்ற கட்டுரையில் நாம் பார்த்திருக்கிறோம். சக்கிலிக் கோட்டையைப் பற்றிய செய்தி இன்றைய தலைமுறை வரை தெரிந்திருப்பினும், அக்காலத்தைய அய்ரோப்பியர்களின் குறிப்புகள் தெளிவுபடுத்தினாலும், அக்குறிப்பிட்ட சக்கிலியத் தளபதியின் கல்வெட்டோ, பிற செய்திகளோ காணக்கிடைக்கவில்லை.

செஞ்சிக் கோட்டையில் அது குறித்த குறிப்புகள் இல்லை என்றாலும், செஞ்சிக்கு அருகிலுள்ள தாயனூரில் வயல்வெளியில் ஒரு பாறைக் கல்வெட்டு காணப்படுகிறது. அது பின்வருமாறு குறிப்பிடுகிறது.

1. *பராபவ வருஷம் ஆடி மீ*
2. *முதல் உ ஸ்ரீமது வீரப்பநாயக்*
3. *கர் அய்யன் காரியத்துக்கு*
4. *கர்த்தரான வாணாதராயர்*
5. *முதலியார் திருமலையில்*

(A.R. No. 366 of 1909)

கல்வெட்டு குறிப்பிடும் காலம் கி.பி. 1585 ஆகும். சக்கிலி துர்கம் அமைக்கப்பட்டது பதினாறாம் நூற்றாண்டில்தான் என்பதை நாமறிவோம். அக்காலகட்டத்தில் தளபதியாக இருந்தவனது பெயர் வாணாதராயர் எனக் குறிப்பிடப்பட்டிருக்கிறது. சக்கிலியர்களின் வாணர்களே என்ற கூற்றை உறுதிப்படுத்த உதவுவதாக இக்கல்வெட்டு அமைகிறது எனலாம்.

4. இன்று சிவகங்கை மாவட்டத்தில் உள்ள மானாமதுரை என்ற ஊரின் பழம் பெயர் வாணவீரன் மதுரை என்பதேயாகும். எடுத்துக்காட்டுக்குக் கூற வேண்டுமென்றால் திருமயத்தில் உள்ள சத்தியகிரிநாதப் பெருமாள் கோவிலில் உள்ள கி.பி. 1669 ஆம் ஆண்டைச் சேர்ந்த இரு கல்வெட்டுகள் (A.R. No. 394, 398 of 1906) மானாமதுரையை வாணவீரன் மதுரை என்று குறிப்பிடுகின்றன. மூன்றாம் சடைய வர்மன் வீரபாண்டியனின் 21 ஆவது ஆட்சியாண்டுக் கல்வெட்டு ஒன்று (காலம் கி.பி. 1318) மாவலி வாணாதிராயன் ஒருவன் திருக்கொடுங்குன்ற நாடாள்வானிடமிருந்து மானாமதுரைப் பகுதியைக் கைப்பற்றிய செய்தியைச் சொல்கிறது. அதைத் தொடர்ந்து அப்பகுதி வாணர்களின் ஆட்சியிலேயே தொடர்ந்தது. விஸ்வநாத நாயக்கனின் பெயரன் வீரப்ப நாயக்கன் காலத்தில் (கி.பி. 1572-1595) வாணவீரன் மதுரையை ஆண்ட வாணாதிராயன் மானாமதுரை காளையார் கோயில் ஆகிய இடங்களில் உள்ள கோட்டைகளை வலிமைப்படுத்தி வீரப்ப நாயக்கருக்கு எதிராகக் கலகம் செய்தான். அதையொட்டி அவனை அடக்கி அவனது நாட்டையும் தனது நாட்டுடன் இணைத்துக் கொண்டார் என நாயக்கர் வரலாறு குறிப்பிடுகிறது.

அத்தகைய வரலாறு கொண்ட மானாமதுரைப் பகுதியில் உள்ள பார்த்திபனூருக்கு அருகில் உள்ள தேவனேரி என்ற ஊரைச் சேர்ந்த ஓலைச்சுவடி ஒன்று இங்குத் தரப்படுகிறது. ஓலைச்சுவடி குறிப்பிடும் செய்தி என்னவெனில் சவுமிய வருடம் ஆடி 26 அன்று சின்ன இருளக்கோன் தனது நிலத்தைக் கும்பெனி பணம் ஆறு பெற்றுக் கொண்டு குடிவார ஒத்தியாகத் திருமலை அய்யன் என்பவருக்கு எழுதிக் கொடுத்த ஓலை அஃது. நிலத்தின் எல்லையைக் குறிப்பிடும் போது பட்டவிருத்தி வாய்க்காலுக்குக் கிழக்கு, சக்கிலியன் செய்க்குத் தெற்கு என்று எல்லைக் குறிப்பிடப்படுகிறது. ஆண்டு கி.பி. 1735 அல்லது 1807 ஆக இருக்கக்கூடும்.

பட்டவிருத்தி நிலம் என்பது பார்ப்பனர்களுக்கு அளிக்கப்படும் நிலம் என்பதை அறிவோம். அதையொட்டி சக்கிலியர் ஒருவருக்குப் பதினெட்டாம் நூற்றாண்டின் தொடக்கக் காலம் வரை வயல் இருந்த செய்தியை ஓலைச்சுவடி தெரிவிக்கிறது.

வாணர்களின் ஆட்சிக்குள் நெடுங்காலம் இருந்த பகுதி என்பதால் சக்கிலியர் நிலம், வயல் என்று செல்வாக்காக இருந்திருக்கிறார்கள் என்பதை இது விளக்குவதாக இருக்கிறது. அதோடு சக்கிலியர்களே வாணர்கள் என்ற நமது வாதத்திற்கு வலு சேர்ப்பதாகவும் இது அமைகிறது.

7. பகடைராஜா சிலைகள்

தென் மாவட்டங்களில் வாணாதிராயர்கள் ஆட்சி ஏற்பட்ட பிறகு அப்பகுதிகளில் உள்ள பல கோவில்களில் பகடை ராஜா சிலைகள் பெரிய அளவில் அமைக்கப்பட்டுள்ளன. பகடை ராஜாவின் சிலைகள் வலக்கையில் கத்தியுடனும், இடக்கையில் கொம்பு வாத்தியத்துடனும் காணப்படுபவை. பெரிய மீசையுடனும், அணிகலன்களுடனும் அச்சிலைக் காணப்படுகிறது. திருநெல்வேலியில் நெல்லையப்பர் கோவிலில் சுவாமி சன்னிதியிலும், ஸ்ரீவில்லிபுத்தூர் ஆண்டாள் கோயிலில் கண்ணாடி மாளிகைக்குப் போகும் வழியிலுள்ள மண்டபத் தூணிலும் பிரம்மாண்டமான பகடை ராஜா சிலைகள் காணப்படுகின்றன. மதுரையிலும், ஸ்ரீவைகுண்டத்திலும், கிருஷ்ணாபுரம் கோவிலிலும் பகடைராஜாவின் சிலைகள் காணப்படுகின்றன.

மேற்சொன்ன ஊர்களில் எல்லாம் வாணர்கள் ஆட்சி செய்ததற்கான கல்வெட்டுச் சான்றுகள் உள்ளன. கி.பி. 1229 ஆம் ஆண்டில் மாறவர்மன் சுந்தரபாண்டியனின் ஆட்சிக் காலத்தில் சுந்தர பாண்டிய வாணாதிராயன் என்பான் குறித்த கல்வெட்டு திருநெல்வேலியில் காணப்படுகிறது (A.R. No. 125 of 1984) கி.பி. 1258 ஆம் ஆண்டில் திருவெண்காட்டில் உள்ள கல்வெட்டு திருநெல்வேலி உடையான் வாணாதராயன் என்பானைக் குறிப்பிடுகிறது.

மதுரை, ஸ்ரீவில்லிபுத்தூரைப் பொருத்தவரை பதினைந்தாம் நூற்றாண்டின் தொடக்க ஆண்டுகளில் வாணவன் சுந்தரன், திருமாலிஞ்சோலை நின்றான் வாணாதிராஜன் (கி.பி. 1428-1477), சுந்தரத் தோலுடையார் மகாபலி வாணாதிராஜன் (கி. பி. 1477-1515), இறந்த காலம் எடுத்த மகாபலி வாணாதிராஜன் (கி.பி. 1515-1533) ஆகியோரும் மதுரை அழகர் கோவிலைத்

தலைமையிடமாகக் கொண்டு ஆட்சி செய்தனர். ஆகவே, மதுரையிலும் ஸ்ரீவில்லிபுத்தூரிலும் அவர்கள் காலத்திலோ, அதற்கு முன்பு பாண்டியரின் கீழ் அதிகாரிகளாய் இருந்த நாட்களிலோ பகடை ராஜாவின் சிற்பங்கள் ஏற்படுத்தப்பட்டன எனக் கொள்வது பொருத்தமானது.

நாம் இதுவரைப் பார்த்த இத்தனைச் சான்றுகளும் சொல்லும் செய்தி சக்கிலியர்கள் என்ற பெயரால் இன்று அறியப்படுபவர்களே வாணர்கள், வாணகோவரையர்கள், வாணாதிராயர்கள் என்று அறியப்பட்டார்கள். அவர்களின் பூர்வீக தாயகம் என்பது தமிழ்நாட்டின் வட எல்லையாய் உள்ள அருவா வடதலை நாடும், அருவா நாடும் என்பதை இலக்கியமும், வரலாறும் கூறுகின்றன.

வாணர்களின் ஆட்சி தொடங்கிய அருவா வடதலை நாடு பகுதியிலிருந்து அவர்களது ஆட்சி கடைசியில் முடிவடைந்த பாண்டியநாடு வரையிலும் அவர்களது தடயங்களையும், சான்றுகளையும் கொண்டுள்ள பகுதிகளில் எல்லாம் இன்று வரை வாழ்ந்து கொண்டிருக்கும் ஒரே பிரிவினர் சக்கிலியர் தாம். அதோடு வாணர்களைப் போல தெலுங்கு மொழியையும், தமிழையும் கைக்கொண்ட சாதியாய் ஏறத்தாழ ஈராயிரம் ஆண்டுகளாக இம்மண்ணில் வாழ்ந்து வரும் ஒரே பிரிவினர் சக்கிலியர்தாம் என்பது திண்ணம்.

◉

உதயேந்திரம், குடிமல்லம் செப்பேடுகள் தரும் வெளிச்சம்

சக்கிலியர்களே, களப்பிரர்கள் என்றும் வாணர்கள் என்றும் வரலாற்றில் அறியப்படுபவர்கள் என்பதைச் சென்ற இயல்களில் பார்த்தோம்.

விஜயபாகு விக்கிரமாதித்யன் என்று அழைக்கப்பட்ட இரண்டாம் விக்கிரமாதித்தன் என்னும் பாண அரசன் வழங்கிய உதயேந்திரம் செப்பேடுகள், அதே அரசன் வழங்கிய குடிமல்லம் செப்பேடுகள் ஆகிய இரண்டும் பாண அரசர்களின் செப்பேடுகளில் முக்கியமானவை.

1.

இவ்விரு செப்பேடுகளும் வாணர்களின் வம்சாவளியைப் பற்றிய குறிப்புகளை அளிக்கின்றன. இச்செப்பேடுகளில் வாணர்கள் தங்களை அசுரர்களின் அரசனான மகாபலியினுடைய வழித்தோன்றல்கள் எனக் கூறுகின்றனர். பத்தாம் நூற்றாண்டின் தொடக்க ஆண்டுகளைச் சேர்ந்த அச்செப்பேடுகள் மட்டுமல்ல, அதற்கும் முன்பே வாணர்கள் தங்களை மகாபலி அரசனின் வாரிசுகள் என்று புலப்படுத்தும் விதமாக மகாபலி வாணராஜர் என்று அழைத்துக் கொண்ட செய்திகளை கி.பி. எட்டாம் நூற்றாண்டு முதற்கொண்டே தெரிவிக்கின்றன. கி.பி. 754 ஆம் ஆண்டைச் சேர்ந்த குடிமல்லத்திலுள்ள கல்வெட்டு "விக்கிரமாதித்ய மாவலி வாணராயர் வடுகவழி மேற்கு ராஜ்யஞ் செய்ய" என்று குறிப்பிடுகிறது. திருவல்லத்திலுள்ள கி.பி. 793 ஆம் ஆண்டைச் சேர்ந்த கல்வெட்டு "மாவலி வாணராயர் வடுகவழி 12000ம் ஆள" என்று குறிப்பிடுகிறது.

ஆயினும் செப்பேடுகளில் அரச வம்சத்தின் தோற்றுவாய் குறித்து விரிவாகக் காணப்படும் என்பதால், வாணர்கள் தங்கள் குடியின் மூலவர் குறித்து முறையே உதயேந்திரம் செப்பேட்டிலும், குடிமல்லம் செப்பேடுகளிலும் கூறுவதைக் காணலாம்.

உதயேந்திரம் செப்பேடு - இரண்டாம் பாண விக்கிரமாதித்தன்

"அசுரர்களின் தலைவனான பலி என்றொரு அரசன் இருந்தான்; அவனது ஒரே வெருவிருப்பமாக இருந்தது என்னவெனில், தேவர்களுக்கு எதிரான வன்முறை நடவடிக்கைகளில் ஈடுபடுவதேயாகும். அவனது ஓர் உறுதிப்பாடாக இருந்தது யாதெனில், சிவனின் திருவடித் தாமரைகளை வணங்குவதேயாகும். ஓர் அருமையான பலிச் சடங்கின் முடிவில் அந்த பலி என்னும் அசுர அரசன், வாமன உருவத்தில் இருந்தவரும், அவனுக்குப் பேரின்பத்தை அளித்தவரும், தைத்தியர்கள் எனப்படுபவர்களின் எதிரியுமான ஆதிக் கடவுளுக்கு (விஷ்ணுவுக்கு) பூமியையும், அதிலுள்ள அத்தனைத் தீவுகளையும் அவற்றில் உள்ள அனைத்து அசையும் மற்றும் அசையாதப் பொருட்களுடன் சேர்த்து காணிக்கையாகக் கொடுத்தான்.

அந்தப் பலி என்னும் அரசனிடமிருந்து மகாவல்லமையுடையவனும், நற்பண்புகள் அனைத்தின் பிறப்பிடமாய் இருந்தவனுமான பாணன் தோன்றினான். அந்தப் பாணனுக்கு சம்புவின் உயரிய, தூய்மையான அருளாசிகள் எப்போதும் அதிகரித்துக் கொண்டேயிருந்தன. அவனது தலையின் மேல் பிறைநிலவின் ஒளித்தாரைகள் இருந்தன. அந்தப் பாணன் தேவர்களின் பெரிய எதிரியாய் இருந்தான். அவன் தனது வாளின் வலியைக் கொண்டு தனது எதிரிகளின் படைகளை வீழ்த்தினான்."

(எபிகிராபிகா இண்டிகா தொகுதி 3, பக். 78)

குடிமல்லம் செப்பேடு - இரண்டாம் பாண விக்கிரமாதித்தன்

> "பலி என்ற பெயருள்ள அசுரர் குல அரசன் ஒருவன் இருந்தான். அவன் விரோச்சனனின் மகன் ஆவான். அந்த பலி என்பவன் அளக்க முடியா ஒளி பொருந்தியவனாகிய கிருஷ்ணனுக்கு உயரிய காணிக்கையாகப் பூமியை அளித்தான்.
>
> அவனுடைய பரம்பரையில், அனைவராலும் போற்றப்படும் பராக்கிரமத்தை உடையவனும், அரசர்களில் சிறந்தவனுமாகிய நந்தி வர்மன் தோன்றினான்."
>
> *(எபிகிராபிகா இண்டிகா தொகுதி 17, பக். 78)*

இரு செப்பேடுகளுமே அவ்வவ்வூர்களிலுள்ள பார்ப்பனர்களுக்கு கொடை அளிக்கும் செய்தியைத் தெரிவிப்பவைதாம். ஆயினும், வாண அரசன் தனது வம்சாவளியைப் பற்றித் தேவர்களுக்கு எதிரானவன் என்றும் மகாபலியின் வம்சாவளியில் வந்தவன் என்றும் குறிப்பிடத் தவறவில்லை.

வழக்கமாக, அரச குலங்களின் பட்டயங்களில் சூரியனின் வழியில் வந்தவர்கள் (சோழர்), சந்திரனின் வழியில் வந்தவர்கள் (பாண்டியர்), சூரிய சந்திர வழியில் வந்தவர்கள் (சேரர்), யாக பாத்திரத்திலிருந்து தவறி விழுந்தவர்கள் (பல்லவர்கள்) என்பதாகத்தான் குடிவரலாறு கூறப்படும். விதிவிலக்காக வாணர்கள் என்கிற பாணர்கள் மட்டும் மகாபலியின் வழியில் வந்தவர்கள் என்று கூறிக் கொள்வதோடு, தேவர்களுக்கு எதிரிகள் என்று அறிவித்துக் கொள்கிறார்கள்.

இச்செய்தி ஒருண்மையை விளக்குவதாக இருக்கிறது. களப்பிரர் ஆட்சிக்காலம் இருண்ட காலம் என்று அழைக்கப்பட்ட தன்மையோடு பொருந்திப் போவதாக உள்ளது. பல்லவ அரசர்கள் எல்லோரும் தங்கள் செப்பேடுகளில் கலியுகத்தின் தோஷங்களை நீக்கி ஆட்சி செய்வதாகக் கூறிக் கொண்டார்கள். அவர்களுக்கு முன்பு ஆட்சி செய்த களப்பிரர் ஆட்சியின் மக்கள் சார்ந்த நடவடிக்கைகளை விலக்கித் தேவர்களின் பிரதிநிதிகள் என்று சொல்லிக் கொண்ட பார்ப்பனர்களுக்கு ஏற்ப நடந்து

கொண்டார்கள் என்பதைத்தான் செப்பேடுகளில் மேற்கண்டவாறு கூறிக் கொண்டார்கள்.

களப்பிரர்கள் பவுத்தமதம் சார்ந்தவர்கள். வாணர்கள் ஆட்சி செய்த அருவா வடதலை நாடு, கோலார் மாவட்டத்தின் பகுதிகள் போன்றவை முன்பு அசோகரின் ஆட்சிக்குட்பட்ட பகுதியாய் இருந்தவை. அக்காலங்களில் வாணர்கள் பவுத்தம் ஏற்றிருத்தல் வேண்டும். பவுத்த நெறிகளின் படி வாழ்ந்ததால் பார்ப்பனர்களின் சனாதன வேதச் சடங்குகள் உள்ளிட்டவற்றை ஏற்காதவர்களாக நடந்த செய்தியைத்தான் அதன் மீதான வெறுப்பைத்தான் பார்ப்பனர்கள் களப்பிரர் காலம் இருண்டகாலம் என்று குறிப்பிட்டார்கள் என்று புரிந்து கொள்ள முடிகிறது. கலியுகம் என்பது கலி குலத்தினர் ஆண்ட காலம்தான். இவ்வாறாக வாணர்கள் களப்பிரர்தான் என்ற நமது கூற்றை வலுப்படுத்துவதாக செப்பேட்டில் குறிப்பிடப்படும் வாணர் குல மூலவர் குறித்த செய்திகள் இருக்கின்றன.

2.

வாணர்களின் செப்பேடுகள் புலப்படுத்தும் இன்னொரு செய்தியும் நமது கவனத்திற்குரியதாகும். உதயேந்திரம், குடிமல்லம் என்கிற செப்பேடுகளிலுமே பதிக்கப்பட்ட அரச முத்திரை என்பது காளையின் உருவமேயாகும் என்பதை உதயேந்திரம், குடிமல்லம் ஆகிய இரு ஊர்களிலும் கிடைத்த வாணர் செப்பேடுகள் புலப்படுத்துகின்றன.

அதோடு இவ்விரு செப்பேடுகள் குறிப்பிடுவதைத் தவிரவும், கர்நாடகாவின் கோலார் மாவட்டத்தின் முல் பாகல் வட்டத்தில் ஏடரூர் என்ற ஊரில் உள்ள பத்தாம் நூற்றாண்டைச் சேர்ந்த கன்னடக் கல்வெட்டு வாணர்களின் இலச்சினை, கொடி ஆகியன குறித்த குறிப்பைக் கீழ்க்கண்டவாறு வழங்குகிறது.

> "…. நந்தகிரி நாடம் கிருஷ்ண துவஜ ரிஷப லஞ்சனம் ஸ்ரீமத் சம்பய்யம் பிடிரூர் ஆளுட்…"
>
> *(E.C. 10 mb 126)*

மேற்கூறியதன் தமிழாக்கம் வருமாறு "நந்திகிரி நாட்டுப் பகுதியைச் சேர்ந்தவனும் பிடிரூர் பகுதியை ஆளுகிறவனுமாகிய சம்பய்யாவின் கொடி கருப்புக் கொடி; இலச்சினை காளை."

செப்பேடுகள் குறிப்பிடுவதை இக்கல்வெட்டு உறுதி செய்கிறது.

பாண்டியர்களின் முத்திரை இணை கயல்கள் என்பதால் பாண்டியரைக் கல்வெட்டுகளில் மீனவன் எனக் குறிப்பிடும் செய்தி நாம் அறிந்ததே. அதுபோல வில்லைத் தமது இலச்சினையாகக் கொண்ட சேரரைக் கல்வெட்டுகளில் வில்லவர் என்று குறிப்பிடுவதும் நாம் அறிந்த ஒன்றுதான்.

அந்த வழக்கத்தின்படி, காளையைச் சின்னமாகக் கொண்ட வாணரை எப்படி அழைத்திருப்பார்கள்? காளை சங்க கால இலக்கியங்களில் பகடு என்று அழைக்கப்படும் செய்தியைச் சக்கிலியர் யார் என்ற கட்டுரையில் நாம் முன்பே பார்த்திருக்கிறோம். அப்படியெனில் பகட்டினைச் சின்னமாகக் கொண்டவர்கள் பகடை என்று அழைக்கப்படுதல்தானே சரி?

பகடு என்பது ஆண் யானை என்ற பொருளிலும் வழங்கப்பட்டதை முன்னிட்டுப் பகடை என்பது யானையைக் குல மரபுச் சின்னமாய் உடையவர் என்று மேற்கூறிய கட்டுரையிலேயே ஆராய்ந்திருக்கிறோம். களப்பிரர் என்பவர் ஒன்றுக்கும் மேற்பட்ட இனக்குழுவைச் சேர்ந்தவர்கள் என்பதையும் இணைந்து தமிழ்நாட்டை ஆண்டனர் என்பதையும் மனதில் கொண்டால், அவர்களுக்கான பொதுச் சின்னமாகப் பவுத்தம் முன் வைக்கிற யானை இருந்தது என்பதைப் புரிந்து கொள்ளலாம்.

ஆக, பகடை என்ற பெயர் யானையைக் குலமரபுச் சின்னமாகக் கொண்ட களப்பிரர் என்பதைக் குறிப்பதாகவும், அதே பெயர் பகட்டினை அரசச் சின்னமாகக் கொண்ட வாணரைக் குறிப்பிடுவதாகவும் எடுத்துக் கொள்ளப்படுவதற்கான இடமளிக்கிறது.

இதே இடத்தில் மேற்கண்ட ஏடரூர் கல்வெட்டு குறிப்பிடும் இன்னொரு செய்தி நமது கவனத்துக்குரியது ஆகும். வாணர்களின்

இலச்சினை காளை என்பதைத் தெரிவிக்கும் கல்வெட்டு அவர்களின் கொடி கருப்புக் கொடி என்பதைத் தெரிவிக்கிறது.

மேற்கண்ட இந்தச் செய்தி சக்கிலியர் குறித்த இன்னொரு தகவலுடன் பொருந்திப் போகிறது. அச்செய்தி இடங்கை வலங்கைப் புராணத்தில் குறிப்பிடப்படுவதாகும். அது பின்வருமாறு:

"சக்கிலியனுக்குத் தென்னஞ்சோலையும், வீரகத்தியும், கறுப்பும், சிவப்பும் அடையாளமுடையவர்கள்."

(இடங்கை வலங்கையர் வரலாறு, பக். 115)

கல்வெட்டு வாணர்களின் கொடி கருப்புக் கொடி எனச் சொன்னால், இடங்கை வலங்கை புராணம் சக்கிலியர்களுடைய அடையாளம் கருப்பும், சிவப்பும் எனக் குறிப்பிடுகிறது. இதுவும் பொருந்திப் போகிறது.

3.

வாணர்களின் ஆதித்தாயகம் குறித்து சக்கிலியர்களே வாணர்கள் என்ற கட்டுரையில் நாம் பார்த்த மேற்கோளை மீண்டும் ஒருமுறை பார்ப்போம்.

"பாணர்களின் ஆதித் தாயகம், பாண ராஷ்ட்டிரம், பெரும்பாணம்பாடி, பருளி விடயம் என்று பல கல்வெட்டுகளில் கூறப் பெற்றுள்ளன. பாணராஷ்ட்ரம் என்பது தென்னாற்காடு மாவட்டத்தின் மேற்குப் பகுதியையும், பெரும்பாணப்பாடி என்பது வடாற்காடு மாவட்டத்தின் மேற்குப் பகுதியையும், கர்நாடகத்தின் கிழக்குப் பகுதியையும் குறிக்கும். பருளி விடயம் என்பது சிரீ பர்வதம் அல்லது சிரீசைவம் என்று கூறப் பெறும் நிலப்பகுதியாகும்."

(தமிழ்நாட்டு வரலாறு,
பல்லவர் பாண்டியர் காலம், பக். 319)

அதே நூலில் மற்றொரு பகுதியில் மேற்கூறிய பெரும்பாணப்பாடி குறித்து மேலும் தெளிவாகத் தரப்பட்டுள்ளது. அப்பகுதி வருமாறு:

> "பாண நந்தி வர்மனும் அவனுக்குப் பின் வந்தோரும், வடுக வழி மேற்கு, வடுகவழி பன்னீராயிரம் என்று அழைக்கப்படும் பெரும்பாணப்பாடியை ஆண்டு வந்தனர். இந்தப் பெரும்பாணப்பாடி நாடு இக்காலத்தில் சித்தூர் மாவட்டத்தில் மேற்குப் பகுதியும், வடாற்காடு மாவட்டத்தின் மேற்குப் பகுதியும், கோலார் மாவட்டத்தின் கிழக்குப் பகுதியும், சேலம் மாவட்டத்தின் சில பகுதிகளும் அடங்கிய நிலப்பரப்பு எனக் கூறலாம். வடாற்காடு மாவட்டத்திலுள்ள வாணபுரம் அல்லது வல்லம் என்ற ஊர் பாணர்களுடைய தலைமை இடமாகும்."
>
> *(மேலது, பக். 325)*

பெரும்பாணப்பாடி குறித்த மேற்கண்ட விவரணையில் கூறப்பட்டுள்ள செய்திகளுள் ஒன்றை வலியுறுத்துமாறு *chittoor through the ages* நூலின் ஆசிரியர் எம்.டி. சம்பத் என்பாரின் கீழ்க்கண்ட கூற்று அமைகிறது.

> "நந்திகிரி மலையின் உரிமையாளர்கள் தாங்கள் என்று வாணர்கள் தங்களைக் குறித்துச் சொல்லிக் கொள்கிறார்கள். கோலார் மாவட்டத்தின் சிக்பல்லபூர் வட்டத்திலுள்ள நந்தி துர்க்கம் பகுதியையும், ஆனந்தப்பூர் மாவட்டத்தின் ஹிந்துப்பூர் வட்டத்திலுள்ள பாரிவிப்புரம் பகுதியையும் கொண்டது நந்திகிரிப் பகுதியாகும்."
>
> *(Chittoor through the ages, பக். 92, M.D. சம்பத்)*

வாணர்களின் தாயகம் குறித்த செய்தியில் நந்திகிரி அந்த எல்லைக்குள் அடங்காது என்று தெரிகிறது. ஏனெனில், மேற்சொன்ன நூலாசிரியர் தமது கூற்றுக்கு ஆதரவாகக் குறிப்பிடும் சான்றுகளில் ஒன்று செம்பியன் மாவலி வாணராயன் என்று முதல் பராந்தகனால் பட்டம் சூட்டப்பட்ட கங்க அரசன் இரண்டாம் பிரதிவிபதியின் செப்பேடாகும்.

மேலும், தமிழ்நாட்டு வரலாறு பல்லவர் பாண்டியர் காலம் நூல் தனது கருத்துக்கு ஆதாரமாகக் கூறுவது திரு. எம்.எஸ். கோவிந்தசாமி என்பாரின் The role of feudatories in Pallava History என்ற நூலையே ஆகும். மேற்சொன்ன எம்.எஸ். கோவிந்தசாமி என்பார் கூறியுள்ள கருத்தைப் பரிசீலிக்கலாம். அவர் கூறுவதாவது:

"வாணர்கள் தங்களை நந்திகிரியின் உரிமையாளர்கள் என்று கூறிக் கொள்ளும் செய்தி சொல்லும் உண்மை என்னவெனில், வாணர்களது நாட்டின் எல்லைப் பகுதி கோலார் மாவட்டத்திலுள்ள நந்தி மலையையும், அதைச் சுற்றியுள்ள பகுதிகளையும் உள்ளடக்கியதாக இருந்தது என்பதேயாகும்."

(The role of feudatories in Pallava History, பக். 33, M.S. Govindhasamy)

இந்நூலாசிரியர் தனது கருத்துக்கு ஆதாரமான முடியானூர் செப்பேட்டை முன் வைக்கிறார். முடியானூர் செப்பேடு கூறுவதென்ன?

"சிவனை வணங்குகிறேன். அவரது அரியாசனம் நந்தி மலையின் சிகரங்களின் மேல் உள்ளது. மந்தாகினி என்றழைக்கப்படும் புனித கங்கை சென்றடைகிற பெருங்கடலாக அவரே உள்ளார். அவரே பூமியின் அதிபதி. தேவேந்திரன், பிற கடவுளர் ஆகியோர் தொழுவதற்குரிய மாட்சிமை உடையதாய் அவருடைய மலர்ப்பாதங்கள் திகழ்கின்றன."

(எபிகிராபிகா கர்நாடிகா -
தொகுதி 10, Mb 157, பக். 111)

செப்பேடு வாண அரசனின் தாயகப் பகுதி நந்திமலையில் இருப்பதாகச் சொல்லவில்லை. மாறாக சிவனின் அரியாசனம் நந்தி மலையின் மீது இருப்பதாகவே குறிப்பிடுகிறது.

அதோடு, இரண்டாம் பிரிதிவிபதியின் கி.பி. 922 ஆம் ஆண்டைச் சேர்ந்த உதயேந்திரம் செப்பேடு அவனை நந்திகிரிநாதன் என்று சொல்வது மட்டுமல்லாமல், பிற்காலங்களில் உள்ள கங்க

அரசர்களின் கல்வெட்டுகளும் அவர்களை நந்திகிரிநாதன் என்று குறிப்பிடுகின்றன.

எடுத்துக்காட்டிற்கு, இக்கட்டுரையின் பிற்பகுதியில் சுட்டப்படுகிற கி.பி. 1260 ஆம் ஆண்டைச் சேர்ந்த கங்க அரசனின் கல்வெட்டு (A.R. No. 104 of 1921) அவனை நந்திகிரி நாதன் என்று குறிப்பிடுகிறது. வாணர்களின் தலைநகரமான திருவல்லம் நகருக்கு அருகில் உள்ள மேல்பாடி என்னும் ஊரிலுள்ள இக்கல்வெட்டில், கங்கர்கள் நந்திகிரி நாதன் என்று குறிப்பிடப்படுவது கவனிக்கத்தக்கது.

மேலும் வேலூர், சித்தூர் மாவட்டங்களில் உள்ள கல்வெட்டுகளில் பரவலாக நாம் காணும் பெரும்பாணப்பாடி என்கிற சொல் நந்திகிரி பகுதி அடங்கிய கோலார் மாவட்ட கல்வெட்டுகளில் காணக் கிடைப்பதில்லை.

ஆகவே, இந்த அடிப்படையில், பெரும்பாணப்பாடி என்று அழைக்கப்படும் வாணர்களின் ஆதித் தாயகத்திற்குள் நந்திகிரி அடங்காது என்ற முடிவுக்கு நாம் வரலாம். இந்தப் புரிதலோடு, பெரும்பாணப்பாடி என்று வழங்கப்படும் பகுதிகளிலேயே சக்கிலியர் குறித்த கல்வெட்டுகள் கிடைக்கின்றன என்று நாம் முன்பே விவாதித்த செய்தியை மீண்டும் நினைவு கூற வேண்டியிருக்கிறது.

அந்த வகையில், முக்கியமான ஒரு கல்வெட்டை மீண்டும் ஆய்ந்து, அலசும் தேவை இருக்கிறது. அறிஞர்களின் புரளியும் சக்கிலியர் வரலாறும் என்ற கட்டுரையில் இடம் பெற்றது அந்தக் கல்வெட்டு.

கர்நாடக மாநிலத்தின் சிக்பல்லபூர் மாவட்டத்தில் சிந்தாமணி தாலுகாவில் உள்ள கைவராவில் உள்ள கல்வெட்டு அஃது.

> "... ஸ்ரீவீரகம்பண்ண உடையார் குமாரன் ஜொம்மண்ண உடையார் பிரதிவிராஜ்யம் பண்ணாநிற்க ஸ்ரீமன் மஹா பிரதானி தேவண்ண உடையார் தங்கள் தோப்பனார் ஈஸ்வர தேவர்க்கு புண்ணியம் ஆக தாமும் கைவரா நாட்டாரும் பீமீசுரம் உடைய நாயனாருக்குத் திருநாளுங் கற்பித்து இத்திருநாள் அழிவுக்குக் கைவார நாட்டுச்

சிக்க கல்லுக்கு அடைத்த நஞ்சை புஞ்சை நாற்பால் எல்லையும் மேல் நோக்கின மரமும் கீழ் நோக்கின கிணறும் பொன்வழி, புறவாடை, கம்பண்ண உடையார் காணிக்கை, ஜொம்மண்ண உடையார் காணிக்கை, சாரிகை மகமை, மக்கதிறை, கார்த்திகைப்பாடி உள்ளாயம் நட. நற் ஆடு திறை, தன கார் தெண்டம் உண்டிகை அ...யம் காணிப்பற்று நார் எண்ணெய் நல் எருது நற்பசு நல் எருமை நம்... ண்ட.... டாகு இரும்பு சக்கிலித்திறை வெற்றிலை ம்மை மற்றும் இவ்வூர் ... ப காணிக்கையும் சர்வ மான்யம் ஆக... லோ ....து தாராபூர்வமாக சந்திரா."

(எபிகிராபியா கர்நாடிகா தொகுதி 10, ct. 94)

மேற்கண்ட கல்வெட்டுக் குறிப்பிடும் பல்வேறு வரி வருமானங்களுள் ஒன்றாக சக்கிலித் திறை என்பதும் குறிப்பிடப்படுகிறது. திறை என்பது சிற்றரசன் பேரரசனுக்குச் செலுத்தும் கப்பம் ஆகும்.

"வில்லவர், மீனவர் அடைந்துரர் ஐய்யனார் சிங்களர் பங்களர்
அந்திரர் முதலியர் அரைசரிடும் திறைகளும் ஆறிலொன்று"

(A.R. No. 250 of 1915)

என்பது முதலாம் ராஜாதிராஜனின் மெய்க்கீர்த்தி.

"வில்லவர், செம்பியர், விராட வராடர்
பல்லவர் திறையுடன் முறைமுறைப் பணிய"

(A.R. No. 581 of 1915)

என்பது சடையவர்மன் குலசேகரனின் மெய்க்கீர்த்தி.

"கெஜவேட்டை கண்டருளி ஈழமும் திறைகொண்ட
இராசாதிராசன் பரமேஸ்வர ஜகத்கராமன்
சாளுவ நரசிங்க ராயர் குமாரர் தம்மையராயன்"

(A.R. No. 450 of 1913)

என்பது தம்மைய நாயக்கனின் மெய்க்கீர்த்தி.

"ராஜாதிராஜன் ராஜபரமேஸ்வரன் ராஜமார்த்தாண்ட ராஜகுலதிலகன்

எம்மண்டலமும் திறை கொண்ட பூர்வதட்சிண"

(A.R. No. 191 of 1916)

என்பது சதாசிவராயனின் மெய்க்கீர்த்தி.

மேற்கண்ட மெய்க்கீர்த்திகள் எல்லாமும் திறை என்பதற்கு கப்பம் என்று பொருள் கூறுகின்றன. சக்கிலித்திறை என்பது சக்கிலியர் அளித்த கப்பம் என்றால் சக்கிலியரின் நிலை என்னவாக இருந்தது என்பதை 1375 ஆம் ஆண்டைச் சேர்ந்த அக்கல்வெட்டுத் தெளிவாகக் கூறுகிறது.

கோலார் மாவட்டத்தில் கோலார் மலையில் தேருஹள்ளி என்ற ஊரில் உள்ள இன்னொரு கல்வெட்டு இந்தச் செய்தியை இன்னும் தெளிவாக்கும். அக்கல்வெட்டு கங்க அரசர்களில் ஒருவனான வெட்டும் அமராபரணன் என்பவனின் கல்வெட்டாகும். அது வருமாறு:

"ஸ்வஸ்தி ஶ்ரீ குவலாள நாட்டில் பிறந்த மாப்பு மறிக்கு அஞ்சு பணமும், குணமேற்கு மூன்று பணமும், இந்நாட்டில் விற்ற மறிக்கு ஒரு பணமும் தொறுவுனிசு நடைவழி குதிரை ஆறுக்கும் கி... குதிரைச் சாரிகை ... கோயில் திருப்பணிக்கும் சந்திராதித்தவரைச் செல்வதாக விட்டேன். புலி நாட்டில் சக்கிலி ஏரி கீழ் இரண்டு வேலி நிலமும் ஒரு பூட்டையும், குவலாளத்தேரி கீழ் விட்ட இரண்டு வேலி நிலமும் பொற்குன்றத்துக் குதிரைச் சேவகர் ஏரியிலே காத்த கரையும் கள்ளத்தூரிலே பெரியேரி கீழ் குடங்கையும் பழைய தேவதானம் இரண்டு நீக்கி அல்லாத நிலமும் நீக்கி வ... நிலவரியும் விச்சுப்பாட்டமும் அகப்பட திருவமுது படிக்கு விட்டேன்."

(எபிகிராபிகா கர்நாடிகா, தொகுதி 10, பக். 122)

மேற்கண்ட கல்வெட்டு வெட்டும் அமராபரணன் என்ற கங்க அரசனின் கல்வெட்டு. அவன் கி.பி. 1280 ஆம் ஆண்டை ஒட்டி ஆட்சி செய்தவன் என்பது மேற்கண்ட கல்வெட்டுத்

தொகுதியைப் பதிப்பித்த லீவில் ரைஸ் என்பாரது கருத்தாகும். அதோடு கல்வெட்டின் காலம் வெட்டும் அமராபரணனாகிய உத்தமச் சோழ கங்கன் காலமான கி.பி. 1280 ஆம் ஆண்டை ஒட்டிய காலம் எனக் குறிப்பிடவும் செய்கின்றனர்.

கல்வெட்டு குறிப்பிடும் செய்தியில் ஒன்று நமது கவனத்திற்கு உரியது. அவன் கொடையளித்தவற்றுள் ஒன்றாகக் குறிப்பிடப்படுவது புலி நாட்டில் சக்கிலி ஏரியின் கீழ் இரண்டு வேலி நிலம் ஆகும். புலி நாடு என்பது ஆந்திராவின் சித்தூர், வேலூர் மாவட்டங்களின் மேற்குப் பகுதியைக் குறிப்பதாகும். கொடை வழங்கப்படுவது தேருஹள்ளியில் உள்ள கங்காதரேஸ்வரர் கோவிலுக்காகும்.

வெட்டும் அமராபரணனின் குவலாள நாட்டிலுள்ள பகுதியோடு, புலி நாட்டிலுள்ள பகுதியும் கொடையாக அளிக்கப்பட்டுள்ளது. அப்படியெனில் அக்காலப் பகுதியில் குறிப்பிடப்படுகிற புலி நாட்டுப் பகுதியும் அவனது ஆட்சியின் கீழ் இருந்திருக்க வேண்டும். இருந்திருக்கிறது என்கிறது வரலாறு. தற்போது ராணிப்பேட்டை மாவட்டத்தில் உள்ள மேல்பாடியில் உள்ள சோமநாதேஸ்வரர் கோயிலில் கி.பி. 1260 ஆம் ஆண்டைச் சேர்ந்த வெட்டும் அமராபரணனின் கல்வெட்டு இருக்கிறது.

கல்வெட்டில் இரண்டாம் கோப்பெருஞ்சிங்கனின் கீழ் ஆண்ட மன்னனாகவும் குவலாளபுர பரமேஸ்வரன், கங்க குலோற்பவன், காவேரி வல்லவன், நந்திகிரி நாதன் சீயகங்கன் என்று தன்னைப் பற்றி அம்மன்னன் கூறிக் கொள்கிறான். *(A.R. No. 104 of 1921)*

அதோடு, சித்தூர் மாவட்டத்தில் உள்ள லட்டிகம் என்ற ஊரிலும், அகஸ்தியக் கொண்டா என்ற ஊரிலும் கி.பி. 1224 காலப் பகுதியைச் சேர்ந்த கல்வெட்டுகளிலும் வெட்டும் அமராபரணன் குறிப்பிடப்படுகிறான்.

> "ஸ்வஸ்திஸ்ரீ இராசராசதெவற்கி யாண்டு ஒன்பதாவது செயங்கொண்ட சோழ மண்டலத்துப் பெரும்பாணப்பாடி வடபுலி நாட்டுக் கொயாற்றூர் ஆன உத்தம சோழ புரத்து இருங்கொளி சிரமுடைய னாயநார்க்கு அகளங்கச் சீயகங்கனான சித்தவிட தேவநேன் உத்தம சோழ கங்கன் வெட்டும் அமராபரணற்கு நன்றாக பழச்சமாடையால்

உள்ளது விட்டேன் சித்தவிட தெவன்நேன் இத்தை மாற்றுவான் கெங்கைக் கரையில் குரால் பசுவை கொன்றான் பாவத்தில் படுவான்."

(A.R. No. 551 of 1906)

மேற்கண்ட கல்வெட்டு புலி நாடு எங்கிருக்கிறது என்பதை உறுதிப்படுத்துவதாக இருக்கிறது. அதோடு வெட்டும் அமராபரணன் உத்தமச் சோழ கங்கன் என்பவர் நலம் பெற வேண்டி மேற்கண்ட நன்கொடை இறைவனுக்கு வழங்கப்பட்டதையும் தெரிவிக்கிறது. இவ்விரு கல்வெட்டுகளுக்கும் இடையிலான காலப்பகுதி முப்பத்தாறு ஆண்டுகள் கொண்டதாகும்.

அதோடு சக்கிலி ஏரியைக் குறிப்பிடும் கல்வெட்டைப் பதிப்பித்தவர்கள் வெட்டும் அமராபரணன் ஆட்சிக்காலம் என கி.பி. 1280 ஆம் ஆண்டைக் குறிப்பிடுகிறார்கள். அதை எல்லையாக வைத்துக் கொண்டால் அய்ம்பத்தாறு ஆண்டு கால இடைவெளி வருகிறது. இவ்வளவு நீண்ட காலம் ஒருவரே ஆண்டாரா என்பது கேள்விக்குரியது. மேலும் கி.பி. 1212 ஆம் ஆண்டைச் சேர்ந்த அமராபரணன் சீயகங்கன் என்பவனது கல்வெட்டு திருவல்லத்தில் இருக்கிறது. SII, Vol. 3 (1 & 2) எண் 62 - இதுவும் லட்டிகம் கல்வெட்டுக் குறிப்பிடுகிற அதே சீய கங்கனாய் இருக்க வேண்டும். எனில் இரண்டாவதாகக் குறிப்பிடப்பட்ட வெட்டும் அமராபரணன் என்பவனின் பெயரை உடைய பெயரனாக முதலில் குறிப்பிட்ட கல்வெட்டு குறிப்பிடப்படுபவன் இருக்கலாம். ஆகவே கோலார் மலை, தேருஹள்ளியில் சக்கிலி ஏரியைக் குறிப்பிடும் கல்வெட்டு கி.பி. 1220க்கும் கி.பி. 1280க்கும் இடைப்பட்ட காலத்தைச் சேர்ந்ததாக எடுத்துக் கொள்ளப்பட வேண்டும்.

இக்கல்வெட்டு எந்த வகையில் முக்கியமானது எனில், வாணகோவரையர்கள் ஆண்ட சேலம் மாவட்டப் பகுதிகளில் சக்கிலி ஏரி, பெரிய சக்கிலிச்சி ஏரி இருந்தது போலவே, வாணர்களின் ஆதித் தாயகமான பெரும்பாணப்பாடியில் உள்ள ஏரியும் சக்கிலி ஏரி என்ற பெயரில் வெட்டப்பட்டிருப்பது மிக முக்கியமான தகவல். புலி நாடு என்பது பாணர்களுடைய நாட்டின் இதயப் பகுதியாய் அமைவது என்கிறார் Chittoor through the ages நூலின் ஆசிரியர் டி. சம்பத். அதோடு

வாணரின் நாடு தமிழ் நாட்டின் வடபகுதியில் உள்ளது என்பதை சங்கப் பாடல்கள் தெளிவுபடுத்துவதை நாம் பார்த்தோம். அந்த வட பகுதியில் சக்கிலி ஏரி இருந்ததைக் கல்வெட்டு புலப்படுத்துகிறது.

சக்கிலி ஏரி இருந்ததாகக் குறிப்பிடப்படுகிறது புலி நாடு அடங்கிய பகுதி கல்வெட்டுகள் கிடைக்க ஆரம்பிக்கிற காலமான எட்டாம் நூற்றாண்டின் நடுப்பகுதிகளில் வடுகு வழி மேற்கு, வடுகு வழி 12,000 என்று வழங்கப்பட்டது. அக்காலகட்டத்திலிருந்து இப்பகுதி பெரும்பாணப்பாடி என்னும் பெயரில் பாணர்களின் நாடு என்று வழங்கப்பட்டது. கி.பி. 912 ஆம் ஆண்டு பாணர்கள் முதல் பராந்தகச் சோழனிடம் தோல்வியுற்ற பின் அவர்களுடைய நாட்டுப்பகுதிகள், ராஷ்ட்ர கூடர்கள், நொளம்பப்பல்லவர்கள், கங்கர்கள், யாதவராயர்கள் என பலச் சிற்றரசர்களின் ஆளுகைக்குள்ளே போனாலும், அவ்வக்கால கல்வெட்டுகளில் இப்பகுதி பெரும்பாணப்பாடி என்றே வழங்கப்பட்டது. எடுத்துக்காட்டிற்கு நாம் மேலே கண்ட கி.பி. 1224 ஆம் ஆண்டைச் சேர்ந்த லட்டிகம் கல்வெட்டில் கூட இப்பகுதி பெரும்பாணப்பாடி என்றே வழங்கப்பட்டது.

புலி நாடு என்று வழங்கப்படுகிற பகுதியைப் பத்தாம் நூற்றாண்டின் நடுப்பகுதியிலிருந்து பல்வேறு வம்சத்தைச் சேர்ந்த அரசர்கள் ஆண்டுள்ளனர். கி.பி. 937 முதல் கி.பி. 955 வரை முதல் பராந்தகனுக்குக் கீழ் இப்பகுதி இருந்திருக்கிறது. கி.பி. 949 ஆம் ஆண்டில் நடைபெற்ற தக்கோலப் போரின் பிறகு இப்பகுதி ராஷ்ரகூடர்களின் கீழ் இருந்திருக்கிறது. கி.பி. 967 முதல் 981 வரை நொளம்பப் பல்லவர்களின் கீழ் இருந்திருக்கிறது. அதன் பிறகு ராஜராஜன் காலம் முதல் சோழர்களின் கட்டுப்பாட்டில் இருந்திருக்கிறது. மேலை கங்கர்களின் கட்டுப்பாட்டில் இருந்திருக்கிறது.

சக்கிலி ஏரி என்று குறிப்பிடுகிற கல்வெட்டு கி.பி. 1260 ஆம் ஆண்டை ஒட்டியது என்று எடுத்துக் கொண்டால் அப்பகுதியில் பாணர்களின் இந்த ஆட்சிக் காலமான பத்தாம் நூற்றாண்டின் முதல் கால் நூற்றாண்டிற்குப் பிறகு அங்கு நிலையான ஆட்சி இருக்கவில்லை. அதோடு அவர்களுக்குப் பிறகு அப்பகுதியை ஆட்சி செய்த பிற அரசர்களின் பூர்வீகமான நிலம் என்பதாகவும்

அந்தப் புலி நாட்டுப் பகுதி இல்லை. ஆனால் பாணர்களோ கி.பி. 733 முதல் கி.பி. 918 வரை அங்கு நிலையாக இருந்து ஆட்சி செய்ததற்கான கல்வெட்டுச் சான்றுகள் உள்ளன. அதோடு அப்பகுதி அவர்களின் பூர்வீகத் தாயகம் என்று சொல்லக் கூடிய பகுதி. இந்தக் காரணங்களைக் கொண்டு மேலே குறிப்பிடப்படுகிற சக்கிலி ஏரி என்பது பாணர்களின் ஆட்சிக் காலத்தில் வெட்டப்பட்டதாகவே இருக்க வேண்டும். சக்கிலியர்களே பாணர்கள் என்று அய்யம் இல்லாமல் நிறுவுவதற்கான சான்றாதாரமாகப் பெரும்பாணப்பாடியில் உள்ள சக்கிலி ஏரி விளங்குகிறது என நாம் உறுதியாகச் சொல்ல முடியும்.

கோலார் மலையில் உள்ள தேருஹள்ளியின் உள்ள கல்வெட்டு சக்கிலி ஏரியைக் குறிப்பிடுகிறதைப் போல, ஸ்ரீநிவாஸ்பூர் தாலுகாவிலுள்ள திருவபள்ளி என்ற ஊரில் உள்ள கல்வெட்டும் சக்கிலியர் குறித்து குறிப்பிடுகிறது.

> "... லில் வைசிய வாணியனென குடிப்பேர் சொல்லிய காவிரி மாராண்டனேன் ஆண்டநாயனை அகலப் போவென அ... சொல்லி குதிரையை குத்திக்கொண்டு பட்டேன் இதுவில்லை யென்றான் வாயில் குட்டாப் புழுச் சொரிவான் காவிரி வங்கிஷத்துக்கும் சக்கிலி வங்கிஷத்தார் ஆக... ஆகில் அப்பாவத்திலே போவார்கள் சிவன் எனு ஸ்ரீபாதம் சேர்ந்தேன் காவிரி கிழைவர் மக..."
>
> *(எபிகிராபியா கர்நாடகா, தொகுப்பு 10, SP-94)*

இந்த கல்வெட்டைப் பரிசீலிப்பதற்கு முன் சில செய்திகளை நினைவில் கொள்வோம். இக்கல்வெட்டு பாணர்களின் நீண்ட நெடுங்காலப் பகைவர்களான கங்கர்களின் ஆட்சிக்குட்பட்ட பகுதியில் கிடைத்திருக்கிறது. வாணர்கள் சோழர்களிடம் தோல்வியுற்றபின் தங்களது மாவலி வாணாதிராயன் என்கிற பட்டத்தை இழந்து, அப்பட்டம் அவர்களுடைய பகைவர்களாய் இருந்த கங்க அரசன் இரண்டாம் பிரதிவிபதிக்கு வழங்கப்பட்டது. அவ்வரசன் செம்பியன் மாவலி வாணாதிராசன் என்று வழங்கப்பட்டான்.

அந்நிகழ்வுக்குப் பிறகு வாணர்கள் தங்களுடைய தாய்நிலப் பகுதியிலிருந்து தெற்கு நோக்கிப் புலம் பெயர்ந்தனர். கி.பி. 950 வாக்கில் வாணர் குல சிற்றரசன் அமரசுந்தர தேவன் என்பவன் அரிஞ்சயச் சோழனின் மகள் அரிஞ்சிகைப் பிராட்டியை மணம் முடித்திருந்தாலும், அவன் சோழர்களின் ஈழப்போரில் கொல்லப்பட்டுவிட்டான். அவனுடைய மனைவி பாணப்பெருந்தேவி எனக் கொண்டாடப்பட்டாள். கி.பி. 994 ஆம் ஆண்டை வாணகோவரையன் பொற்காளி என்பவள் முதலாம் ராஜராஜனின் மனைவி பஞ்சவன் மாதேவியின் அரண்மனையில் பணிப்பெண்ணாக இருந்ததையும், அவள் திருவிடைமருதூரில் உள்ள மகாலிங்கஸ்வாமி கோயிலில் உமாபட்டாரகியார்க்கு பொன் தாலியுடன் கூடிய இரட்டை மணியும், முத்துவடம், முத்தால் ஆன சிடுக்கு என்னும் நகையும் பிறவும் காணிக்கையாய்ச் செலுத்திய செய்தியை நாம் அக்கோவில் கல்வெட்டு ஒன்றில் காண முடிகிறது. (A.R. No. 278 of 1907)

பத்தாம் நூற்றாண்டின் நடுபகுதிக்குப் பிறகான காலத்தில் வாணர்கள் தங்கள் சிறப்பை இழந்து சோழர்களின் கீழ் சிற்றரசாக ஆறகளூர், திருக்கோவிலூர் போன்ற பகுதிகளில் ஆண்டு வருகின்றனர். அவர்களுடனான கங்கர்களின் பகை இக்காலப் பகுதியில் இருந்து கொண்டே இருந்தாலும் பதிமூன்றாம் நூற்றாண்டின் தொடக்கப் பகுதியில் அப்பகை உச்சத்தை அடைகிறது.

திருவண்ணாமலையில் கி.பி. 1206 ஆம் ஆண்டு கங்கர்கள், சம்புவராயர், சேதிராயர் உள்ளிட்ட பதினோரு சிற்றரசர்கள் சேர்ந்து வாணர்களுக்கு எதிராகத் தமக்குள் ஒப்பந்தம் செய்து கொண்ட செய்தியை நாம் முன்பே பார்த்திருக்கிறோம். அதேபோல பிருதிகங்கரின் அதிகாரிகளுக்கு அவனது காவலர்கள் இருவர் அளித்த உறுதிமொழி கல்வெட்டில், தங்கள் உறுதிமொழியைக் கைக்கொள்ளாவிட்டால், தங்கள் மனைவியரை அவர்களின் எதிரிகளான சக்கிலியருக்குக் கொடுத்தவர்கள் ஆவோம் என்று அறிவித்த கி.பி. 1221 ஆம் ஆண்டின் கல்வெட்டையும் பார்த்திருக்கிறோம்.

அந்த வரிசையில் உள்ளதே மேற்கண்ட கல்வெட்டு ஆகும். இக்கல்வெட்டும் கி.பி. 1202 ஆம் ஆண்டை ஒட்டிய கல்வெட்டு எனக் கல்வெட்டு தொகுப்பாசிரியர் குறிப்பிடுகிறார். அதோடு இன்னொரு செய்தியும் கவனத்துக்குரியது. வாணர்களின் பட்டம் மட்டுமல்லாது, நாடும் கங்கர்களிடம் முதலாம் பராந்தகனால் அளிக்கப்பட்டது எனச் சோழப் பெருவேந்தர் காலம் நூலின் தொகுப்பாசிரியர்கள் குறிப்பிடுகின்றனர்.

> "வேலூர் மாவட்டத்தில் உள்ள திருவல்லத்தில் நிகழ்ந்த போரில் வாணர்கள் தோல்வியுற்றதுடன் தங்கள் நாட்டையும் இழந்தனர். அப்போரில் ஈடுபட்ட வாணர் குலத் தலைவர்கள் இரண்டாம் விஜயாதித்தனும், இரண்டாம் விக்கிரமாதித்தனுமாவர், தமக்கு அப்போரில் பெரிதும் உதவிய கங்க மன்னனான இரண்டாம் பிரதிவிபதிக்குப் பராந்தகச் சோழன் வாண கோப்பாடி நாட்டையும், செம்பியன் மாவலி வாணராயன் என்ற பட்டத்தையும் அளித்தார்."

(சோழப் பெருவேந்தர் காலம், பக். 310, 311)

இப்படி பாணர்களின் நாட்டை மட்டுமல்லாது அவர்களது பட்டத்தையும் சோழர்கள் பறித்தது ஏன்? களப்பிரர் காலம் முதல் சோழர் காலம் வரையிலான போர்களில் யானைப்படை மிக முக்கியப்பங்கை வகித்தது. சங்கப்பாடல்களில் நாம் பார்த்தது போல போருக்கான முக்கியத்துவம் வாய்ந்த யானைகளைப் பிடிக்கும் இடமாக வாணர்களுடைய நாடு இருந்தது. சோழப் பேரரசு பேரரசாக நீடிக்க வேண்டுமானால் இப்பகுதி அவர்களது கட்டுப்பாட்டில் இருந்தாக வேண்டியிருந்தது. அதனாலேயே வாணர்கள் தங்களது நாட்டை இழந்தனர் என்று சொல்ல வேண்டும். ஆயினும் 16 ஆம் நூற்றாண்டில் பீரங்கிகள் வந்து யானைகளின் இடத்தை மாற்றீடு செய்யும் வரையிலும் வாணர்கள் முக்கியத்துவம் வாய்ந்த குடிகளாகவே நீடித்தனர்.

பாணர்களின் நாட்டின் முக்கியமான பகுதியாய் அமைந்தது வேலூர் மற்றும் சித்தூர் மாவட்டப் பகுதிகளாகும். கி.பி. 912 ஆம் ஆண்டு இவை முதலாம் பராந்தகனிடம் இழக்கப்பட்டு விட்டன. பின்னர் கி.பி. 940 ஆம் ஆண்டு வாக்கில் இப்பகுதி வாணர் வசமானாலும் அது வெகு காலம் நீடிக்கவில்லை. கி.பி.

960 இல் முதலாம் ராஜராஜன் படையெடுத்து தன்வசமாக்கிக் கொண்டான். அதன் பிறகு அது மீண்டும் வாணர்கள் வசமாக வரவேயில்லை.

> “சோழர்கள், விக்கிரமச் சோழன் காலம் வரையிலான தங்களது ஆட்சிக் காலங்களில் தங்களால் நியமிக்கப்பட்ட தங்களது படைத் தலைவர்கள், அதிகாரிகள் மூலமாகவும், அதற்குப் பிறகான ஆட்சிக் காலங்களில் யாதவராயர்கள், தெலுங்குச் சோழர்கள், பல்லவர்கள், சோழ கங்கர்கள், சம்புவராயர்கள், அதியமான்கள் முதலிய தங்களது மேலாண்மையின் கீழிருந்த சிற்றரசர்கள் மூலமாகவும் இப்பகுதியை (பாண நாட்டுப் பகுதியை) நிர்வகித்து வந்தனர்.”
>
> *(Chittoor through the Ages, பக். 165, M.D. சம்பத்)*

பத்தாம் நூற்றாண்டின் இறுதிப் பகுதியில் பாணர்கள் கையை விட்டுப் பறிபோன அவர்களது நாடு, வேறு சிற்றரசர்களின் கைகளுக்குப் போனதே ஒழிய, மீண்டும் அவர்கள் கைக்கு வரவே இல்லை. இப்படியான நிலை ஏறத்தாழ இரண்டேகால் நூற்றாண்டு (ஏறத்தாழ 225 ஆண்டுகள்) கழிந்த நிலையில், பாணர்களின் எதிரிகளாகவும், அண்டை நாட்டைச் சேர்ந்தவர்களாகவும் இருந்த கங்கர்களின் ஆட்சிப் பகுதிகளில் வாணர்கள் மீதான இழிவுணர்ச்சி இருந்திருப்பது வழமைதானே! சக்கிலியரை இழிவுபடுத்திய ஒம்படைக்கிளவிகளுடன் ஆன இரு கல்வெட்டுகளும் நாம் குறிப்பிட்ட அதே காலப்பகுதியில், அதே நிலப்பகுதியில் காணக் கிடைக்கின்றன என்பது நமது தரப்பு வாதத்தை உறுதிப்படுத்துவனவாகவே இருக்க முடியும்.

⊙

சக்கிலியர் தமிழரா?

சக்கிலியர்கள் யார் என்பது குறித்து சென்ற இயல்களில் பார்த்தோம். சக்கிலியர்களே வாணர்கள் என்பது நிறுவப்பட்டு விட்டாலும், சக்கிலியர்கள் தமிழர்களா என்ற கேள்வி இன்னும் பதிலளிக்கப்படாமல் இருக்கிறது. சக்கிலியர்கள் போன்று வாணர்களும் தெலுங்கு, கன்னடம் உள்ளிட்ட மொழிகளைப் பேசுபவர்களாக அறியப்படுவதால், அந்தக் கேள்வி இன்னும் கொஞ்சம் வலுவாக முன் வைக்கப்படக் கூடியதாய் இருக்கிறது.

சக்கிலியர் எனப்படும் வாணர்களின் ஆதித் தாயகம் குறித்த செய்திகளை நாம் சென்ற இயல்களில் பார்த்திருக்கிறோம். அவர்களின் தாயகம் பெரும்பாணப்பாடி என்றும் வாணகோப்பாடி என்றும் அழைக்கப்பட்டிருக்கிறது. பெரும்பாணப்பாடி என்பது இன்றைய சித்தூர், வேலூர், ராணிப்பேட்டை, திருவண்ணாமலை மாவட்டங்களையும், வாணகோப்பாடி என்பது கள்ளக்குறிச்சி, சேலம், விழுப்புரம் மாவட்டங்களையும் உள்ளடக்கியப் பகுதியாகும்.

இவற்றுள் பெரும்பாணப்பாடி என்று அழைக்கப்படுகிற பகுதிகளே வாணர்கள் ஆகிய சக்கிலியரின் ஆதித் தாயகமாய் விளங்கியது என்று சொல்லலாம். கல்வெட்டுகளில் பெரும்பாணப்பாடி என்பது தொடக்கக் காலங்களில் இருந்தே காணக்கிடைக்கிறது. திருக்கோவிலூரும் வாணர்களின் மிக முக்கியத் தலைநகரமாக இருந்தாலும், கி.பி. 748 ஆம் ஆண்டைச் சேர்ந்த கோணக்கனார் வாணகோவரையர் என்பவரின் கல்வெட்டில், திருக்கோவிலூர் பகுதி மலாடு எனப்படும் நாட்டையும் குறுக்கைக் கூற்றத்தையும் சேர்ந்ததாகக் குறிக்கப்படுகிறது. *(E.I. Vol. 7, பக். 139)*

அதேபோல, ஆறகளூர் பகுதியில் பன்னிரெண்டாம் நூற்றாண்டு முதல் பதினாறாம் நூற்றாண்டு வரையிலும்

வாணர்களின் கல்வெட்டுகள் காணக்கிடைக்கின்றன. ஆயினும் பெரும்பாணப்பாடி என்று அழைக்கப்படுகிற பகுதிகளே அவர்களின் ஆதித் தாயகம் என்று சொல்லக் கூடியவையாய் இருக்கின்றன. சித்தூர், வேலூர் மாவட்டப் பகுதிகளின் ஆட்சி உரிமை வாணர்களின் கைகளை விட்டுப் போன பிறகும் பல நூற்றாண்டுகளுக்கு அப்பகுதி பெரும்பாணப்பாடி என்றே கல்வெட்டுகளில் வழங்கப் பெறுகிறது. மாறாக, வாணகோப்பாடி என்று பின்னாளில் குறிப்பிடப்படுகின்ற கள்ளக்குறிச்சி, சேலம் மாவட்டப் பகுதிகள், வாணர்களின் ஆட்சிக் காலத்திலேயே மிலாடு (மலையமான் நாடு) என்று அழைக்கப்பட்டது என்ற செய்தி அப்பகுதிகள் அவர்களது ஆதித் தாயகமாய் இருந்தனவா என்ற கேள்வியை எழுப்புகின்றது.

அந்த அடிப்படையில் பார்த்தால் இன்றைய வேலூர், ராணிப்பேட்டை, சித்தூர் மாவட்டங்களை உள்ளடக்கியப் பகுதியே வாணர்களின் பூர்வீக தாயகமாய் அமைவது எனலாம். மீயாறு நாடு (திருவல்லம் பகுதி), தூய்நாடு (மேல்பாடி பகுதி), புலிநாடு (சித்தூர் மாவட்டம்), நிலைநாடு (குடிமல்லம் பகுதி) ஆகிய பகுதிகளை உள்ளடக்கியதே வாணர்களின் பழமையான தாயகப் பகுதிகள் எனலாம். அகநானூற்றின் 115, 325, 113 ஆகிய பாடல்கள் சித்தரிக்கும் வாணர்களின் நாடு குறித்த குறிப்புகளுக்கு ஏற்றதாக இப்பகுதி அமைகிறது.

அக்குறிப்புகள் என்ன? வாணர்களின் நாடு வடக்கில் உள்ளது. வாணர்களின் நாட்டைக் கடந்தால் அடர்ந்த கடுமையான காடு (சுரம்) உள்ளது. அக்காட்டுக்குள் யானைகள் உள்ளன. இக்குறிப்புகள் நாம் குறிப்பிடும் பெரும்பாணப்பாடிப் பகுதிக்கு அப்படியே பொருந்துவதாக உள்ளது. அதோடு பத்தாம் நூற்றாண்டிலும் பதினான்கு மற்றும் பதினைந்தாம் நூற்றாண்டுகளிலும் சக்கிலியர்கள் பகடை என்ற பெயரோடு ஆட்சி செய்த செய்திகளைத் தாங்கிய கல்வெட்டுகள் அனைத்தும் இப்பகுதியிலும், இதற்கு அருகாமையில் உள்ள பகுதிகளிலுமே கிடைக்கின்றன. அதைக் கீழேயுள்ள பட்டியலில் நாம் காணலாம்.

கல்வெட்டு காணப்பெறும் ஊர்	மாவட்டம்	அரசன்	ஆண்டு
1. பிரம்மதேசம்	திருவண்ணாமலை	சின்னமய்யப் பகடை மகன் காட்டமைய்யன்	963
2. திருப்பதி திருமலை	சித்தூர்	பல்லவப் பகடை	973
3. திருப்பதி திருமலை	சித்தூர்	குமார கம்பண உடையார் பகடை	1368
4. திருமுல்லை வாயில்	திருவள்ளூர்	பயிண்டி அரசர் மகனார் அய்யலுப் பகடையார்	1406
5. திருவாலங்காடு	திருவள்ளூர்	கொப்பரசர் மாதியரசர்	1412
6. திருப்புக்குழி	திருவண்ணாமலை	அய்யலு அரசர் மகன் சக்கரசர்	1432
7. காளஹஸ்தி	சித்தூர்	மாதியரசர் அய்யலுப் பகடையின் மகன் சக்கரசர்	1435
8. ராமகிரி	சித்தூர்	அய்யலுப் பகடையார் மகன் சக்கரசர்	1436

வாணர்களின் ஆட்சிப் பகுதி தமிழ்நாட்டில் பெரும்பாணப்பாடி, வாணகோப்பாடி என்ற பெயர்களில் அழைக்கப்படுகின்றன. அவற்றுள் மேலே கண்டுள்ள பட்டியலில் அடங்கிய ஊர்கள் அனைத்தும் பெரும்பாணப்பாடி என்னும் நிலப்பகுதிக்குள்ளேயே அடங்குவதாக இருக்கின்றன.

வாணர்கள் ஆட்சி செய்த இப்பகுதி தொடக்கக் காலங்களில் வடுக வழியின் மேற்கு என்றும் வடுகவழி பன்னிராயிரம் என்றும் அழைக்கப்பட்டது. தமிழகத்திற்கும் வடுக நாட்டிற்கும் இடையேயான எல்லையோரப் பகுதியாக இப்பகுதி திகழ்ந்தது. இது தமிழ்நாட்டின் ஒரு பகுதியாகவே ஆந்திரப் பிரிவினைக்கு முன்பான காலம் வரையிலும் திகழ்ந்து வந்திருக்கிறது. வாணபுரம் என்ற பெயரில் வாணர்களின் தலைநகரமாய்த்

திகழ்ந்த திருவல்லம் பகுதி இன்றும் தமிழ்நாட்டின் வேலூர் மாவட்டத்தில்தான் இருக்கிறது.

பெரும்பாணப்பாடியைச் சேர்ந்த பகுதிகளாய் அறியப் படுபவற்றுள், திருவண்ணாமலை பகுதி அருவா நாடு என்று அழைக்கப்பட்டது. வேலூர், ராணிப்பேட்டை ஆகிய மாவட்டங்களின் வடபகுதிகளும், சித்தூர் மாவட்டப் பகுதியும் அருவா வடதலை நாடு என்று அழைக்கப்பட்டன. தமிழகத்தின் எல்லையாகத் தொல்காப்பியத்தின் சிறப்புப் பாயிரம் எழுதிய பனம்பாரனார் குறிப்பிடுவதாவது:

"வடவேங்கடம் தென்குமரி
ஆஇடைத்
தமிழ்கூறு நல் உலகத்து"

வேங்கடமலைப்பகுதி அருவா வடதலை நாட்டின் பகுதியாக அமைவது என்பதை நாம் அறிவோம். சங்கப் பாடல்கள் வாணர் நாடு தமிழ் நிலப் பகுதியில்தான் அமைந்துள்ளது எனக் குறிப்பிடுவதை நாம் பார்த்தோம்.

மேலும், தொல்காப்பியம் திசைச்சொல் குறித்து கூறும் நூற்பாவைப் பார்ப்போம்.

"செந்தமிழ் சேர்ந்த பன்னிரு நிலத்தும்
தம் குறிப்பினவே திசைச்சொல் கிளவி"

(நாற்பா 883, இயல்: எச்சவியல்,
அதிகாரம், சொல்லதிகாரம்)

மேலே சொன்ன பன்னிரண்டு நாடுகள் எவை என்பதை 'பதினேழாம் நூற்றாண்டில் இலக்கண விளக்கம்' என்னும் நூலில் வைத்தியநாத தேசிகர் குறிப்பிடுகிறார்.

"தென்பாண்டி குட்டம் குடம் கற்கா வேண்பூழி
பன்றி அருவா அதன்வடக்கு - நன்றாய்
சீதமலாடு புனல்நாடு செந்தமிழ் சேர்
ஏதமில் பன்னிரு நாடடெண்"

(இலக்கண விளக்கம், பக். 150, வைத்தியநாத தேசிகர்,
சி.வை. தாமோதரம் பிள்ளை பதிப்பு)

இப்பாடலில் குறிப்பிடப்படுகின்ற தமிழ் நிலப்பகுதிகளும் அவற்றின் தற்போதைய பகுதிகளும் வருமாறு:

1. தென்பாண்டி நாடு - திருநெல்வேலிப் பகுதி
2. குட்டநாடு - கேரளத்திலுள்ள கோட்டயம், கொல்லம் பகுதிகள்
3. குடநாடு - வடமலபார்
4. கற்காநாடு - கோயம்புத்தூர் சார்ந்த மலைப்பகுதிகள்
5. வேணாடு - கன்னியாகுமரி மாவட்டம்
6. பூழி நாடு - கோழிக்கோடு
7. பன்றி நாடு - பழனிமலை
8. அருவாநாடு - திருவண்ணாமலைப் பகுதி
9. அருவா வடதலை நாடு - சித்தூர் மாவட்டம், வேலூர், ராணிப்பேட்டை மாவட்டங்களின் வடக்குப் பகுதி
10. சீதநாடு - நீலகிரி
11. மலையமான் நாடு (மலாடு) - கள்ளக்குறிச்சி மாவட்டம்
12. புனல்நாடு - தஞ்சைப் பகுதி

இந்தப் பட்டியல் தமிழ் நிலத்தின் ஒரு பகுதியாகப் பெரும்பாணப்பாடிப் பகுதிகள் இருந்த செய்தியை விளக்குகின்றன. சங்ககாலம் முதல் இலக்கண விளக்கம் நூல் எழுதப் பெற்ற பதினேழாம் நூற்றாண்டு வரையிலும் கூட இப்பகுதி தமிழ்நாட்டின் ஒரு பகுதியாய் இருந்ததை இன்னொரு செய்தியின் மூலமும் நாம் புரிந்து கொள்ள முடியும். இப்பகுதியைச் சேர்ந்த திருப்பதியில் உள்ள கல்வெட்டுகள் குறித்துத் திருமலைத் திருப்பதி தேவஸ்தான கல்வெட்டுகள் நூல் தொகுப்பின் தொகுப்பாசிரியர் சாது சுப்பிரமணிய சாஸ்திரி கீழ்க்கண்டவாறு குறிப்பிடுகிறார்:

"மிகச் சில கல்வெட்டுகளைத் தவிர, ஏறக்குறைய எல்லா கல்வெட்டுகளும் தமிழ் மொழியிலும், தமிழ் எழுத்துருவிலுமே வெட்டப்பட்டுள்ளன. ஏறத்தாழ அய்ம்பது கல்வெட்டுகள் மட்டுமே தெலுங்கு, கன்னடம் ஆகிய மொழிகளில் அமைந்தவையாக உள்ளன. கிடைக்கும் அந்தச் சொற்பமான எண்ணிக்கையிலான தெலுங்கு, கன்னடக் கல்வெட்டுகளிலும் கிருஷ்ண தேவராயனின் காலத்துக்கு முற்பட்டவை மூன்று மட்டுமேயாகும். அவை:

1. சக ஆண்டு 1281 ஆம் ஆண்டைச் சேர்ந்த சாளுவ மங்கி தேவமகாராயனின் ஒரேயொரு கல்வெட்டு மட்டுமே கிருஷ்ணதேவராயனின் காலத்துக்கு முற்பட்ட தெலுங்குக் கல்வெட்டு ஆகும்.

2. வீரப்பிரதாப தேவமகாராயனின் சக ஆண்டு, 1351 ஆம் ஆண்டைச் சேர்ந்த கல்வெட்டு, சாளுவ நரசிம்மனின் சக ஆண்டு 1389 ஆம் ஆண்டைச் சேர்ந்த கல்வெட்டு ஆகிய இரு கல்வெட்டுகள் மட்டுமே கிருஷ்ண தேவராயனின் காலத்துக்கு முற்பட்ட கன்னடக் கல்வெட்டுகள் ஆகும்."

(Reports on the unscriptions of the Devasthanam, பக். 2)

ஆக, கல்வெட்டுகளும் அப்பகுதியைத் தமிழ்ப்பகுதி என அடையாளம் காட்டுகின்றன. தொல்காப்பியம் மட்டுமல்லாமல், தொல்காப்பியத்திற்கு உரை எழுதிய இளம்பூரணர், சேனாவரையர், நச்சினார்க்கினியர், தெய்வச் சிலையார் ஆகியோரும் தமிழ் மொழி வழங்கிய தமிழ்நாட்டுப் பகுதியில் பெரும்பாணப்பாடியை உள்ளடக்கிய அருவா நாட்டையும், அருவா வடதலை நாட்டையும் உள்ளடக்குகின்றனர். நன்னூலுக்கு உரையெழுதிய மயிலை நாதர், சங்கர நமச்சிவாயர் ஆகியோரும் அதைத் தமிழ்ப்பகுதி என்றே வரையறுக்கின்றனர். மேற்கூறியவர்களுள் இளம்பூரணர் முதலானவர் சோழர் காலத்தவர். மயிலைநாதர் பதினான்காம் நூற்றாண்டைச் சேர்ந்தவர். இந்தச் செய்திகள் பெரும்பாணப்பாடி என்றழைக்கப்பட்ட பாணரின் ஆதித் தாயகம் தமிழ் நிலப் பகுதியில் இருந்ததை நிறுவுவதாய் இருக்கின்றன.

இச்செய்தியை மேலும் வலுப்படுத்தும் இரு சான்றுகளைக் கல்வெட்டு அறிஞர் V. வெங்கையா குறிப்பிடுகிறார்.

"கி.பி. ஏழாம் நூற்றாண்டில் இந்தியாவுக்கு வருகை புரிந்த சீனப் பயணி யுவான் சுவாங், ஆந்திரம் என்பது தற்காலக் கோதாவரி, கிருஷ்ணா மாவட்டங்களைக் கொண்ட பகுதியாக இருந்தது என்று அடையாளம் காட்டுகிறார். கி.பி. ஆறாம் நூற்றாண்டைச் சேர்ந்த வராஹ மிஹிரரும் இப்பகுதிகளுக்கே நம்மை அழைத்துச் செல்கிறார்."

(எபிகிராபிகா இண்டிகா, தொகுதி 11, பக். 231, (V. வெங்கையா)

ஆக, மொழிவாரி மாநிலங்கள் அமைக்கப் பெற்ற 1956 ஆம் ஆண்டுக்குப் பின்பே சித்தூர் மாவட்டப் பகுதி ஆந்திர மாநிலத்தின் ஒரு பகுதியாக ஆக்கப்பட்டது. மிக அண்மைக் காலம் வரை அது தமிழ் நிலத்தின் ஒரு பகுதியாகவே இருந்தது. அந்நிலத்தின் மக்களாக இருந்த வாணர்கள் என்ற சக்கிலியரும் தமிழர்களே என்ற உண்மையை இது விளக்கப் போதுமானது.

பெரும்பாணப்பாடியான வேலூர், சித்தூர் பகுதிகளைத் தாயகமாகக் கொண்டிருந்த மக்களைப் பற்றித் தெரிந்து கொள்ள வேண்டுமெனில், அப்பகுதியின் தனித்தன்மை குறித்துத் தெரிந்து கொள்ள வேண்டும். Chittoor through the ages நூலின் ஆசிரியர் எம்.டி. சம்பத் கீழ்க்கண்டவாறு கூறுகிறார்:

"இப்பகுதியைக் குறித்த கவனிக்கத்தக்க செய்தி என்னவெனில், தமிழகம், கர்நாடகம் ஆகிய மாநிலங்களை ஒட்டி அமைந்திருக்கின்ற காரணத்தால், மூன்று வெவ்வேறு மொழிகளின் (தமிழ், தெலுங்கு, கன்னடம்) தாக்கத்தினை வெளிப்படுத்துவதாக இப்பகுதி விளங்குகிறது."

(Chittoor thorugh the ages, பக். 10, எம்.டி. சம்பத்)

சக்கிலியர்களே வாணர்கள் என்று நாம் புரிந்து கொண்டால் அது சில உண்மைகளை நமக்குப் புரிய வைக்கிறது. பெரும்பாணப்பாடியாக அறியப்படுகிற இப்பகுதிகள் மூன்று மாநிலங்களின் எல்லைப்புறப் பகுதிகளில் அமைவதால் அப்பகுதிகளில் மூன்று மொழிகளின் தாக்கம் இருக்கிறது என்று

மேற்சொன்ன நூலாசிரியர் சொன்னதுபோல், இப்பகுதியைத் தங்களது தாயகமாகக் கொண்டிருந்த மக்களும் தமிழ், தெலுங்கு, கன்னடம் என்ற மூன்று மொழிகளைப் பேசுபவர்களாக இருக்க வேண்டும். அவ்வாறு மூன்று மொழிகளைப் பேசக் கூடிய பழமையான பிரிவைச் சேர்ந்த மக்கட் பிரிவினராக சக்கிலியர்களே அமைகிறார்கள். கன்னடப் பகுதியான கோலார், சிக்பல்லபூர் மாவட்டங்களைச் சேர்ந்த *1847* கல்வெட்டுகளுள் கி.பி. *336* ஆம் ஆண்டுக்கும் கி.பி. *961* ஆம் ஆண்டுக்கும் இடைப்பட்ட வாண அரசர்களின் *26* கல்வெட்டுகளை எபிகிராபிகா கர்நாடிகா தொகுப்பு எண் *10* அறியத் தருகிறது.

அதேபோல, வாணர்கள் ஆண்ட பகுதி வடுகு வழியின் மேற்கு வடுக வழி பனிரெண்டாயிரம் என்று அழைக்கப்பட்டதோடு, தங்கள் நாட்டைக் கடந்து உள் ஆந்திர மாவட்டம் பகுதிகளையும் ஆண்டவர்களாக அவர்கள் அறியப்படுகிறார்கள். எனவே தெலுங்கு மொழி பேசுபவர்களாக அவர்கள் இருந்திருக்க வேண்டும். அவர்களின் கல்வெட்டு வார்த்தைகளில் தெலுங்கு மொழி வார்த்தைகள் விரவிக் கிடப்பதை “சக்கிலியர்களே வாணர்கள்” கட்டுரையில் நாம் முன்பே பார்த்திருக்கிறோம்.

அதோடு, திருவண்ணாமலைப் பகுதிகளில் வாழும் அரவச் சக்கிலியர் எனப்படும் அருவா நாட்டைச் சேர்ந்த சக்கிலியர் தெலுங்கு, கன்னடம் அறியாத தமிழ் மட்டுமே பேசக் கூடிய மக்களாவர். இது சக்கிலியரே வாணர் என்பதை நிறுவுவதோடு மட்டுமல்லாமல், மூன்று மொழிகளைப் பேசக்கூடிய மக்களாகச் சக்கிலியர் ஏன் இருக்கிறார் என்பது குறித்த புரிதலை ஏற்படுத்தக் கூடியதாகவும் இருக்கிறது.

இந்த இடத்தில் இன்னொரு கேள்வி எழும்பக் கூடும். தெலுங்கு மற்றும் கன்னடம் பேசும் மக்களாக அறியப்படும் சக்கிலியர் ஏன் தெலுங்கராகவோ, கன்னடராகவோ இருக்கக் கூடாது என்பது அக்கேள்வி.

தமிழ்நாட்டிலுள்ள தெலுங்கு பேசும் மக்களும், கன்னடம் பேசும் மக்களும் சக்கிலியரைத் தவிர்த்த பிற பிரிவினர் பதினைந்தாம் நூற்றாண்டிற்குப் பிறகே தமிழ்நாட்டிற்கு வருகிறார்கள். அதற்கு முந்தைய அவர்களின் இருப்பைத் தமிழ்நாட்டில் உறுதி செய்வதற்கான சான்றுகள் ஏதுமில்லை.

வாணர் கல்வெட்டுகளைத் தவிர்த்து விட்டாலும் சக்கிலியரின் கல்வெட்டுகள் தமிழகத்தில் ஏராளம் காணக் கிடைப்பதை இந்நூல் நெடுகிலும் நாம் கண்டோம். ஆகவே, விஜயநகர அரசின் தோற்றத்துக்கும் பரவலுக்கும் பிறகு புலம் பெயர்ந்து வந்த பிற மக்களின் வரலாறுகளோடு சக்கிலியர் வரலாற்றை நாம் இணைத்துப் பார்க்க முடியாது.

மாறாக, நாம் இதுவரைப் பார்த்த சான்றுகளின் துணையோடு சக்கிலியர் வரலாறு வாணர்களின் வரலாறோடு கச்சிதமாகப் பொருந்திப் போவதை நாம் பார்த்தோம். அப்படிப்பட்ட வாணர்கள் தமிழர்களே என்பதற்கு ஆதாரமாகச் சங்கப் பாடல்களில் வாணர்களைப் பற்றிய குறிப்புகள் பல இருந்ததை நாம் முன்பே பார்த்திருக்கிறோம்.

அவற்றின் தொடர்ச்சியில் மணிமேகலை காப்பியத்தில் காணக் கிடைக்கும் வாணர் குறித்த செய்தியொன்றையும் பார்ப்போம்.

"நெடியோன் குறளுரு வாகி நிமிர்ந் துதன்
அடியிற் படியை யடக்கிய அந்நாள்
நீரிற் செய்த மூரிவார்சிலை
மாவலி மருமான் சீர்கெழு திருமகள்
சீர்த்தி யென்னுந் திருத்தகு தேவியொடு
போதவிழ் பூப்பொழில் புகுந்தனன்..."

(வரிகள் 51 முதல் 56 முடிய - 19, சிறைக்கோட்டம் அறக்கோட்டமாகிய காதை, மணிமேகலை காப்பியம்)

வாணர்கள் மகாபலி அரசனின் வாரிசுகள் என்று தங்களை அடையாளப்படுத்திக் கொள்ளும் செய்திகளை நாம் ஏற்கனவே பார்த்திருக்கிறோம். அந்த வகையில் உதயேந்தர செப்பேடும், குடிமல்லம் செப்பேடும் கூறிய செய்திகள் முந்தையப் பக்கங்களில் முன் வைக்கப்பட்டன. அச்செப்பேடுகள் குறிப்பிடும் செய்தியை அச்சுப் பிசகாமல் மணிமேகலையின் இவ்வரிகள் முன்வைக்கின்றன.

மணிமேகலை மீது மோகம் கொண்ட உதயகுமாரனின் தாய் தந்தையரைப் பற்றிய செய்தி இது. உதயகுமாரனின் தந்தை சோழன் நெடுமுடிக்கிள்ளி. தாய் சீர்த்தி என்பவள்.

இவள் மாவலியின் திருமகள். அந்த மாவலியிடம் வாமன உருவில் வந்து விஷ்ணு மூன்று அடி இரந்து பெற்றபின், தன்னை விஸ்வரூபமாக்கி வானத்தையும், பூமியையும் அளந்து மூன்றாவது அடியை மகாபலி அரசன் தலைமீது வைத்த அதே செய்தியை இப்பாடல் வரிகள் தெரிவிக்கின்றன. இந்த இடத்தில் இன்னொரு செய்தியும் கவனத்துக்குரியது. வாண அரசர்களின் ஆட்சியின் கீழ் நீண்ட நெடுங்காலம் இருந்த திருக்கோவிலூர் என்னும் ஊரில் உள்ள ஆலயத்தில் இறைவன் பெயர் உலகளந்த பெருமாள் ஆகும். இக்கோயிலின் மூலஸ்தானத்தில் சிலை விஸ்வரூபமெடுத்த உலகளந்த நிலையில், ஒரு கால் வானையும், மறுகால் பூமியையும் அளந்தவாறு உள்ளது. பூமியை மிதித்துள்ள காலில் மகாபலி அரசன் மகன் நமச்சி என்பவன் தொழுத நிலையில் உள்ளான். இது மகாபலி அரசனின் வழித்தோன்றல்களே வாணர்கள் என்பதை உறுதி செய்வதாய் உள்ளது.

அந்தச் செய்தியைத் தமிழில் மிகப் பழைய நூல்களில் ஒன்றான மணிமேகலைப் பதிவு செய்திருப்பது என்பது வாணர்கள் எந்தளவு தொன்மை வாய்ந்த குலத்தைச் சேர்ந்தவர்கள் என்பதையும் தமிழ் மண்ணின் மைந்தர்கள் என்பதையும் தெளிவுபடுத்துவதாக அமைகிறது.

மேலும் கல்வெட்டுகளில் ஆந்திர, கன்னட பகுதிகளைச் சேர்ந்தவர்களை வடுகர் என்று குறிப்பிடுவது வழக்கம். பழைய இலக்கியங்களிலும் அவ்வாறே குறிப்பிடப்பட்டுள்ளது. வாணர்களைக் குறித்து வடுகர் என எங்கும் குறிப்பிடப்படவில்லை. மாறாக, வாண அரசர்களில் புகழ் பெற்றவனான வீரமாகதன் ராஜராஜ தேவனான பொன் பரப்பின மகதைப் பெருமாளின் புகழ் பரப்பும் வண்ணம் இயற்றப்பட்டுள்ள பாடல்கள் தமிழகத்தின் பல பகுதிகளில் காணப் பெறுகின்றன. திருவண்ணாமலை, குடுமியான் மலை, திருப்பாலைப்பந்தல் ஆகிய ஊர்களை அவ்வகையில் குறிப்பிட முடியும். அவற்றுள் சில பாடல்களைக் காணலாம்.

குடுமியான் மலை:

1. மால் விட்ட படை துரந்து வடு
2. கெறிந்த மகதெசன் வடிவெல் வா
3. ங்க கால்விட்ட கதிர்முடி மெலிந்தி
4. ரணைப் புடைத்தது முன்கடல் பொய்
5. வற்ற வேல்விட்ட தொருதிற்று...

A.R. No. 331 of 1906

குடுமியான் மலை:

"மன்றாடு பூங்கழலான் வாணற் கிழங்கோமான்
அன்னாள் வடுகெறிந்த வாக வத்தால்
இன்னமர கால்வேல் அண்ணல் வரும்வரும்
என்றேங்கி வறங் காட்டவே"

A.R. No. 385 of 1906

திருவண்ணாமலை:

"மண்ணாள் திகிரிக்கை வாணர் வடுகெறிந்த
எண்ணாயிரந் ஆழ்ந்த எண்டிசையும் - புண்வடிந்த
நீரே நீர் காக நிழலே நிழல் நெடும் பெய்த
தேரே தேர் செஞ்சேறே சேறு"

"எண்மேல் மிகும் பரித்தேர் மகதேசன் இகல்விசையப்
பெண்மேல் விரும்பி வெம்போர் செய்தநாள பின்குடா வடுகர்
விண்மேல் நடந்து வடுகென்னும் நாமம் விலக்குண்டபின்
மண்மேல் நடந்தது தேசி முன்னான் வடுகொன்றுமே."

"ஆழும் பிணவனை தொய் கழுகின் பந்தற்கீழ்
வீழும் கழுகினங்கள் மெய்காப்ப
வாழுந்தன் தொன்னகரே போல் வடுகர்துஞ்சத்
துயிற்றியதே மன்னவர் கோன் மாகதர் கோன் வாள்"

(A.R. No. 507 of 1902)

மேற்கண்ட பாடல்கள் வடுகு தேசத்தை வென்று வடுகரைத் தோற்கடித்த செய்தியைப் பல பாடல்களில் ராஜராஜ தேவனான

மகதைப் பெருமாள் குறித்துப் பதிவு செய்யப்பட்டுள்ளது. சக்கிலியர்களே வாணர்கள் என்ற கட்டுரையில் வாணர்கள் தெலுங்கு மொழி பேசக் கூடியவர்கள்தான் என்பதற்குச் சான்றாய் சில சான்றுகளைக் கண்டோம். அவற்றுள் மேலே குறிப்பிட்ட திருவண்ணாமலை பாடல் கல்வெட்டும் ஒன்று. "பொங்கும் சினப்படை வங்காரத் தொங்கன் புரண்டு வீழ" எனக் குறிப்பிடப்பட்ட பாடலில் தொங்கன் என்பது தொங்காடு என்ற தெலுங்குச் சொல்லின் தமிழ் வடிவம் ஆகும். திருடன் என்பது அதன் பொருள் என்று பார்த்தோம். ஆனால் அதே பாடல் கல்வெட்டில் "வடுகெறிந்த மகதேசன்" "வடுகென்னும் நாமம் விலக்குண்டபின்" என்ற வரிகளும் இடம் பெற்றுள்ளன.

இச்செய்தி உணர்த்தும் உண்மை என்ன? வடுகு தேசத்தின் அருகில் அவர்களது நாடு இருந்ததாலும், வடுகு நாட்டை வென்று குறிப்பிட்ட காலம் ஆண்டதாகவும் வடுகு நாட்டில் பேசப்படும் தெலுங்கு மொழி கைவரப் பெற்றவர்களாக வாணர்கள் இருக்கிறார்களே ஒழிய, அவர்கள் தங்களை வடுகர்கள் என்று சொல்லிக் கொள்ளவில்லை. அதோடு தமிழின் பண்டைய இலக்கியங்களோ, கல்வெட்டுகளோ கூட அவர்களை வடுகர்கள் என்று சொல்லவில்லை.

அதோடு மாங்குடிக்கிழார் எழுதிய புறநானூற்றுப் பாடல் வரிகள் என்ன சொல்கின்றன?

"பாணன், பறையன், துடியன் கடம்பனென்று
இந்நான்கு அல்லாது குடியுமில்லை"

(புறம் 335, மாங்குடிக்கிழார்)

தமிழ்நாட்டில் உள்ள சிறந்த குடிகளுள் ஒன்றாக பாணர் (வாணர்) குடியைச் சொல்கிறது இப்பாடல். ஆக தமிழ் இலக்கியங்கள் வாணர்களைத் தமிழர்கள் என்று உறுதியாய்க் கூறுகின்றன என்று சொல்லலாம்.

நாம் இதுவரைப் பார்த்த சான்றுகளைக் கொண்டு வாணர்கள் தமிழர்கள் என்று நிறுவியிருக்கிறோம். எனில், வாணர்கள் சக்கிலியர்களே என்றும் நாம் நிறுவியுள்ளதால் சக்கிலியர்கள் தமிழர்களே என்பதும் அய்யத்திற்கு அப்பாற்பட்ட செய்தியாகும்.

ஆயினும் சிலருக்குச் சந்தேகம் தோன்றக்கூடும். சக்கிலியர்கள் தமிழர்களே என்பதை நிறுவ வேறு உறுதியானச் சான்றுகள் இருக்கின்றனவா என்று அவர்கள் கேட்கக் கூடும்.

அத்தகையோருக்கு வெள்ளைக்குதிரை இதழில் வெளியான ஒரு கட்டுரையின் தரவுகளை நாம் நினைவுபடுத்த முடியும். அக்கட்டுரை Journal of Genetics, Vol. 90, No 2, August 2011 இல் இடம் பெற்ற தமிழ்நாட்டுச் சாதிகளின் மரபணு கலப்பு குறித்த ஆய்வு என்னும் கட்டுரையின் தமிழ் மொழிபெயர்ப்பாகும். அவ்வாய்வுக் கட்டுரையில் தமிழ்நாட்டில் உள்ள 21 சாதிகளைச் சேர்ந்த 1000 பேரிடம் இருந்த ரத்த மாதிரிகளைச் சேகரித்து அவற்றை டி.என்.ஏ ஆய்வுக்கு உட்படுத்தி, மரபணு தொடர்பாக ஏற்கனவே செய்யப்பட்டுள்ள ஆய்வுகளுடன் இவ்வாய்வின் முடிவுகளை ஒப்பிட்டுச் செய்யப்பட்ட ஒரு மிகப் பெரிய ஆய்வின் முடிவுகள் வெளிப்படுத்தப்பட்டிருந்தன. இந்திய அரசின் பயோடெக்னாலஜி துறையின் நிதி நல்கையுடன் சுபாஷிணி என்பவர் தலைமையிலான ஒரு குழுவினரால் நடத்தப்பட்ட ஆய்வு அஃது.

அந்த ஆய்வில் தமிழ்நாட்டிலுள்ள 21 சாதிகளின் மரபணு அமைப்பின் பட்டியலை வெளியிட்டுள்ளனர். அப்பட்டியல் வருமாறு:

எண்	சாதி	M மரபணு (%)	N மரபணு (%)	U மரபணு (%)	F மரபணு (%)
1.	ஆங்கிலோ இந்தியர்	27(71.0)	10(26.3)	1(2.60)	0(0)
2.	அகமுடைய வேளாளர்	23(48.9)	19(40.4)	3(6.40)	2(4.30)
3.	அகமுடையார்	40(85.1)	4(8.5)	3(6.30)	0(0)
4.	சக்கிலியர்	43(95.5)	2(4.5)	0(0.0)	0(0.0)
5.	கவரா நாயுடு	21(63.7)	5(15.2)	6(18.20)	1(3.0)
6.	ஜிப்சிக்கள்	27(61.4)	8(18.2)	8(18.30)	1(2.30)
7.	கொங்கு வேளாள கவுண்டர்	23(46.0)	20(40)	5(10.0)	3(4.0)
8.	கள்ளர்	35(64.8)	14(25.9)	3(5.60)	2(3.70)

9.	லெப்பை முஸ்லிம்	30(66.6)	9(20.0)	6(13.30)	0(0.0)
10.	மறவர்	33(48.5)	28(41.2)	2(3.00)	5(7.30)
11.	மீனவர்	40(80.0)	7(14.0)	3(6.00)	0(0.0)
12.	கிறிஸ்தவ நாடார்	27(58.7)	7(15.2)	12(26.10)	0(0.0)
13.	இந்து நாடார்	27(72.6)	10(19.6)	3(5.90)	1(2.00)
14.	வடஇந்திய சமணர்	22(49.9)	15(34.0)	6(13.70)	1(2.30)
15.	நாட்டுக்கோட்டை செட்டியார்	14(37.8)	13(35.02)	9(24.30)	1(2.70)
16.	பறையர்	36(72.0)	10(20.0)	3(6.00)	1(2.00)
17.	ரெட்டியார்	21(42.8)	18(36.7)	7(14.20)	3(6.10)
18.	தென்னிந்திய சமணர்	39(78.0)	11(22.0)	0(0.00)	0(0.00)
19.	செங்குந்த முதலியார்	37(74.0)	7(14.0)	5(10.00)	1(2.00)
20.	துளுவ வேளாளர்	25(49.0)	17(33.4)	8(15.70)	1(2.00)
21.	யாதவர்	27(52.9)	14(27.50)	7(13.80)	3(5.90)

மரபணு வகைகள் குறித்த செய்திகள்:

M வகை மரபணு:

தெற்கு ஆசியாவுக்கே உரித்தான மரபணு. ஆதி இந்தியர்கள் (Proto-Indians) ஆதி கீழைத் தேயர்கள் (Proto-Orientals) என்று இரு குழுக்களாகப் பிளவுபடுவதற்கு முன்பே இருந்த மக்களுக்கு உரிய மரபணு இது. இந்தோ ஆரியர்கள் இந்தியாவுக்குள் நுழைவதற்கு முன்பே இந்தியாவில் வசித்த ஆதிக்குடிகளுக்குரிய மரபணு அதுவாகும்.

N வகை மரபணு:

இந்தோ அய்ரோப்பியர்களுக்குரிய மரபணு இஃது. இவ்வகை மரபணு அதிகம் உள்ள குழுக்கள் பிற்காலத்தில் புலம் பெயர்ந்து வந்தவையாகும்.

U வகை மரபணு:

மேற்கு யுரேசியாவுக்குரிய மரபணு இஃது.

F வகை மரபணு:

தென்கிழக்கு ஆசியாவுக்குரிய மரபணு இஃது.

சென்னைப் பல்கலைக்கழகத்தில் சுபாஷிணி என்பவர் தலைமையில் மேற்கொண்ட ஆய்வின் முடிவுகளாய் தெரிவிப்பதில் சில கூறுகள் நமது கவனத்துக்குரியவை.

1. தெற்காசியாவுக்கு உரித்தான M வகை மரபணுவை மிக அதிகபட்ச அளவாக 96 சதவீதம் கொண்ட ஒரே சாதியாகச் சக்கிலியர் சாதி மட்டுமே அமைகிறது. இந்த உண்மை தெரிவிப்பது என்னவெனில் தமிழ்நாட்டுப் பகுதியைச் சேர்ந்த மிகப் பழைமையான சாதிக் குழுக்களில் சக்கிலியச் சாதிக் குழுவும் ஒன்று என்பதேயாகும்.

2. இதற்கு முன்பு தமிழ்நாட்டுச் சாதிகளின் மரபணுக்கள் குறித்து ஆய்வு செய்த மல்ஹோத்ரா மற்றும் பிறர் தெரிவித்த ஆய்வுகள் முடிவு கீழ்க்கண்டவாறு:

   கள்ளர், பறையர், சக்கிலியர், அம்பலக்காரர் ஆகிய சாதிகள் தமிழ்நாட்டுப் பகுதியில் இருபதாயிரம் முதல் பத்தாயிரம் ஆண்டுகளுக்கு முன்பு முதலில் குடியேறியவையாய் இருக்கலாம்.

சக்கிலியருக்கும் பிற தமிழ்ச் சாதிகளுக்கும் இடையேயான மரபணுத் தொடர்பு:

1. அட்டவணைச் சாதியான சக்கிலியர் சாதியும், கீழ்நிலையிலுள்ள பார்ப்பனரல்லாத சாதியான அகமுடையாரும் ஆழமாக வேர்விட்ட ஓர் அணியாகத் திகழ்கிறார்கள். எதிர் பார்க்காத இந்த உறவு, பரிணாமம் பெற்ற சாதிகளையும், குடிபெயர்ந்த சாதிகளையும் நீக்கிய போதும் மாற்றம் அடையாமல் அப்படியே நீடித்தது. ஒரே மூதாதையரின் வழித்தோன்றல்கள் இவர்கள் என்று கருதினால் மட்டுமே, ஆய்வில் கண்டறிந்த இந்த உறவை விளக்க முடியும். 1981 ஆம் ஆண்டில் ஆய்வு

மேற்கொண்ட மல்ஹோத்ரா மற்றும் பிறர் இருபதாயிரம் ஆண்டுகளுக்கு முன் குடியேறிய முதல் குடி சக்கிலியர்களே என்பதை ஆய்வின் மூலம் கண்டு அறிவித்தனர்.

செங்குந்த முதலியார், பறையர், மீனவர் ஆகிய சாதிகள் சக்கிலியர், அகமுடையார் ஆகிய சாதிகளுடன் மரபணு ரீதியாக மிக நெருங்கிய தொடர்பு உடையவர்களாக இருக்கிறார்கள்.

மல்ஹோத்ரா மற்றும் பிறர் 1981 ஆம் ஆண்டில் மேற்கொண்ட மரபணு தொடர்பான ஆய்வில் சக்கிலியரும், பறையரும் புரொட்டோ ஆஸ்டிரலாய்டு மரபினக் கூறுகளைக் கொண்டிருப்பது கண்டறியப்பட்டது.

பறையர், மீனவர், சக்கிலியர் ஆகியோரிடம் நெருக்கமான மரபணுத் தொடர்புகள் இருப்பதால் அவர்கள் ஒரு பொதுவான மூதாதையரின் வழித் தோன்றல்களாய்க் கொள்ள முடியும்.

இவையே சுபாஷிணி மற்றும் பிறர் மேற்கொண்ட தமிழகச் சாதிகளின் மரபணு தொடர்பான ஆய்வின் மூலம் வெளிப்பட்ட கூறுகளின் நமது கவனத்துக்குரியவையாய் அமைகின்றன.

அதே ஆய்வின் முடிவாக அவர்கள் தெரிவிப்பதில் கீழ்க்கண்ட செய்தி நமது கவனத்துக்குரியது.

"சக்கிலியர், அகமுடையார், அம்பலக்காரர் ஆகிய சாதிகள் M வகை மரபணுவை மிகக் கூடுதலான அளவில் கொண்டுள்ள மிக மூத்த குடிகளாக இருக்க வேண்டும்."

மேற்சொன்ன ஆய்வுக் கட்டுரை சக்கிலியர் தொடர்பாக நாம் இதுவரை கல்வெட்டுகள், இலக்கியச் சான்றுகள் கொண்டு முன் வைக்கும் சக்கிலியர்கள் வந்தேறிகள் அல்லர். தமிழ்நாட்டின் மிக மூத்த குடிகளில் ஒரு குடி என்ற செய்தியை வேறொரு புள்ளியிலிருந்து நிறுவுவதாக அமைகிறது. இந்த அடிப்படையில் சக்கிலியர் என்று அழைக்கப்படும் வாணர்கள் தமிழரே என்பதை நாம் உறுதியாகச் சொல்லலாம்.

சக்கிலியர்களது வீழ்ச்சியின் தொடக்கம்

இதுவரைப் பார்த்த செய்திகளில் இருந்து சக்கிலியர்கள் வாணர்களே என்பதைப் புரிந்து கொண்டாலும், அப்புரிதலுக்கு இடைஞ்சலாக ஒரு கேள்வி மேலெழும்பி நிற்கும். வாணர்கள் என்பவர்கள் கி.மு.வுக்கு முன்பிருந்தே ஆட்சியாளர்களாகத் தொடர்ந்து ஆட்சி செய்து வந்தவர்கள். பதினேழாம் நூற்றாண்டின் முற்பகுதி வரையிலும் அவர்கள் ஒரு சிறு பகுதியின் ஆட்சியாளராகவாவது இருந்து வந்தவர்கள். சக்கிலியர்கள் வாணர்களாக இருப்பின், இக்காலத்தில் சமூக அடுக்கின் மிகக் கீழான நிலைக்கு எவ்வாறு போனார்கள்? அதிலும் தூய்மைப் பணியாளர்களாக அவர்களுள் ஒரு கணிசமான பிரிவினர் பணியாற்றுகின்ற நிலையில், சக்கிலியர்களைப் போய் எப்படி இம்மண்ணின் மிக மூத்த ஆட்சிக் குழுவாக இருந்த வாணர்களுடன் பொருத்திப் பார்க்க முடியும்? இந்தக் கேள்வி நாம் முன் வைக்கும் கருத்தை ஏற்றுக் கொள்வதற்கு இடைஞ்சலாகவே இருக்கும்.

ஆகவே, வாணர்கள் எப்படி வீழ்த்தப்பட்டார்கள்? சமூகத்தின் அடித்தட்டிற்கு அவர்கள் எங்ஙனம் தள்ளப்பட்டார்கள் என்று பார்ப்பது கூடுதல் முக்கியத்துவம் உடைய செய்தியாகும்.

நாம் ஏற்கனவே பார்த்தது போல வாணர்கள் என்கிற சக்கிலியர் பெரும்பாணப்பாடி, வாணகோப்பாடி என்று அழைக்கப்பட்ட பகுதிகளில் ஆட்சி செய்து வந்தவர்கள். இன்றைய வேலூர், திருப்பத்தூர், ராணிப்பேட்டை, சித்தூர், திருவண்ணாமலை, கள்ளக்குறிச்சி, சேலம், விழுப்புரம் ஆகிய மாவட்டங்களை உள்ளடக்கியப் பகுதிகளே பெரும்பாணப்பாடி, வாணகோப்பாடி என்று வழங்கப்பட்ட பகுதிகள் ஆகும். பதிமூன்றாம் நூற்றாண்டின் தொடக்கப் பகுதிகளில் அவர்கள் பாண்டிமண்டலம் என்று அழைக்கப்படுகிற தென் மாவட்டங்களிலும் கால் பதித்தார்கள்.

வாணர்களின் கல்வெட்டுகள் கிடைக்கிற கடைசி காலப்பகுதியான பதினாறாம் நூற்றாண்டில் அவர்களது கல்வெட்டுகள் எங்கெங்கு கிடைக்கின்றன என்பதைப் பார்ப்பது, வாணர்களின் வீழ்ச்சி குறித்த நமது ஆய்வுக்கு மிகவும் பயனுடையதாய் இருக்கும் என்பதால், அதைக் காணலாம்.

கல்வெட்டு காணப்படும் ஊர்	மாவட்டம்	வாணர் பெயர்	ஆண்டு
ஆறகளூர்	சேலம்	வாணகோவரையன்	1513
திருப்புல்லாணி	ராமநாதபுரம்	சுந்தரத் தோளுடையார் மகாபலி வாணாதிராயர்	1515
திருப்புல்லாணி	ராமநாதபுரம்	இறந்தகாலம் எடுத்த மகாபலி வாணாதிராயர்	1518
காளையார்கோவில்	சிவகங்கை	இறந்த காலம் எடுத்த மகாபலி வாணாதிராயர்	1530
காளையார்கோவில்	சிவகங்கை	சுந்தரத் தோளுடையார் மகாபலி வாணாதராயர்	1532
தேவிகாபுரம்	திருவண்ணாமலை	கொல்லாவிட்டார் வாணவராயர்	1533
தேவிப்பட்டினம்	ராமநாதபுரம்	இறந்தகாலம் எடுத்த மகாபலி வாணாதராயர்	1533
குடிமல்லூர்	ராணிப்பேட்டை	வாணாதராயர் எல்லப்பர்	1550
சங்கரன்கோவில்	தென்காசி	வாணன் அடைக்கலம் காத்தான்	1553
தென்காசி	தென்காசி	ஆண்டி வாணாதராயன்	1567
தாயனூர் செஞ்சி (வ)	விழுப்புரம்	வீரப்ப நாயக்கர் காரிய கர்த்தர் வாணாதராயர் முதலியார்	1585

இந்தப் பட்டியல் சில செய்திகளை நமக்கு உணர்த்துவதாக இருக்கிறது. எங்கெல்லாம் சக்கிலியர்கள் குறுநில ஆட்சியாளர்களாக, தளபதிகளாக, ஆளுமைகளாக இருந்ததாக

நாம் அறிந்திருக்கிறோமோ அத்தகைய இடங்களைச் சுற்றியதாகவும், அப்பகுதியைச் சேர்ந்ததாகவும் இப்பட்டியல் உள்ளது.

செஞ்சியில் சக்கிலிய தளபதியால் கட்டப்பட்ட மலைக்கோட்டையின் பெயர் சக்கிலி துர்கம் என்பதை நாம் அறிவோம். அச்சக்கிலி துர்கம் பதினாறாம் நூற்றாண்டில் கட்டப்பட்டதும் நமக்குத் தெரியும். ஆயினும் செஞ்சி மலைக்கோட்டையிலோ பிற இடங்களிலோ அச்சக்கிலிய தளபதியின் பெயர் பொதித்த கல்வெட்டுகள் எதுவும் நமக்குக் கிடைக்கவில்லை.

ஆயினும் செஞ்சி வட்டத்தின் தாயனூரில் உள்ள இக்கல்வெட்டு (A.R. No. 366 of 1909) வாணாதராயரின் பெயரை அறியத் தருகிறது. மேலும் இந்தத் தாயனூர் என்ற ஊர் வாணர்கள் ஆண்ட பகுதியாக கேத்த நாயக்கன் புதூரில் உள்ள பெரிய சக்கிலிச்சி ஏரியில் உள்ளதும் சக்கிலியர்கள் வழிபடுவதுமான நடுகல் கல்வெட்டில் கண்டுபிடிக்கப்பட்டு உள்ளது என்கிற செய்தியை இந்நூலின் முந்தைய இயல்களில் நாம் கண்டிருக்கிறோம். சக்கிலி துர்கம் கட்டப்பட்ட காலப்பகுதியில் இப்பகுதியின் காரியகர்த்தர் அல்லது தளவாய் பொறுப்பில் இருந்தவர் பெயர் வாணாதராயர் என்று பொறிக்கப்பட்டிருக்கிறது எனில், சக்கிலியர்கள் வாணர்களே என்ற நமது கூற்றை நிறுவுவதாகவே இது அமைகிறது.

அதேபோல சக்கிலியர் காணியுரிமை, ஆட்சியுரிமை பெற்றிருந்த மற்றொரு பகுதியாய் அறியப்படுவது சங்கரன்கோவில் பகுதியைச் சேர்ந்த ஆவுடையார்புரம்பாளையம் பகுதியாகும். மேலும் சில சக்கிலிய ஆட்சியாளர்கள் கட்டுரையில் ஆவுடையார்புரம் ஜமீனின் ஜமீன்தார் (கி.பி. 1880 ஆம் ஆண்டுகளில் ஆட்சியில் இருந்தவர்) குறித்த ஒரு செய்தியைப் பார்த்தோம். 1892 ஆம் ஆண்டில் வெளியிடப்பட்ட *The Slaves of soil in Southern India* நூலின் ஆசிரியர் Rev. T.B. பாண்டியன் என்பவரிடம் குறிப்பிடப்பட்ட செய்தி அஃதாகும். அச்செய்தி வருமாறு:

> "திருநெல்வேலி மாவட்டத்தில் உள்ள ஆவுடையாபுரம் ஜமீனின் தற்போதைய ஜமீன்தார் ஒரு முறை என்னிடம்

தனது ஜமீன் ஒரு காலத்தில் ஒரு சக்கிலிய அரசரின் ஆட்சியின் கீழ் இருந்தது என்று தெரிவித்தார்."

(The Slaves of the soil in Southern India, பக். 3)

மேற்சொன்ன சக்கிலிய ஆட்சியாளர் குறித்த செய்திகளும் நமக்குத் தெரியாமல் இருந்தன. சங்கரன்கோவிலில் உள்ள சங்கர நயினார் கோயிலில் உள்ள கல்வெட்டில் ஒரு பகுதி கீழ்வருமாறு:

"... முதலுக்கு வாணன் அடைக்கலங் காத்தானுக்கு காணியாட்சையாகக் குடுத்தமையில்..."

(A.R. No. 281 of 1908)

கல்வெட்டு கி.பி. 1553 ஆம் ஆண்டுக்குரியதாகும். குலசேகரப் பாண்டியன் என்னும் பாண்டியன் ஆட்சிக்காலம். அக்காலத்தில் இப்பகுதியின் நிலவுரிமை வாணன் அடைக்கலங் காத்தான் என்பவரிடம் இருந்திருக்கிறது. மெக்கன்சி ஆவணங்களுள் ஒன்றாகத் தொகுக்கப்பட்டிருக்கிற ஆவுடையார் பாளையக்காரர் வம்சாவளி என்ற ஆவணத்தில் பூலித்தேவரின் முன்னோரில் ஒருவரான வடக்காத்தான் பூலித்தேவன் நாகம நாயக்கரையும், அவரைத் தொடர்ந்து அவரது மகன் விஸ்வநாத நாயக்கரையும் போய்ப் பார்த்து அதிகாரம் பெற்று வந்த செய்தி குறிப்பிடப்படுகிறது.

"சிறிது நாளைக்குப் பிற்காலம் நாகம நாயக்கர் அவர்கள் குமாரன் விசுவநாத நாயக்கர் அவர்களுக்கு ராஜீயாதி பத்தயம் வந்து இவர்களுடைய ராஜீயாதி பத்தியமும் அரியநாயக முதலியார் அவர்கள் தளகர்த்தராய் பிரதானிகமும் கடந்து கொண்டு வருகிற போது வடக்காத்தான் பூலித்தேவன் சிறிது திரவியங்களும் திவ்வியமாய் இருக்கப்பட்ட ஆபரணங்களும் முத்து ஆரங்களும் கொண்டு வந்து மதுரை சேனாதிபதியான விசுவநாத நாயக்கரவர்கள் சமஸ்தானத்துக்குக் கொண்டு போய் அவர்களுடைய தரிசனம் பண்ணினயிடத்து அவர்கள் தங்களுடைய தகப்பனாருக்கு இவர் ரொம்பவும் இதவாய் வேண்டியவனாய் இருந்தார் என்றும் விசாரித்துக் கொண்டு

அவர்கள் கொண்டு வந்த வச்ச காணிக்கைகள் எல்லாம் அங்கீகரிச்சு எடுத்துக் கொண்டு இவரை கிருபாதிறக்ஷயாய் நமஸ்கரித்து நீ எங்கள் தகப்பனாருக்கு எவ்வளவு விகிதனோ அந்தப்படியே எங்களுக்கும் வியிதனாயிரும் என்று சொல்லி அனேக வஸ்திரங்கள் பூஷணங்கள் வெகுமதி பண்ணி மதுராபுரிக் கோட்டைக்கு வடக்கு புறத்தில் திருமஞ்சன தர்வாசவுக்கு கிழக்கு முதல் படிச்சு பிறதிக்ஷணமாய் இருபத்திரண்டாம் கொத்தளம் காவல் பார்த்துக் கொண்டு வரச் சொல்லி அப்பணை கொடுத்து சேர்த்த மாம் சிறிது கிராமங்களும் சிறிது திசைகாவல் கிராமங்களும் கொடுத்து அனுப்பி விச்சார்கள்.

(பாளையப்பட்டுகளின் வம்சாவளி,
தொகுதி 1, பக். 41, 42)

பூலித்தேவனின் மகள் வழிப் பெயரரான ராமசாமித் தேவர் என்பவர் எழுதிக் கொடுத்த ஆவணத்தில் உள்ள செய்தி மேற்கண்டதாகும். மேற்சொன்ன செய்திகளுள் சில முரண்பாடுகள் உள்ளன. நாகம நாயக்கரின் காலம் 1529 ஆம் ஆண்டுக்கு முந்தைய காலம். விசுவநாத நாயக்கரின் காலம் 1529 முதல் 1564 வரையிலுமான காலமாகும்.

நாம் மேலே கண்ட சங்கரன்கோவில் கல்வெட்டு கி.பி. 1553 வரைக்கும் இப்பகுதி பாண்டியர் ஆட்சிக்கு உட்பட்ட பகுதியாக இருந்ததைக் குறிப்பிடுகிறது. அதோடு அவ்வாண்டு வரையிலும் பூலித் தேவர் வகையறாவைச் சேர்ந்தவர்களுக்கு காணியாட்சி உரிமையோ, திசைக் காவல் உரிமையோ வழங்கப்பட்டதாகக் கல்வெட்டு குறிப்பிடவில்லை.

மாறாகக் காணியாட்சி உரிமை வாணர் குலத்தைச் சேர்ந்த வாணன் அடைக்கலம் காத்தான் என்பவரிடம்தான் இருந்திருக்கிறது. அத்துடன் இன்னொரு செய்தியும் நமது கவனத்துக்கு உரியது. காணியாட்சி உரிமை உடைய அடைக்கலங் காத்தான் என்பவரின் பெயர், பூலித்தேவரின் முன்னோரும் திசைக்காவல் உரிமை பெற்றவருமான வடகாத்தான் புலித்தேவரின் பெயரோடு பொருந்திப் போவதாக உள்ளது. ராஜராஜ வாணகோவரையன், ராஜராஜ அதியமான் என ஒரு பேரரசின் கீழ் சிற்றரசர்களாக, அதிகாரிகளாக இருப்பவர்கள் தங்களது பேரரசரின் அல்லது

தங்களது உடமையாளனின் பெயரைத் தங்கள் பெயரின் முதல் பகுதியாகக் கொண்டிருப்பது வழமை. அந்த அடிப்படையில், அடைக்கலம் காத்தான் என்பவரின் அடுத்த தலைமுறையையோ அல்லது அதற்கு அடுத்த தலைமுறையையோ சேர்ந்த ஒருவரின் பெயராக வடகாத்தான் என்பதாக இருந்திருக்க வேண்டும். அதையே புலித்தேவரின் முன்னோர் தம்முடைய பெயரின் முதற்பகுதியாகக் கொண்டிருக்க வேண்டும்.

இந்தக் குறிப்பிட்ட வடகாத்தான் பூலித்தேவன் என்பவருடைய தந்தையின் பெயர் வரகுணராம சிந்தாமணி பூலித்தேவன் என்பதாகும். அப்பெயரில் காத்தான் என்னும் பெயர் காணப்படவில்லை. அதோடு அவரது வம்ச பரம்பரையில் தொடர்ந்து காணப்படும் பெயராக சித்திர புத்திர தேவன் என்பதும் காத்தப்பன் என்பதும் காணப்படுகின்றன. இவற்றுள் காத்தப்பன் என்பது காத்தான் என்பதன் மருஉப் பெயராக உள்ளது.

இந்தச் செய்திகளோடு *Rev. T.B* பாண்டியன் என்பவரிடம் பூலித் தேவரின் வாரிசாய் வந்த ஜமீன்தார் குறிப்பிட்ட ஒரு காலத்தில் அந்த ஜமீன் சக்கிலியர்க்கு உரியதாய் இருந்தது என்ற செய்தியை இணைத்துப் பார்த்தால், கி.பி. 1553 ஆம் ஆண்டை அடுத்து சில பத்தாண்டுகளுக்குப் பிறகு, அப்போது ஆட்சியிலிருந்த மதுரை நாயக்க அரசர்களின் ஒத்துழைப்போடு அப்பகுதியின் ஆட்சியுரிமை பூலித்தேவன் பரம்பரைக்கு மாறியிருக்க வேண்டும் என்பது புரிகிறது.

தென்காசியில் உள்ள கல்வெட்டில் ஆண்டி வாணாதராயர் என்பவர் குறிப்பிடப்படுகிறார். அக்கல்வெட்டின் காலம் கி.பி. 1567 ஆகும். *(A.R. No. 202 of 1895)* பிற்காலப் பாண்டியர்கள் மிகவும் பிற்காலத்தில் தங்கள் தலைநகராகக் கொண்டு ஆண்ட ஊர் தென்காசி ஆகும். அங்கு வாணாதிராயன் ஒருவனைக் குறித்த குறிப்பு வருகிறது.

முத்துப்பட்டன் கதையில் திருநீலகண்டன் என்பானைப் பற்றிய குறிப்பு வருகிறது. இன்றைய சிங்கம்பட்டிப் பகுதியை ஆண்டு கொண்டிருந்த தலைவன் அவன். முத்துப்பட்டன் கதைப்பாடல் பின்வருமாறு குறிப்பிடுகிறது.

"...பொதிகை மலை வழியே வர சண்ணுமாமுட்டில் வந்து காக்க வேண்டும் பொதிகாசலமென்று கட்டுடனே வாரார் வந்ததிருநீலகண்டனைக் கண்டு கடவிளைதானும் விட்டு வரிசையாய்மேல் சொரிமுத்து பாதையும்வழிமேல் வந்து சேர்ந்தார்..."

(முத்துப்பட்டன் கதை, பக். 37)

மேற்கண்ட திருநீலகண்டனைக் குறித்து இப்பகுதியை ஆண்ட சக்கிலிச் சாதியைச் சேர்ந்த தலைவன் எனச் சிங்கம்பட்டி ஜமீன் செவி வழிச் செய்திகள் குறிப்பிடுகின்றன என்று நா.வா குறிப்பிடுகிறார் (மேலது, பக். 56) முத்துப்பட்டன் கதை நடந்த போது அப்பகுதியை ஆட்சி செய்து கொண்டிருந்த திருநீலகண்டனின் காலம் கி.பி. பதினாறாம் நூற்றாண்டில் இறுதிப்பகுதி அல்லது பதினேழாம் நூற்றாண்டின் தொடக்கப் பகுதியாக இருக்கலாம் என நா.வா குறிப்பிடுகிறார்.

சிங்கம்பட்டி ஜமீன் சார்ந்த பகுதியிலேயே பாணதீர்த்தம் என்ற அருவி இருப்பது நமக்குத் தெரியும். எனில் பாணர்கள் அப்பகுதியில் எத்தகைய செல்வாக்குடன் திகழ்ந்தார்கள் என்பதை நாம் தெரிந்து கொள்ளலாம்.

அதேபோல, இப்பகுதிக்கு அண்மையில் உள்ள நாங்குநேரி வட்டத்தில் உள்ள வேப்பிலாங்குளத்தில் பிறந்து திருக்குறுங்குடியில் மாணிக்கவாசகர் என்ற சிற்றரசனிடம் வடக்கு வாசல் தளகர்த்தராய்ப் பணியாற்றிய சின்னத்தம்பி குறித்து சின்னத்தம்பி கதைப்பாடல் உள்ளது. Institute of Asian Studies, 1987 ஆம் ஆண்டு *The Wandering Voice* என்னும் தலைப்பில் வெளியிட்ட நூலில் இக்கதைப்பாடலும் இடம் பெற்றுள்ளது.

மேற்சொன்ன சின்னத்தம்பி கதைப்பாடல் சுவடி 1882 ஆம் ஆண்டு எழுதப்பட்டது என மேற்சொன்ன நூலின் தொகுப்பாசிரியர் நிர்மலா தேவி குறிப்பிடுகிறார். இக்கதைப் பாடல்களின் காலம் 16 முதல் 18 ஆம் நூற்றாண்டு வரையிலான காலம் என்பது அவர் கருத்து. அந்த அடிப்படையில் சின்னத்தம்பி கதை நடந்த காலம் கி.பி. 17 அல்லது 18 ஆம் நூற்றாண்டாக இருக்கலாம் என்ற முடிவுக்கு நாம் வர முடியும்.

ஆக, இப்பகுதியில் திருநீலகண்டன் போன்றவர்கள் பதினாறாம் நூற்றாண்டின் இறுதிப் பகுதியில் ஆண்டிருக்கிறார்கள். சின்னத்தம்பி போன்றவர்கள் அதன் பிறகு 17 ஆம் நூற்றாண்டு வாக்கில் அரசு உயர் அதிகாரிகளாக இருந்திருக்கிறார்கள். இவர்கள் எல்லாம் தென்காசிக் கல்வெட்டு குறிப்பிடுகிற ஆண்டி வாணாதராயன் வழியில் வந்தவர்கள் என்று சொல்ல முடியும்.

ராணிப்பேட்டை மாவட்டத்தில் குடிமல்லூரில் வாணாதராயர் எல்லப்பர் என்பவர் கி.பி. 1550 ஆம் ஆண்டு கல்வெட்டு ஒன்றில் குறிப்பிடப்படுகிறார் (A.R. No. 417 of 1905). அதே போல திருவண்ணாமலை மாவட்டத்தில் உள்ள தேவிகாபுரத்திலும் கி.பி. 1533 ஆம் ஆண்டில் கொல்லாவிட்டார் வாணவராயர் என்பவர் குறிப்பிடப்படுகிறார். (A.R. No. 356 of 1912) வேலூர் கோட்டையிலும், இப்போது ஆந்திர மாநில எல்லைப் பகுதியில் உள்ள கள்ளிவேடு என்ற ஊரிலும் சக்கிலிக்கோட்டையும் சக்கிலிதுர்கமும் இருந்தன என்று The Antiquarian remains நூல் குறிப்பிடுவதை விளக்கும் சான்றுகளாக மேற்கூறிய வாணர்கள் குறித்த கல்வெட்டுகள் அமைகின்றன.

திருப்புல்லாணியின் உள்ள கி.பி. 1515 ஆம் ஆண்டைச் சேர்ந்த கல்வெட்டு சுந்தரத் தோளுடையார் மகாபலி வாணாதராயர் உடையது (A.R. No. 109 of 1903) காளையார்கோவிலில் உள்ள கி.பி. 1532 ஆம் ஆண்டைச் சேர்ந்த கல்வெட்டு திருமாலிருஞ்சோலை நின்ற மாவலி வாணாதராயருடையது (A.R. No. 587A of 1902). இறந்த காலம் எடுத்த வாணாதராயரின் கல்வெட்டுகள் கீழ்க்கண்டவை:

	ஆண்டு	கல்வெட்டு எண்
திருப்புல்லாணி	1518	AR No 113 of 1903
காளையார்கோயில்	1530	AR No 180 of 1902
தேவிப்பட்டினம்	1534	AR No 121 of 1903

மேற்கண்ட கல்வெட்டுகள் வாணர்களுடைய ஆட்சி பதினாறாம் நூற்றாண்டில் ராமநாதபுரம், சிவகங்கை மாவட்டங்களில் நடைபெற்றன என்பதைத் தெரிவிக்கின்றன. இக்காலகட்டத்தில் வாணர்களின் தலைநகரமாக சிவகங்கை மாவட்டத்திலுள்ள

மானாமதுரை விளங்கியிருக்கிறது. மானாமதுரை அக்காலங்களில் வாணவீரன் மதுரை என்றே வழங்கப்பட்டது என்பதைச் சில கல்வெட்டுகளின் மூலம் நாம் அறிய முடிகிறது.

"... திருமலை திருப்பதி நயினார் திருமெய்ய மலையாளர் கோவில் ஸ்ரீபண்டாரத்தில் காரியத்து கடவாரும்... அமலத்தாரும்... ஊரருமொம் வாநவீரன் மதுரையில்...

இருக்கும் சோலையப்ப பிள்ளை கெங்கையாடிய பிள்ளைக்கு..."

(A.R. No. 394 of 1906)

".... ஸ்ரீமது திருமலைச் சேதுபதி காத்த தளவாய் ரகுநாத நரேந்திரனுக்குப் புண்ணியமாக வாநரவீரன் மதுரை இலிருக்கும் சொலையப்ப பிள்ளை கங்கையாடியா பிள்ளை கானனாட்டு..."

(A.R. No. 398 of 1906)

மேற்கண்ட கல்வெட்டுகள் கி.பி. 1669 ஆம் ஆண்டைச் சேர்ந்தவை ஆகும்.

அப்படிப்பட்ட சிறப்பு வாய்ந்த மானாமதுரை என வழங்கப்படுகிற வாணவீரன் மதுரைக்கு மிக அருகில் 12 கிலோ மீட்டர் தொலைவில் உள்ள குடஞ்சாடி கிராமத்தில் பிறந்தவர் குயிலி. வேலுநாச்சியாரின் மெய்க்காப்புப் படைத் தளபதியாக இவரது தியாகங்கள் தமிழ்நாட்டு வரலாற்றில் பெருமை கொள்ளத்தக்க ஒன்று. பதினாறாம் நூற்றாண்டின் இறுதிப் பகுதியில் இப்பகுதியில் ஆட்சி உரிமையை இழந்த வாணர் குலம் எனப்படுகிற சக்கிலியர் குலத்தில் பதினெட்டாம் நூற்றாண்டின் இறுதிப் பகுதியில் களமாடியவர் குயிலி.

அதேபோல சேலம் மாவட்டம் தலைவாசல் அருகிலுள்ள ஆறகளூர் என்ற ஊரில் கி.பி. 1514 ஆம் ஆண்டைச் சேர்ந்த ஒரு கல்வெட்டில் ஒரு வாணகோவரையன் பெயர் குறிப்பிடப்படுகிறது *(A.R. No. 409 of 1913)*. கி.பி. பன்னிரெண்டாம் நூற்றாண்டிலிருந்து வாணர்களின் முக்கியமான தலைநகரகமாகத் திகழ்ந்த

இவ்வூரில் பதினாறாம் நூற்றாண்டிலும் ஒரு வாணகோவரையன் குறிப்பிடப்படுகிறான்.

மேற்கு மாவட்டங்களில் காணப்படும் சக்கிலியர்கள் ஆறகளூர் வாணர்களின் வழியில் வந்தவர்கள் எனலாம். அந்த வரிசையில் பதினெட்டாம் நூற்றாண்டின் இறுதிப் பகுதியிலும் பத்தொன்பதாம் நூற்றாண்டின் தொடக்கத்திலும் வாழ்ந்து மறைந்த தீரன் சின்னமலையின் தளகர்த்தர்களில் ஒருவரான பொல்லான் பகடையைக் குறிப்பிடலாம்.

மேற்கண்ட கல்வெட்டுகளில் குறிப்பிடப்படும் வாணர்கள் தமிழ்நாடு முழுவதிலும் பல பகுதிகளிலும், குறிப்பாக வட தமிழ்நாடு, மேற்குத் தமிழ்நாடு, தென் தமிழ்நாட்டுப் பகுதிகளில் கோலோச்சிய செய்தி புலப்படுகிறது. டெல்டா மாவட்டங்களின் இக்காலங்களில் வாணர்கள் செல்வாக்குடன் இருந்ததாகத் தெரியவில்லை.

இத்தகைய செல்வாக்கினை வாணர்கள் எப்படி இழந்தார்கள்? இன்று சமூகத்தின் மிகவும் அடித்தட்டில் வைத்துப் பார்க்கப்படும் நிலைக்கு அவர்கள் எவ்வாறு தள்ளப்பட்டார்கள்?

வாணர்களின் வரலாற்றில் மிகப் பெரும் பின்னடைவு என்பது அச்சுதராயன் காலத்தில் ஏற்பட்டது என்று சொல்ல முடியும். அச்சுதராயன் காலத்தில் நாயக்கர்களின் ஆட்சி ஏற்படுத்தப்பட்டு மதுரை, செஞ்சி, வேலூர் ஆகிய ஊர்களைத் தலைமை இடமாகக் கொண்டு ஆளப்பட்டது. நாயக்கர்கள் ஆட்சி ஏற்படுத்தப்பட்ட பின்பு வாணர்கள் என்ற சக்கிலியர் மெதுமெதுவாகத் தங்கள் முக்கியத்துவத்தை இழந்து சமூகத்தின் கீழ் அடுக்கிற்குத் தள்ளப்பட்டுக் கீழ்நிலை அடைந்தார்கள்.

இச்செய்தியைத் தெரிவிக்கும் ஆவணங்களுள் முதன்மையானதாகத் திகழ்வது வெள்ளங்குடிச் செப்பேடாகும். வெள்ளங்குடிச் செப்பேடு இரண்டாம் கிருஷ்ணப்பர் ஆட்சிக் காலமான கி.பி. 1598 ஆம் ஆண்டைச் சேர்ந்தது ஆகும். இச்செப்பேட்டைப் பதிப்பித்த T.A. கோபிநாதராவ் மேற்சொன்ன செய்தி குறித்து குறிப்பிடுவதைப் பார்ப்போம்.

"... செப்பேட்டின் வரிகள் 120 முதல் 125 வரையிலான பகுதியின் மூலம் நாம் அறிந்து கொள்வது என்னவெனில், திருவடி அரசர், பாண்டிய மகாராசர், வாணாதராயர் மற்றும் பிற அரசர்களைப் போர்க் களங்களில் தோற்கடித்து, அவர்களது ராஜ்ஜியங்களைத் தமது புஜபல பராக்கிரமத்தால் தனது உடைமை ஆக ஆக்கிய விஸ்வநாத நாயக்கர், மதுரை ராஜ்யத்தின் அரசனாக முடி சூடிக் கொண்டு ஆட்சி செய்தார்..."

திருவடி என்னும் பெயர் கல்வெட்டுகளிலும், இலக்கியங்களிலும் திருவாங்கூர் அரசனைக் குறிப்பதாக இருக்கிறது. அச்சுத தேவராயனின் காலத்தைச் சேர்ந்தத் திருவடி அரசன் விஜயநகரப் பேரரசின் எதிரிகளைத் தனது அரவணைப்பில் வைத்திருந்தது மட்டுமல்லாமல், பேரரசனின் மேலாண்மையை ஏற்றுக் கொள்ளவும் மறுத்து விட்டான். ஆகையால், திருவடி அரசனை மிகக் கடுமையாகத் தண்டிக்க வேண்டும் என விஜயநகரப் பேரரசன் அச்சுதராயன் எண்ணினான். அந்நோக்கத்தில் ஒரு பெரும்படையைத் திரட்டிக் கொண்டு தானே தலைமை தாங்கி ஸ்ரீரங்கம் வரையிலும் வந்து விட்டான். அங்கிருந்து படையைத் தலைமை தாங்கி நடத்திச் செல்ல வேண்டுமென தனது மைத்துனன் சளக திருமலைராயனைக் கேட்டுக் கொண்டான். சளக திருமலைராயனும் அதற்கு இணங்கிப் படைத்தலைமை ஏற்றுப் புறப்பட்டுச் சென்றான். சளக திருமலைராயன் திருவடி அரசனையும், அவனுக்குத் துணையாய் வந்த அரசர்களையும் தாமிரபரணி நதிக்கரையில் வைத்து தோற்கடித்துப் பாண்டிய அரசனிடம் இருந்து திருவடி அரசன் கவர்ந்து கொண்ட அனைத்துப் பகுதிகளையும் திரும்ப ஒப்படைக்குமாறு செய்தான். விஜயநகரப் பேரரசரிடம் உதவி வேண்டி முறையிட்ட பாண்டிய அரசன் ஸ்ரீவல்லபன், திருவடியரசனின் இத்தோல்வியின் பின் தான் இழந்த ராஜ்ஜியத்தின் அரசனாக மீண்டும் ஆனான். இந்நிகழ்வை நினைவுறுத்தும் விதமாகவே அச்சுததேவராயன், பாண்டியன் ஸ்ரீவல்லபன், நாகம நாயக்கன் ஆகிய மூவரும் தனித்தனியே தங்களைப் "பாண்டிய குல ஸ்தாபனாச்சாரியன்" என்று குறிப்பிட்டுக் கொள்கிறார்கள்.

... அச்சுதராயனின் காலத்தில் படையெடுத்துச் சென்றவர்களுள் ஒருவனாக விஸ்வநாத நாயக்கனும் இருந்திருக்கக்கூடும்.

விஸ்வநாத நாயக்கர் வாணாதிராயர்களிடமிருந்து மதுரையின் ஆட்சியதிகாரத்தைப் பறித்துவிட்டு, அந்நகரைத் தனது ராஜ்ஜியத்தின் தலைநகராகவும் ஆக்கிக் கொண்டனர். மதுரை, திருநெல்வேலி மாவட்ட பகுதிகளோடு திருவாங்கூர் சமஸ்தானத்தின் பகுதிகளையும் உள்ளடக்கியதாக அவனது ராஜ்ஜியம் அமைந்திருந்தது.

(எபிகிராபிகா இண்டிகா, தொகுதி 14, பக். 303, 304)

T.A. கோபிநாதராவ் இக்கட்டுரையை எழுதியது 1912 ஆம் ஆண்டாகும். அக்காலப்பகுதியில் திருநெல்வேலி, மதுரை ஆகிய மாவட்டங்களில் இன்றைய மதுரை, ராமநாதபுரம், சிவகங்கை, விருதுநகர், தேனி, தென்காசி, திருநெல்வேலி, தூத்துக்குடி ஆகிய மாவட்டங்களை உள்ளடக்கிய பகுதியாகும்.

கோபிநாதராவ் கூறும் செய்தி குறித்து மதுரை நாயக்கர் வரலாறு நூலில் அ.கி. பரந்தாமனார் சில மேலதிக செய்திகளைத் தருகிறார்.

"தென்பாண்டி நாட்டில் அச்சுதராயர் உதவி கிடைத்தது குறித்துக் கல்வெட்டு ஆராய்ச்சியில் சிறந்து விளங்கிய சதாசிவ பண்டாரத்தார் தமது பாண்டியர் வரலாற்றில் கூறியுள்ளார். உடையவர்மன் சீவல்லப பாண்டியன் 1534 முதல் 1543 வரையில் தென்பாண்டி நாட்டுப் பகுதியை ஆண்டவன். இவனுக்கு 'இறந்த காலம் எடுத்தவன்', 'பாண்டிய ராச்சிய ஸ்தாபனாச்சாரியன்' என்னும் பட்டங்கள் உண்டு. இவன் காலத்தில் திருவாங்கூர் நாட்டு மன்னன் உதயமார்த்தாண்டவர்மன் தென்பாண்டி நாட்டைக் கைப்பற்றிக் கொண்டான். அத்திருவாங்கூர் மன்னன் கல்வெட்டுகள் பிரமதேசம், சேரமகாதேவி, அம்பாசமுத்திரம், களக்காடு ஆகிய ஊர்களில் உள்ளதால், இப்பகுதிகள் அவனது ஆட்சிக்கு உட்பட்டிருந்தன என்பது திண்ணம். தன் நாட்டை இழந்த சீவல்லப பாண்டியன் அச்சுதராயரிடம் முறையிட்டான். திருவாங்கூர்

மன்னன் அச்சுதராயருக்கு வழக்கமாகச் செலுத்தி வந்த கப்பத்தைச் செலுத்தவில்லை. ஆதலால் இவ்விரு காரணங்களைக் கொண்டு தம் மைத்துனன் சளகராசனின் தலைமையில் தெற்கே ஒரு படையை அனுப்பினார். அவன் அப்படையுடன் தெற்கே வந்து, உதயமார்த்தாண்ட வர்மனைத் தாமிரபரணி ஆற்றங்கரையில் நடந்த போரில் வென்று, அவன் கைப்பற்றியிருந்த தென்பாண்டி நாட்டைப் பிடுங்கிப் பாண்டியனுக்குக் கொடுத்தான். இச்செய்தி *'அச்சுதராயா யுதயம்'* என்னும் நூலில் கூறப்பட்டுள்ளது. அச்சுதராயர் இவ்வாறு உதவி செய்தமைக்குச் சீவல்லபன் தன் மகளை அவருக்கு மணஞ்செய்து கொடுத்து மகிழ்ந்தான்."

(மதுரை நாயக்கர் வரலாறு, பக். 82,83,
அ.கி. பரந்தாமனார்)

திருவடி அரசனைத் தோற்கடித்துப் பாண்டியனின் மகளை மணம் முடித்தது, அச்சுதராயனின் எந்த ஆண்டில் நிகழ்ந்தது? இதுகுறித்துக் காஞ்சியில் உள்ள ஒரு கல்வெட்டு சொல்வதைக் காண்போம்.

"ஸ்ரீமன் மகாராசாதிராச ராசபரமெசுர ஸ்ரீவீரப்பிறதாப மூவராயர் கண்ட யரியராயவிபாட அஷ்ட்டதிக்குராய மநொபயங்கர பூறுவதெக்ஷண பச்சிம சமுத்திராதிசுர ஸ்ரீவீர அச்சுதைய தேவமகாராயர் பிறுதிராச்சியம் பண்ணியருளாநின்ற சகாற்த்தம் 1451ன் மேல் செல்லாநின்ற விரோதி சங்கற்சரத்து விறிச்சிக நாயற்று அபரபக்ஷத்து பஞ்சமியிலே பட்டாபிஷேகரான அபய அஸ்திராயசங்களுக்குச் சரணாகதராய் வந்ததுக்கெயுள்ள ராயணராசர் உம்மத்தூர் மல்லராசர் வெங்கடாத்திரி முதலான பாளையத்து நாயக்கபாடிகளையும் பாலித்து முடுக்கா.

2. இருந்த அனந்தமான பெரையும் ரக்ஷித்து திருவடிராச்சியத்துக்கு மன்னயரையும் தளபாடமும் அனுப்பியருளி தாம்பிரகன்னி கரையிலே செயஸ்தம்பம் நாட்டி திருவடி கையிலே கப்பமும் வாங்கி பாண்டிய ராசாவின் குமாரத்தியையும் வாங்கிக் கொண்டருளி

தும்பிச்சியையும் சாளுவ நாயக்கனையும் சாதிச்சு நந்தன சங்கற்சரத்து சிங்கநாயற்று பூறுவ பக்ஷத்து ஏகாதசி நாள் காஞ்சிபுரத்துக்கு எழுந்தருளி..."

(A.R. No. 49 of 1900)

அச்சுதராயனின் இம்மெய்க்கீர்த்தி கூறும் செய்தியாவது:

1. விரோதி வருடமான 1451 (சகம்) (கி.பி. 1529) இல் அச்சுதராயன் அரியணை ஏறினான்.
2. அப்போது அவனிடம் அபயம் சரணடைந்த ராயராசன், உம்மத்தூர் அரசன் (மல்லிராசன்), வெங்கடாத்திரி நாயக்கன் மற்றுமுள்ள நாயக்கர்களுக்கு அவர்களுக்குரிய உரிமையை வழங்கி, பாதுகாப்பு அளித்தான்.
3. திருவடிராஜ்யத்துக்குத் தனது மைத்துனன் சளகராசன் தலைமையில் படையை அனுப்பிப் போரில் வெற்றி பெற்ற பின் தாமிரபரணி நதிக்கரையில் வெற்றித்தூண் நிறுவும்படிச் செய்தான்.
4. திருவாங்கூர் அரசனான திருவடியிடம் கப்பம் வாங்கினான்.
5. பாண்டிய அரசனின் மகளை மணம் முடித்தான்.
6. தும்பிச்சி நாயக்கனையும், சாளுவ நாயக்கனையும் அடக்கினான்.
7. நந்தன வருடம் (1532 ஆம் ஆண்டு) காஞ்சிபுரத்துக்கு நேரில் வந்தான்.

Chittoor through the ages நூலின் ஆசிரியர் எம்.டி. சம்பத் அச்சுதராயனின் பட்டாபிஷேகம் குறித்து கீழ்க்கண்டவாறு கூறுகிறார்.

"அச்சுதராயனின் முடிசூடும் நிகழ்வு நவம்பர் 20, 1529 இல் நடந்தது என்று கல்வெட்டு ஆதாரங்கள் குறிப்பிடுவதை நாம் ஏற்றுக் கொள்ளத் தான் வேண்டும்... அரச பதவியேற்ற உடனேயே அவனது ராச்சியத்தின் தெற்குப் பகுதிக்குப் படைகளைத் திரட்டிக் கொண்டு சென்று

போர் நடவடிக்கைகளில் அவன் ஈடுபட வேண்டியதாகி விட்டது. அதன்பின் தனது முடிசூடுதல் நிகழ்விற்கு மதரீதியான ஏற்பைப் பெறும் நோக்கத்தில் 1533 ஜனவரி 31 இல் திருப்பதிக்கு அவன் திரும்பி வந்தான்."

(Chittoor through the ages, பக். 290, M.D. சம்பத்)

நா. வானமாமலை போன்றவர்கள் எந்த வரலாற்று ஆதாரமும் இல்லாமல், விஸ்வநாத நாயக்கன் காலத்தில் அவனது படை வீரர்களுக்குள் செருப்பு தைக்க ஆந்திராவிலிருந்து அழைத்துக் கொண்டு வந்தவர்களே சக்கிலியர் என்று வரலாற்றுக்கும், தர்க்கத்துக்கும் முரணான செய்தியை முன் வைத்திருக்கிறார்கள். வேங்கடமலைக்கும் தெற்கே வாழும் தமிழர்களுக்கு செருப்பு என்றால் என்னவென்று தெரியாதா? விஸ்வநாத நாயக்கனின் படை வீரர்கள் போருக்கு வந்தார்களா? விதவிதமாகச் செருப்பு போட்டு போர் நடைபெற்றுக் கொண்டிருக்கும் நெருக்கடியான காலத்தில் ஆடை அலங்கார அணிவகுப்பு நடத்த வந்தார்களா? கற்பனை செய்வதென்றால், அதில்கூட நல்லவிதமான கற்பனை தோன்றவில்லையே இந்த ஆய்வாளருக்கு?

அவரைப் போன்றவர்கள் உளறுவதை ஒதுக்கித் தள்ளிவிட்டு வரலாற்றை அணுகினோம் என்றால், அவர் சொன்னதற்கு அப்படியே நேர் எதிராக நடந்திருக்கிறது. விஸ்வநாத நாயக்கன் படைகளோடு சக்கிலியர்கள் வரவில்லை. மாறாக விஸ்வநாத நாயக்கனின் காலத்திற்கு முன்பு வரை ஆட்சியாளர்களாக ஒரு பெரும்பகுதியை ஆண்டு கொண்டிருந்தவர்கள் சக்கிலியர்கள்.

"கி.பி. 1352க்குப் பிறகு கி.பி. 1500 வரைக்கும் வாணாதிராயர்கள் மதுரைப் பகுதியை ஆண்டார்கள் என்றும் அதன் பிறகு நாயக்கர்கள் பலர் மதுரையை ஆண்டார்கள் என்றும் மதுரைத் தல வரலாறு தெரிவிக்கிறது."

(பாண்டிய நாட்டில் வாணாதிராயர்கள், பக். 63, 64)

மேலே கண்டது *பாண்டிய நாட்டின் வாணாதிராயர்கள்* என்ற நூலில் வெ. வேதாசலம் குறிப்பிடுவதாகும். ஆக, வீரகம்பணன் படையெடுப்பிற்குப் பிறகு மதுரையைச் சக்கிலியர்கள் ஆளத் தொடங்கியிருக்கிறார்கள். அச்சுதராயனின் படையெடுப்பின்

போது ஆட்சி விஸ்வநாதன் கைக்கு மாறியிருக்கிறது. ஆயினும் நாடு முழுவதையும் வாணாதிராயர்கள் இழந்தார்கள் என்று சொல்ல முடியவில்லை. காளையார்கோவில், தேவிப்பட்டினம் போன்ற ராமநாதபுரம் மாவட்டப் பகுதிகளில் கி.பி. 1533 வரை வாணாதிராயர்களின் கல்வெட்டுகள் காணப்படுவதை இக்கட்டுரையின் அட்டவணைப் பகுதியில் ஏற்கனவே பார்த்தோம். அதன்பிறகு அப்பகுதியின் ஆட்சியுரிமைகளும் பறிபோய் இருக்க வேண்டும்.

ஆயினும் கி.பி. 1553 ஆண்டைச் சேர்ந்த சங்கரன்கோவில் கல்வெட்டில் அப்பகுதியின் காணியாட்சி உரிமை அடைக்கலம் காத்தான் என்ற வாணனிடமிருந்ததைத் தெரிவிக்கிறது. கி.பி. 1567 தென்காசியில் ஆண்டி வாணாதராயன் என்பவன் காணப்படுகிறான். இவர்களெல்லாம் பாண்டியருக்கு அடங்கிய சிற்றசர்களாகவோ, அதிகாரிகளாகவோ இருந்திருக்க வேண்டும். விஸ்வநாத நாயக்கன் காலத்தில் நாயக்கர் ஆட்சி முறை ஏற்பட்டதிலிருந்தே வாணர்கள் என்ற சக்கிலியருக்கு இறங்குமுகமாகவே இருந்தது. நாயக்கர் ஆட்சிக்கு வெளியே பாண்டியர்கள் ஆண்டு கொண்டிருந்த பகுதிகளில் வாணர்கள் அதிகாரிகளாக இருந்திருக்கின்றனர்.

நாயக்கர் ஆட்சி முறை ஏற்படுத்தப்பட்டதன் பிறகு, வாணர்கள் கொஞ்சம் கொஞ்சமாகத் தங்கள் செல்வாக்கு அனைத்தையும் இழந்து அடையாளமின்றிப் போனார்கள். இவ்வாறு செல்வாக்கின்றி மங்கி மறையும் நிலை ஏற்பட்டதில் வீரப்பநாயக்கர் காலத்தில் வாணர்கள் நடத்திய போரே காரணமாயிற்று. அதை முறையே வெ. வேதாசலமும், அ.கி. பரந்தாமனாரும் கீழ்க்கண்டவாறு குறிப்பிடுகின்றனர்.

> “மறவர் நாட்டில் இருந்த வாணாதிராயன் ஒருவன் வீரப்ப நாயக்கன் ஆட்சியை எதிர்த்து சுயாட்சி பெறக் கருதி, மானாமதுரையிலும், காளையார் கோயிலிலும் இருந்த கோட்டைகளைப் பழுதுபார்த்து பலப்படுத்தி, பக்கத்திலுள்ள சிற்றூர்களைக் கைப்பற்றிக் கொண்டு கலகம் செய்து வந்தான். இதனை அறிந்த வீரப்ப நாயக்கன் உடனே தனது படைகளை அவ்விடங்களுக்கு அனுப்பி வாணாதிராயன் படைகளைப் புறங்கண்டு

வாணாதிராயனின் கலகத்தையும் அடக்கினான். அவனது நாடு கைப்பற்றப்பட்டது.

இவ்வாணாதிராயனின் கலகத்தினால் மறவர் நாட்டு ஆட்சிப் பொறுப்பைப் பாண்டிய நாட்டில் நீண்ட காலமாகப் பெற்றிருந்த வாணர் குலம் இழந்தது. பாண்டிய நாட்டில் இறுதியாகப் பெற்றிருந்த ஒரு பாளையப்பட்டின் தலைவராக இருக்கக் கூடிய பேற்றையும் இழந்தது."

(பாண்டிய நாட்டில் வாணாதிராயர்கள், பக். 129)

"உரிமை பெறக்கருதிய மாவலி வாணாதிராயன் ஒருவன் மானாமதுரையிலும், காளையார் கோயிலிலும் இருந்த கோட்டைகளைச் சீர்திருத்தி அமைத்து, வலிமையுடையதாக்கிக் கொண்ட பின்பு, படையெடுத்துப் பக்கத்துச் சிற்றூர்களைக் கைப்பற்றி நாட்டில் கலகத்தை உண்டு பண்ணினான். வீரப்பர் இந்த கலகத்தை முளையிலே கிள்ளியெறிய எண்ணிப் படையை அனுப்பி உடனடியாக வாணாதிராயன் கலகத்தை அடக்கினார். கலகம் செய்தவனது பாளையமும் கைப்பற்றப்பட்டது."

(மதுரை நாயக்கர் வரலாறு, பக். 100)

வீரப்ப நாயக்கனின் ஆட்சிக்காலம் கி.பி. 1572 முதல் கி.பி. 1595 வரையாகும். ஆகவே பதினாறாம் நூற்றாண்டின் இறுதிப் பகுதியில் வாணர்கள் என்கிற சக்கிலியர் தங்களது செல்வாக்கு முழுவதையும் இழந்து விட்டனர் என்றுச் சொல்ல வேண்டும்.

பதினாறாம் நூற்றாண்டின் இறுதிப் பகுதியில் வாணர்கள் ஆகிய சக்கிலியர்கள் தங்கள் செல்வாக்கை இழந்து விட்டனர். நாயக்கர்களின் ஆட்சி கி.பி. 1736 வரை தொடர்ந்தது. ஆக, சக்கிலியர்கள் யாரிடம் ஆட்சி அதிகாரத்தை இழந்தார்களோ அவர்களின் ஆட்சி மேலும் 150 ஆண்டுகள் தொடர்ந்து இருந்தது.

அந்த 150 ஆண்டுகளைத் தொடர்ந்து ஆட்சியில் மாறுதல் ஏற்பட்டாலும், பிரிட்டிஷ் ஏகாதிபத்தியத்தின் ஆட்சி கெட்டதிலிருந்து கழிசடைக்குப் போனதாகவே சக்கிலியரைப் பொருத்தமட்டில் இருந்தது. ஆங்கிலேயர் இந்நாட்டைக் கைப்பற்றுவதற்காக முனைந்த போது, அவர்களுக்கு எதிரான

போர்களில் முனைந்து ஈடுபட்ட சமூகமாகச் சக்கிலியர் இருந்தனர்.

இதுவரை இந்தியச் சூழலில் இருந்த ஆட்சியாளர்களைப் போல இல்லாமல், பள்ளி, கல்லூரிகள் ஆகிய கல்விப் புலங்கள், நாளிதழ்கள், வானொலிகள் போன்ற ஊடகங்கள், நாட்டு அதிகாரம், உள்ளூர் நிர்வாகம் என்று நாட்டின் அனைத்து அதிகாரங்களும் ஆங்கிலேயரிடம் இருந்தன. போதாக்குறைக்குப் பார்ப்பன, வேளாளச் சாதிகளின் ஆதரவும் ஒத்துழைப்பும் அவர்களுக்கு இருந்தன. அதோடு அவர்களுடைய ஆட்சியின் எல்லை என்பது மிகப் பிரம்மாண்டமாய் உலகு தழுவியதாய் இருந்தது.

விளைவு, சக்கிலியர்கள் சமூகத்தின் அடித்தட்டில் எல்லோருக்கும் கீழானவர்களாகத் தள்ளி அங்கேயே நிலைநிறுத்தி வைக்கப்பட்ட நிலை ஏற்பட்டது.

◉

சக்கிலியர்களின் வீழ்ச்சி

மதுரை நாயக்கர்கள் ஆட்சிக்கு வந்ததும் சிறிது காலத்திலேயே சக்கிலியர் என்கிற வாணர்கள் தங்கள் செல்வாக்கு முழுவதையும் இழந்து கீழ்நிலைக்குப் போயினர் என்பதைப் பார்த்தோம். மதுரை நாயக்கர்களின் ஆட்சிக் காலத்தில் சக்கிலியர்கள் தங்களது சிறப்பை இழந்தச் செய்தியை சக்கிலியர்களின் வாய்மொழி வரலாறுகள் பதிந்து வைத்திருப்பதை நாம் காணலாம். எடுத்துக்காட்டிற்கு முள்ளுச்சாமி என்ற சக்கிலியர் கூறியதாக மாற்கு தமது அருந்ததியர் வாழும் வரலாறு நூலில் தொகுத்துக் கூறியவற்றுள் ஒரு பகுதியைப் பார்க்கலாம்.

"கட்டபொம்மன் ஆட்சிக்கு வந்த போது அருந்ததியர்கள் தோல் வேலையை மட்டும் செய்து கொண்டிருந்தனர். சிலம்புச் சண்டையில் பெரிய வீரர்களாக இருந்தனர். எனவே அவர்களைத் தனது படையில் பெரும் எண்ணிக்கையில் சேர்த்தார்...

இந்த நிலையில் மதுரை மன்னன் நரபலி கொடுப்பதற்காக அருந்ததியர்களைச் சிறையில் அடைத்திருந்தார். அவர்களைக் கட்டபொம்மன் மீட்டதால் அருந்ததியர்கள் கட்டபொம்மனைத் தெய்வமாக வழிபட ஆரம்பித்தனர். கட்டபொம்மனுக்காக எதையும் செய்யத் தயாராயினர்.

ஆனால் கட்டபொம்மன் அருந்ததியர்களைக் கோமணம் கட்டச் சொல்லி, மானத்தைப் போக்கி, இழிந்த வேலையைச் செய்யச் சொன்னார். அதுவரை அருந்ததியர்கள் தோல் வேலை செய்து, கைவினைக் கலைஞர்கள் என்ற பெயருடன் கவுரவமான வாழ்வு வாழ்ந்தனர். இவர்களைக் கட்டபொம்மன் செத்த மிருகங்களைப் புதைக்கும் வேலையைச் செய்யச்

சொன்னார். செத்துப்போன குதிரை, மாடு, நாய் போன்ற மிருகங்களைக் கிராமத்திலிருந்து வெளியே புதைக்கச் சொன்னார்... இதிலிருந்துதான் அருந்ததியர் துப்புரவு வேலை செய்யும் நிலை ஆரம்பித்தது."

(அருந்ததியர் வாழும் வரலாறு, பக். 318, 319)

கட்டபொம்மன் ஆட்சிக்காலம் பதினெட்டாம் நூற்றாண்டின் இறுதிப் பகுதி என நமக்குத் தெரியும். அக்காலப் பகுதியில் மதுரையை ஆட்சி செய்து கொண்டிருந்த அரசன் சக்கிலியர்களை நரபலி இட முயன்ற செய்தியை இப்பகுதி தெரிவிப்பதோடு, கட்டபொம்மனும் சக்கிலியர் மீது ஒடுக்குமுறைகளை ஏவியதும், இழிவுகளைச் சுமத்தியதும் தெரிய வருகிறது.

கட்டபொம்மன் ஆட்சிக்காலம் வரையிலும் சக்கிலியர் இழிவான தொழிலில் ஈடுபடவில்லை. மாறாக அவர்கள் சின்ன அளவிலேனும் அதிகாரத்தோடு இருந்தார்கள் என்பதை மாற்கு எழுதிய மேற்கண்ட நூலே இன்னொரு பகுதியில் குறிப்பிடுகிறது.

"சாக்சன் துரையைப் பார்க்க முடிவு செய்த கட்டபொம்மன் தனது படையுடன் செல்ல திட்டமிட்டார். எனவே தனது ஆட்சிக்குட்பட்ட 72 சிறு பாளையப் பகுதிகளிலிருந்தும் படை கொண்டு வரும்படி அச்சிறு பாளையக்காரர்களுக்கு உத்தரவிட்டார். அந்த 72 சிறு பாளையக்காரர்களில் நான்கு பேர் அருந்ததியப் பாளையக்காரர்களாவர். அவர்கள்தான் முத்தன் பகடை, பொட்டிப் பகடை, கந்தன் பகடை, தாமன் பகடை என்பவர்கள்."

(அருந்ததியர் வாழும் வரலாறு, பக். 75)

இந்தக் கூற்றை நிறுவும் விதமாகவே கட்டபொம்மன் கதைப்பாடல் குறிப்பிடுகிறது.

"பட்டண மருதூர் முத்தன் பகடை ராணுவமும்
அந்த கோட்டையில் வந்து இறங்கிடவே
சின்ன வக்கையன் பெரிய வக்கையன் ராணுவமும்
அந்த கோட்டையில் வந்து இறங்கிடவே"

(கதைப்பாடல் திரட்டு, பக். 42)

"கக்கரம் பட்டி மீனாட்சிபுரம் தொட்டியக் கடையம் சக்கிலியன் அவனைச் சேர்ந்த கனங்களும் அந்த கோட்டையில் வந்து இறங்கினவே"

(கதைப்பாடல் திரட்டு, பக். 43)

ஆகக் கட்டபொம்மன் காலமான பதினெட்டாம் நூற்றாண்டில் இறுதிப் பகுதி வரைச் சக்கிலியர்கள் சிறு பகுதிகளின் ஆட்சியாளராக நீடித்திருந்தார்கள். அவர்களின் வீழ்ச்சி மதுரை நாயக்கர்களின் காலத்தில் தொடங்கி, அவர்களது பாளையக்காரர்களின் ஆட்சியில் தொடர்ந்தாலும், முழுவதுமாக வீழ்த்தப்பட்டது காலனிய ஆட்சிக் காலத்திலேயே எனலாம். எடுத்துக்காட்டிற்கு ஆங்கிலேய ஆட்சிக் காலத்தில் நடந்த சிவகாசிக் கலவரத்தில் சக்கிலியரின் பங்கு பற்றி ஒரு பாட்டு குறிப்பிடுகிறது.

"நாலுபேரு அண்ணன் தம்பி,
நடுவப்பட்டி வெள்ளை ஐயா
பொட்டி ஓடைக்கு முன்னே
போட்டாரே ஏழு பேரை
வீர மறத்தி பெற்ற
வீரமுள்ள வெள்ளை ஐயா
சாலாச்சி சன்னதியைத்
தானடைக்கச் சொன்னாரையா
மொட்டைய நாடார் மகன்
முதக்குட்டி செம்புகுட்டி
வெள்ளையத் தேவரிடம்
வெட்டுபட்டுச் சாகுறானே
பாஞ்சாலம் குறிச்சியிலே
பகட மக்க ரெண்டு பேரு
அந்தரம் அடிச்சல்லவோ
தந்திரமா வெட்டினானே."

(தமிழர் நாட்டுப் பாடல்கள், பக். 358)

இப்பாடலுக்கு அறிமுகக் குறிப்பு எழுதிய நா.வா. கீழ்க்கண்டவாறு குறிப்பிடுகிறார்.

"வெள்ளையத் தேவன் விசாலாட்சி கோயிலை அடைக்கச் சொல்லி, கோயிலினுள் நுழைய முயன்ற இரு நாடார்களைக் கொன்றான். ஆனால் நாடார்களுக்கு ஆதரவாகப் பாஞ்சாலங்குறிச்சியிலிருந்து வந்த இரு சக்கிலியர்கள் தந்திரமாக வெள்ளையனையே கொன்று விட்டார்கள். இப்பாடல் கலகத்தின் கொடுமையைத் தெரிவிக்கிறது."

(மேலது, பக். 356)

சிவகாசிக் கலவரம் 1892 ஆம் ஆண்டு நடந்தது. மறவர்களை எதிர்கொள்ள சிவகாசி நாடார்கள் பாஞ்சாலங்குறிச்சியிலிருந்து சக்கிலியர்களை அழைத்து வந்து கலகத்தில் முதன்மைப் பங்கு வகித்த வெள்ளைத் துரை என்பவனை வெட்டிக் கொலை செய்த பிறகே கலவரம் அடங்கியது. எனில் அந்தக் குறிப்பிட்ட காலம் வரை சக்கிலியர்கள் யாரையும் எதிர்கொள்ளவல்ல துணிவுடனும், திறமையுடனுமே இருந்தார்கள் என்பதை இச்செய்தி அறியத் தருகிறது.

இதுவரைப் பார்த்த செய்திகளின் அடிப்படையில் பதினாறாம் நூற்றாண்டின் இறுதியில் சக்கிலியர்களின் ஆட்சி அதிகாரம் மொத்தமாய்ப் போனது. அதைத் தொடர்ந்து வறுமையும், இழிவும் அவர்கள் மீது சுமத்தப்பட்டது. இந்தக் காலத்தில் ஆங்கிலேயர்கள் வணிகர்களாக வந்து ஆட்சி அதிகாரத்தைக் கைப்பற்றினார்கள். அவர்கள் ஆட்சி அதிகாரத்தைக் கைப்பற்றுவதற்கு எதிரான போரில் சக்கிலியர்கள் முன்வரிசையில் இருந்தார்கள். அவர்களில் சிலரை மட்டும் இங்குச் சுட்டிக் காட்டலாம்.

முதலில் பூலித்தேவன் சிந்து சுட்டிக்காட்டும் சக்கிலியர்களைப் பார்க்கலாம்.

"சின்னான் பகடை பெரியான் பகடை
சிவத்தச் சொக்கான் கருத்த சொக்கான்
அண்ணன் தம்பிமார் அழகிரியுடன்
அஞ்சாறு பகடையுடன் ஒண்டியாம்
இத்தனாதி பேர்களுமே பூலிசேனாபதிகளாம்
அத்தனாதி பேர்களுக்கும் கம்புக்காரர்கள்
வலையக்காரர்கள் வாள்வீச்சுக்காரர்கள்

மேல்வீச்சுக்காரர்களுடன் முன்னூறு பேருக்கதிபதியாம்"

(அருந்ததியர் வாழும் வரலாறு, பக். 67)

ஒண்டிவீரன் தலைமைத் தளபதி. அவருடன் சின்னான் பகடை, பெரியான் பகடை, சிவத்த சொக்கன், கருத்த சொக்கான், அழகிரி இவர்கள் தவிர்த்த அய்ந்தாறு பகடை தளபதிகள், அவர்களின் கீழ் கம்புக்காரர்கள், வலையக்காரர்கள், வாள் வீச்சுக்காரர்கள், வேல் வீச்சுக்காரர்கள் என முன்னூறு படை வீரர்கள். இவர்கள் பூலித் தேவருடன் இருந்து போராடியவர்கள்.

கட்டபொம்மனுடன் இருந்து ஆங்கிலேயருக்கு எதிரான போரில் ஈடுபட்டு மாண்ட சக்கிலியர்கள் குறித்து கட்டபொம்மன் கதைப்பாடல்கள் தெரிவிக்கின்றன. அவற்றைப் பார்க்கலாம்.

"... பொட்டிப் பகடையும்
முத்தன் பகடையும் பொத்தய்யனும்
தட்டப்பாறைச் சின்ன வக்கையனும் தம்பி
சக்கையனும் பெரிய வக்கையனும்
கோலாகலமாகப் பாஞ்சைப் பதியிலே
கும்பாகக் கூடுதே"

(வீரபாண்டிய கட்டபொம்மு கதைப்பாடல், வரிகள் 369-374)

"கன்னி வாடிமலை வேட்டை வேட்டை என்று
கட்டையன் மொட்டைப் பகடையுடன்
மைத்துனனாகிய முத்தன் பகடையும்
மட்டுக்கடங்காத மொட்டையனும்
கத்திகளாம் சுருட்டுக்கத்திகளாம் பட்டாக்
கத்தியெடுத்து வீசிக்கொண்டு"

(வீரபாண்டிய கட்டபொம்மு கதைப்பாடல், வரிகள் 4051-4056)

"உத்தமனான குமரய்யாவும் மாதிசித்தன்
தளகர்த்தன் வெள்ளையாவும்"
(வீரபாண்டிய கட்டபொம்மு கதைப்பாடல், வரிகள் 281-282)

> "மன்னவன் சின்னன் வீரணனும் சரி
> மாதரி வெள்ளையன் பூவணனும்"
>
> (வரிகள் 289-290, மேலது)

> "கந்தன் பகடையும், முத்தன் பகடையும் கைக்கார ராமன் பகடையுடன்
> பொட்டிப் பகடையும், சட்டிப் பகடையும், போர் வீரன் சக்கையன் எலக்கையனும்
> கட்டையன், மொட்டையன், கொட்டாப்புளியுடன் கம்பள ராணுவம் பொங்கிடவே"
>
> (கதைப்பாடல் திரட்டு, கட்டபொம்மு கூத்து கதைப்பாடல், பக். 592)

கட்டபொம்மனுடன் இருந்து போரிட்ட சக்கிலியர்களின் குறிப்பிடத்தக்கவர்களின் பெயர்களை இப்பாடல்கள் அறியத் தருகின்றன. அவை வருமாறு:

1. பொட்டிப் பகடை 2. கந்தன் பகடை 3. முத்தன் பகடை 4. பொத்தையன் 5. சின்ன வக்கையன் 6. சக்கையன் 7. பெரிய வக்கையன் 8. கட்டையன் பகடை 9. மொட்டையன் பகடை 10. மாதி சித்தன் 11. மாதாரி வெள்ளையன் 12. ராமன் பகடை 13. சட்டிப் பகடை 14. எலக்கையன் 15. கொட்டாப்புளி 16. தாமன் பகடை

கதைப்பாடல்கள் தரும் பெயர்களை வைத்து அடையாளம் காணக் கூடிய கட்டபொம்மன் இணைந்து போரிட்ட பகடைகளின் பெயர்கள்தான் மேற்கண்டவை.

இவர்களைத் தவிரவும் மாப்பிள்ளை மாடன் என்று அழைக்கப்படுகிற மாடன் பகடை கீழமங்கலம் ஊரைச் சேர்ந்தவர். மணக்கோலம் காண இருந்த அவர் ஆங்கிலேயப் படையால் கண்டுபிடிக்கப்பட்டுக் கொலை செய்யப்பட்டார். புதியம் புத்தூரில் நல்லமுத்துப் பகடை என்பவரும் ஆங்கிலேயப் படைகளால் கொல்லப்பட்டு இன்று அவ்வூர் மக்களால் தெய்வமாக வணங்கப்படுகிறார்.

மேற்கு மாவட்டங்களைப் பொருத்தமட்டில், தீரன் சின்னமலையின் படைத் தளபதிகளில் பொல்லான் பகடை முதன்மையானவர். அவரது உறவினர் தில்லான் என்பவர் குறித்து ஓரளவு அறியப்படுகிறது. அவர்களுடன் இணைந்துப் போராடிய பிற சக்கிலியர்களைக் குறித்து ஏதும் அறிய முடியவில்லை. தீரன் சின்னமலை குறித்த முழுமையான கதைப்பாடல் கிடைக்கவில்லை. அக்கதைப் பாடலில் உள்ள ஒன்றிரண்டு பாடல்கள் மட்டுமே கிடைக்கின்றன என்பதால் பிறர் குறித்து நமக்குத் தெரியவில்லை.

ராணி வேலு நாச்சியாருடன் அவரது மெய்க்காப்புப் படைத் தலைமையேற்றுப் போராடியவர் குடஞ்சாடி குயிலி. தற்கொலைப் படைத் தாக்குதல் என்ற ஒன்றைத் தமிழ்நாட்டிற்கு அறிமுகம் செய்தவர் குயிலி எனலாம். ஆனால், சிவகங்கை சரித்திரக்கும்மி, சிவகங்கை சரித்திர அம்மானை ஆகிய கதைப்பாடல்களில் குயிலியைக் குறித்த செய்திகள் காணப்படவில்லை.

இங்கு நாம் கவனிக்க வேண்டுவது ஒண்டிவீரனின் காலமான கி.பி. 1755 ஆம் ஆண்டை ஒட்டிய காலப்பகுதியிலிருந்து, பொட்டிப் பகடை உள்ளிட்டவர்களின் காலமான 1801 வரைக்குமான அய்ம்பதாண்டு காலப் பகுதியைச் சேர்ந்தவர்களே இப்பகுதியில் நாம் பார்த்த சக்கிலிய வீரர்கள் அத்தனைப் பேரும் ஆவர்.

இவர்கள் போரிட்ட இடங்கள் என்று பார்த்தால் திருநெல்வேலி, தூத்துக்குடி, விருதுநகர், ராமநாதபுரம், சிவகங்கை உள்ளிட்ட தென்மாவட்டங்களின் பெரும்பகுதி அடங்கும். பொல்லான் பகடை உள்ளிட்டவர்கள் மேற்கு மாவட்டங்களிலிருந்து ஆங்கிலேயருக்கு எதிராகப் போரிட்டார்கள். தங்கள் இன்னுயிர்களைத் தந்து போராடினாலும் அவர்களது படைகள் தோல்வியே தழுவியது.

இப்படித் தோல்வியடைந்த சக்கிலியர்களின் வரலாற்றை இழிவுபடுத்தும் நோக்கம் ஆங்கிலேயருக்கு இருந்தது. அந்நோக்கத்தைப் புரிந்து கொண்டு, அவர்கள் விரும்பும் வகையில் சக்கிலியரை இழிவுபடுத்தி எழுத முதலில் தொடங்கியது அபே துபே என்பவர்தான். மேற்சொன்ன போர்களில் இறுதிப் போர்கள் நடந்து கொண்டிருந்த

காலத்தில் அவர் இப்பதிவுகளை எழுதியிருக்கிறார். ஆயினும் அவை பதிப்பிக்கப்பட்டது பத்தொன்பதாம் நூற்றாண்டின் நடுப்பகுதியில்தான். அபே துபே குறித்தும் சக்கிலியர் குறித்த அவரது பதிவுகள் குறித்தும் நாம் ஏற்கனவே சக்கிலிய அரசர்கள் என்ற கட்டுரையில் ஓரளவு பார்த்திருப்பதால் அதை மீண்டும் இங்கே அலச வேண்டியதில்லை. ஆயினும் அவரைத் தொடர்ந்து காலனிய அரசின் அதிகாரிகள் தாங்கள் தொகுத்த கெஜட்டியர்கள், மேனுவல்களில் சக்கிலியரைக் குறித்து இழிவாகப் பதிவு செய்தனர். அவற்றை இங்குக் காணலாம்.

சக்கிலியர்கள் குறித்து அய்ரோப்பிய அதிகாரிகள் எழுதியவற்றுள் நாம் முதலாவது பார்க்கப் போவது ஜேம்ஸ் ஹென்றி நெல்சன் என்பவர் எழுதிய *"The Madura Country: A Manual"* என்ற நூல் குறிப்பிடும் பகுதியைத்தான். அந்நூல் கீழ்க்கண்டவாறு குறிப்பிடுகிறது.

"சக்கிலியர்கள் என்பவர்கள் தோலைப் பதனிட்டு காலணிகள், குதிரைச் சேணம் மற்றும் பிற தோல் பொருட்களை உருவாக்குபவர்கள் ஆவர். சொல்ல முடியாத அளவுக்குக் குடியிலும், அசிங்கமான பழக்க வழக்கங்களிலும் ஈடுபடுகிறவர்கள் அவர்கள். அவர்களது நடத்தைகள் கேவலமானவையாய் இருக்கின்றன. உண்மையில் அவர்கள் அதிகபட்ச வெறுப்புக்கு உரியவர்களாகவே கருதப்படுகிறார்கள். வினோதமாக அவர்களது பெண்கள் பத்மினி ரகத்தைச் சேர்ந்தவர்களாகக் கொள்ளப்படுகிறார்கள். அதாவது முக அழகிலும், வடிவழகிலும் தனித்த அழகு கொண்டவர்களாகவும், கற்பில் சிறந்தவர்களாகவும் அவர்களது பெண்கள் இருக்கிறார்கள். ஜமீன்தார்களும், பிற செல்வந்தர்களும் அப்பெண்களைத் தொடுப்பாக வைத்துக் கொள்வதில் மிகுந்த விருப்பம் உடையவர்களாக இருக்கிறார்கள்."

(The Madura Country: A Manual, பகுதி 2, பக். 73, 1868)

மேற்கண்ட நூல் வெளியான ஆண்டு 1868 ஆகும். இதைப் போல, அதைத் தொடர்ந்து வந்து பிற மாவட்ட மேனுவல்களில்

சக்கிலியர் குறித்து சொல்லப்பட்டவற்றை இங்கு தொகுத்துப் பார்க்கலாம்.

"பறையர்கள் (சாதிக்குப் புறம்பானவர்கள்), இவர்களது மக்கள் தொகை 4,44,947 ஆகும். அது மாவட்ட மக்கள் தொகையில் 26 சதவீதம் ஆகும். எண்ணிக்கை அடிப்படையில் மாவட்டத்தில் இரண்டாவது இடத்தை வகிப்பவர்கள். இவர்கள் சக்கிலியர்களாக, துப்புரவுப் பணியாளர்களாகப் பணிபுரிகிறார்கள். ஆயினும் பெரும்பான்மையோர் விவசாயக் கூலிகளாக வேலை செய்கிறார்கள்."

(Manual of South Arcot, பக். 151, J.H. Garstin, 1878)

(இம்மாவட்ட மேனுவலில் சக்கிலியரைப் பறையர்களுடன் இணைத்து ஒன்றாகக் கணக்கிட்டிருக்கிறார்கள்).

அடுத்ததாக வடஆற்காடு மாவட்ட மேனுவலில் சக்கிலியர் குறித்து குறிப்பிடுவதைப் பார்க்கலாம்.

தெலுங்கு மாதிகாக்கள், தமிழ் சக்கிலியர்:

இவர்களது தொழில் தோல் பொருட்கள் செய்வதே ஆகும். முகமதியர்களும், லெப்பைகளும் வரும் வரையிலும் அத்தொழில் முழுக்க முழுக்க இவர்களுடைய தனியுரிமையாகவே இருந்து வந்தது. ஆகக் கீழான சாதி யாருடையது? சக்கிலியர்களா அல்லது பறையர்களா என்பதில் இரு பிரிவினருக்கும் இடையே சர்ச்சைக்குரிய செய்தியாகவே இருந்து வருகிறது. ஆனால், மற்ற சாதிகளைச் சேர்ந்தவர்களால் இவ்விரு சாதிகளுமே ஒரேயளவு கீழான நிலையில் உள்ள சாதியாகவே கருதப்படுகிறார்கள். இவர்கள் ஒரு போதும் சாதிமான்கள் அல்லர். ஆகவே, திருப்பதி மலை ஏறவோ, கோயில்களின் முன் பிரகாரங்களில் நுழையவோ, பிராமணர்களின் தெருக்களில் நடக்கவோ அனுமதிக்கப்பட மாட்டார்கள்.

மாதிகர்கள் பறையர்களிடமிருந்து உணவோ, நீரோ வாங்க மாட்டார்கள். பறையர்களும் மாதிகர்களிடமிருந்து அவற்றைப் பெற மாட்டார்கள். இந்த வெறுப்புணர்வைத்

தங்களுக்குச் சாதகமாகப் பயன்படுத்தும் நிலை காளஹஸ்தி அரசரின் குதிரை லாயங்களில் உள்ளது. குதிரைக்கான கொள்ளு திருடப்படாமல் இருக்க வேண்டும் என்பதற்காக, அந்த லாயங்களில் பணிபுரியும் குதிரைக்காரப் பறையர்களின் பார்வையில் படும்படி, குதிரைக்கான 'கொள்ளு' தானியங்களின் மீது மாதிகர்களை வைத்து நீர் தெளிக்க வைப்பார்கள்.

இப்பிரிவினர் தமிழர், தெலுங்கர் என இரண்டு பிரிவினராகக் காணப்படுகின்றனர். ஆயினும் பழைய காலங்களில் இவ்விரு பிரிவினருக்கும் பொதுவான மொழியாகத் தெலுங்கே இருந்திருக்கும் என்று தோன்றுகிறது. பறையர்களின் மொழி தமிழே ஆகும். சிந்தாடு, மல்டேன், ஜக்காலி என்று வேறு மூன்று பிரிவினரும் இவர்களிடையே உண்டு. இவர்கள் அனைவரும் சேர்ந்து உண்ணலாம். ஆனால் இவர்களிடையே திருமண உறவு கிடையாது. பள்ளி சாதியைச் சேர்ந்த கிராமத் தலைவரான "நாட்டான்" என்பவரிடம், இச்சாதிகளுக்கு இடையே ஏற்படும் சச்சரவுகள் விசாரணைக்குக் கொண்டு வரப்படும். அவர்களது மரபு வழி வழக்காறு மாதிகர் சாதியைச் சேர்ந்த அருந்ததி என்ற கன்னிப் பெண்ணைக் குறித்து குறிப்பிடுகிறது. இந்த அருந்ததி என்னும் பெண், தனக்கு மனைவியாய் இருப்பதற்கு ஏற்ற தகுதி உடையவள் என்று அகத்திய ரிஷியால் கருதப்பட்டவள் ஆவாள். இந்தக் கவுரவம் குறித்து பெருமித உணர்வு கொண்டு, செருப்பு தைக்கும் சக்கிலியர்கள் தங்களை அருந்ததியின் சாதியைச் சேர்ந்தவர் (அருந்ததியர்) என்று சொல்லிக் கொள்கிறார்கள்.

அவர்கள் மோசமான பழக்க வழக்கங்களை உடையவர்கள். உணவாக எதை வேண்டுமானாலும் உண்பார்கள். வரைமுறையின்றிக் குடிப்பார்கள். விதவைகள் மறுமணம் செய்ய வேண்டியதில்லை. ஆனால் வைப்பாட்டிகளாகக் கெட்ட பெயரின்றி வாழலாம். திருமணங்களின் போது மணமகன் 35 புதுப்பானைகள், 5 ரூபாய் பணம் ஆகியவற்றை வழங்க வேண்டும். அந்தப் பணம் மணவிழாவிற்கு வந்த விருந்தினர்கள் மது குடிப்பதற்குப்

பயன்படுத்திக் கொள்ளப்படும். அவர்களது வீடுகளுக்கு எந்தப் பார்ப்பனரும் வரமாட்டார் என்பதால், திருமணச் சடங்குகள் மணமக்களது சொந்த சாதியைச் சேர்ந்த பூசாரியாலேயே நடத்தி வைக்கப்படும்.

அவர்கள் கிராமத்தில் தப்பட்டை அடிப்பவர்களாகவும், குழல் வாத்தியம் வாசிப்பவர்களாகவும் இருக்கிறார்கள். அவர்களது குழல் வாத்தியத்திற்குப் 'பாங்கா' என்றும், தோல் கருவிக்குத் 'தப்பட்டை' என்றும் பெயர். ஆயினும் அவர்களது முதன்மையான தொழில் தோல் பதனிடுவதும், தோல் பொருட்கள் செய்வதுமே ஆகும். கிராமத்தில் சாகக்கூடிய அனைத்து ஆடு, மாடுகளின் தோல்களையும் விலை எதுவும் தராமல் இலவசமாக எடுத்துக் கொள்ளும் உரிமை தங்களுடையது என்று அவர்கள் உரிமை கொண்டாடுகிறார்கள். போதுமான எண்ணிக்கையில் விலங்குகள் சாகவில்லையெனில், நஞ்சு கொடுத்து அவற்றைக் கொல்வதற்கும் இவர்கள் தயாராக இருப்பார்கள்."

(Manual of North Arcot District, பக். 303,
Arthur F. Cox, 1881)

அடுத்ததாகச் சேலம் மாவட்ட மேனுவல் சொல்வதைப் பார்க்கலாம்.

"கிராமக் காவலர்களாகப் பணிபுரியும் பறையர்களின் வேலை மாதிகர்கள் அல்லது சக்கிலியர் என்று அழைக்கப்படுகிற மற்றொரு இனத்தவரால் பறிக்கப்படுகின்றது. இம்மாதிகர்கள் தெலுங்கு மொழி பேசுபவர்கள், ரெட்டிகளைப் போல வடக்கிலிருந்து வந்தவர்கள். இவ்விரு பிரிவினரிடையே அவ்வப்போது மிகக் கடுமையான சண்டைகள் மூளும். கிராமத்து நடைமுறையாயிருந்த பழக்க வழக்கத்திற்கு மாறாக இரு பிரிவினரில் யாராவது ஒருவருக்கு முன்னுரிமை அளிப்பதன் காரணமாகவே இச்சண்டைகள் ஏற்படுகின்றன...

சக்கிலியர்கள் பெரும்பாலும் தோல் பணி செய்பவர்களாகவே இருக்கின்றனர். இந்துக்களுக்குத்

தேவைப்படும் கயிறுகள், செருப்புகள் போன்றவற்றைத் தயார் செய்வதே இவர்களின் பணியாகும். வேளாண்மை செய்பவர்களாகவும் இவர்கள் குறைந்த அளவில் காணப்படுகின்றனர்."

(Salem District Manual, பக். 133, H.Le. Fanu, 1883)

அடுத்ததாகக் காணப் போவது கோயம்புத்தூர் மேனுவல் ஆகும்.

"மக்கள் தொகை அறிக்கையில் மாதிகர்கள் (சக்கிலியர்கள்) 1,30,386 பேர் பறையர்களின் எண்ணிக்கையோடு சேர்த்துக் கணக்கிடப்பட்டுள்ளனர். இவ்விரு சாதியினரும் வேறு வேறானவர்கள் என்பதால், இது நிச்சயம் தவறான நடைமுறையாகும். உதாரணத்திற்குச் சொல்வதென்றால், பறையர் தனக்குச் சொந்தமான கிணற்றில் கூட குளிக்க மாட்டார்; அவ்வாறு குளிக்கும் பட்சத்தில் அவருக்கு தேவையான கமலைகளைச் சக்கிலியர்கள் செய்து தரவோ, அதில் பழுது ஏற்பட்டால் அதைச் சரி செய்து தரவோ மாட்டார்கள். சக்கிலியர்கள் இடங்கைப் பிரிவைச் சேர்ந்தவர்கள்; பறையர்கள் வலங்கைப் பிரிவைச் சேர்ந்தவர் ஆவர்."

(Manual of Coimbatore District, பக். 63,
F.A. Nicholson, 1887)

மேற்கண்ட நூல்கள் எல்லாம் அவ்வப் பகுதி சார்ந்த செய்திகளைக் கொண்டு வெளியாகி முடிந்த நிலையில் 1909 ஆம் ஆண்டு தென்னிந்திய குலங்களும் குடிகளும் என்ற தொகுப்பு நூல் வெளியானது. நூலைத் தொகுத்தவர்கள் எட்கர் தர்ஸ்டன் என்பாரும், ரங்காச்சாரி என்ற பார்ப்பனரும் ஆவர். இந்நூல் சக்கிலியர்கள் குறித்து சொல்லும் கருத்துகளைத் தொகுத்துப் பார்ப்போம்.

"தெலுங்கு பேசப்படும் பகுதிகளுக்குரிய மாதிகர்களுக்கு ஒப்பானவர்கள் தமிழ்நாட்டில் தோலில் பணிபுரியும் சக்கிலியர். இவர்கள் தெலுங்கு அல்லது கன்னடம் வழங்கும் மாவட்டங்களிலிருந்து வந்து குடியேறி இருத்தல் வேண்டும். தொன்மையான தமிழ்க்

சக்கிலியர் வரலாறு | 247

கல்வெட்டுகளிலோ இலக்கியங்களிலோ இவர்களைப் பற்றிய குறிப்பேதும் இல்லை. மேலும் இவர்களில் பெரும்பாலோர் கன்னடம் அல்லது தெலுங்கினைப் பேசுகின்றனர். சமுதாயப் படிநிலையில் சக்கிலியரே அடிமட்டத்தினராகக் கருதப்பட்டாலும் பறையர்களுக்கும் இவர்களுக்குமிடையே இது தொடர்பான மிகுந்த கருத்து வேறுபாடு இருக்கவே செய்கின்றது."

"... இச்சாதியைச் சேர்ந்த பெண்கள் நல்ல அழகிகள் எனக் கருதப்படுகிறார்கள். நெறிமுறைப்படுத்தாத சக்தி வழிபாடு செய்பவர்கள். அதற்காக இச்சாதியைச் சேர்ந்த பெண்களையே தேர்ந்தெடுக்கின்றனர். இவர்கள் வரன்முறையின்றிப் போதை தரும் மது வகைகளை அருந்துவதோடு, பன்றி, மாடு போன்ற எல்லா வகை விலங்குகளின் இறைச்சிகளையும் உண்ணுகின்றனர். இதனாலேயே இவர்கள் ஊன் உண்பதில் முற்பட்டவர் என்ற பொருள்பட 'ஷத்குலி' என வடமொழிப் பெயருக்குரியவர்களாகி உள்ளனர். பதினெட்டாம் நூற்றாண்டில் சானரெட் என்பவர் சக்கிலியர்களைக் குறித்து "இவர்கள் செருப்பு தைக்க பசுவின் தோலினைப் பயன்படுத்துவதால் பறையர்களை விட இழிந்தவர்களாகக் கருதப்படுகிறார்கள்" எனக் குறிப்பிட்டுள்ளார்."

"தீபகற்பப் பகுதி முழுவதிலும் சக்கிலியர் அல்லது செருப்பு தைப்பவர்கள் பறையர்களை விட தாழ்ந்தவர்களாகவே கருதப்படுகின்றனர். இவர்கள் குடிப்பழக்கத்திலும், சிற்றின்ப வெறியிலும் மிகுதியும் ஊறித் திளைக்கும் பழக்கம் உடையவர்களாக உள்ளனர். இவர்களின் இந்த களியாட்டம் பெரும்பாலும் மாலை வேளைகளிலேயே நடைபெறும். குடிவெறியில் ஒருவரோடு ஒருவர் உரக்க ஏசிப் பேசிச் சண்டையிடும் ஓலம் இவர்கள் வாழும் ஊர்ப் புறங்களில் இரவில் நெடுநேரம் வரை கேட்டபடி இருக்கும். பறையர்களோ இவர்களோடு எந்த உறவும் வைத்துக் கொள்ள விரும்பாததோடு தங்கள் விருந்துகளில் கலந்து கொள்ள இவர்களை அனுமதிப்பதும் இல்லை" என அபே துபே எழுதுகிறார்.

"சக்கிலியரைப் பற்றி 1868 ஆம் ஆண்டு மதுரை மாவட்டக் கையேடு கூறுவதாவது: சக்கிலியர்கள் தோலைப் பதனிட்டு காலணிகள், குதிரைச் சேணம் மற்றும் பிற தோல் பொருட்களை உருவாக்குபவர்கள் ஆவார்கள். சொல்ல முடியாத அளவுக்குக் குடியிலும், அசிங்கமான பழக்க வழக்கங்களிலும் ஈடுபடுபவர்கள் அவர்கள். அவர்களது நடத்தைகள் கேவலமானவையாய் இருக்கின்றன. உண்மையில் அவர்கள் அதிகபட்ச வெறுப்புக்கு உரியவர்களாகவே கருதப்படுகிறார்கள். வினோதமாக அவர்களது பெண்கள் பத்மினி ரகத்தைச் சேர்ந்தவர்களாகக் கொள்ளப்படுகின்றனர். அதாவது முக அழகிலும், வடிவழகிலும் தனித்த அழகு கொண்டவர்களாகவும், கற்பில் சிறந்தவர்களாகவும் அவர்களது பெண்கள் இருக்கிறார்கள். சக்கிலியர் பெரும் எண்ணிக்கையில் வாழ்கின்ற பரமக்குடியைச் சார்ந்துள்ள பகுதிகளில் ஜமீன்தார்களும், செல்வந்தர்களும் இச்சாதிப் பெண்களோடு உறவு கொள்வதில் ஆர்வம் மிகுந்தவர்களாக உள்ளனர் என்பது எல்லாரும் அறிந்த ஒன்றே."

"சக்கிலியப் பெண்ணும் சாமைக் கதிரும் சமைஞ்சா தெரியும் என்ற தமிழ்ப் பழமொழியும் உள்ளது. 1863 ஆம் ஆண்டு தஞ்சாவூர் மாவட்ட கையேட்டின், 'சக்கிலியர் மிகத் தாழ்ந்த சாதியராகக் கருதப்படுகின்றனர். மாவட்டத்தில் சில பகுதிகளில் தெலுங்கு பேசுவதோடு வைணவச் சின்னமான நாமம் தரிக்கும் இவர்கள் தெலுங்குப் பகுதிகளில் இருந்து வந்து குடியேறியவர்களாதல் வேண்டும்' என்று கூறப்பட்டுள்ளது."

"இவர்கள் தமிழைப் பேசினாலும் தெலுங்கு மாதிகர்களைப் போல வடபகுதிகளில் கோத்திரம் எனவும், தென் மாவட்டங்களில் கிளை எனவும் வழங்கும் புறமணக் கட்டுப்பாடுடைய குலப் பிரிவுகளைக் கொண்டுள்ளனர். மாதிகாக்கள் தங்கள் சாதிப் பெண்களில் சிலரைப் பசவிகளாக (நேர்ந்து கொண்டு பரத்தையராக ஆக்குவது) விடுவது போல இவர்கள் பெண்களை விடும் பழக்கத்தை மேற்கொள்வதில்லை."

"... மாதிகாக்களின் சிறப்புத் தெய்வமான மாதங்கியைச் சக்கிலியர் வழிபடுவதில்லை. மதுரை வீரன், மாரியம்மன், முனீசுவரன், திரௌபதி, கங்கம்மா ஆகியோரே இவர்கள் வழிபடும் தெய்வங்கள்."

"... கணக்கெடுப்பின் போது சில சக்கிலியர்கள் தங்களைப் பகடையர், மாதாரி, ரணவீரன் என பதிந்து கொண்டுள்ளனர்."

(குலங்களும் குடிகளும், பக். 2, 3, 4, 8, 9, 1909)

ஏற்கனவே பார்த்தது போல கி.பி. 1882 ஆம் ஆண்டு வெளிவந்த ராபர்ட் ஸிவல் (Robert Sewell) தொகுத்த Antiquarian Remains நூல் தொகுப்பு வெளியானதற்குப் பிறகு, ஏறத்தாழ இருபத்தைந்து ஆண்டுகளுக்குப் பிறகு இத்தொகுப்பு வெளியாகி இருக்கிறது. அந்நூல் குறிப்பிடுகிற மூன்று சக்கிலி துர்கங்கள் குறித்து இந்நூல் சிறிதும் கவனம் கொள்ளவில்லை என்பது முக்கியமானது.

அதோடு மாவட்ட மேனுவல்களின் சக்கிலியர் குறித்துத் தரப்பட்ட இழிவு சுமத்தும் கருத்துகளை ஒருங்கே திரட்டித் தருகின்ற நூல், வடாற்காடு மாவட்ட மேனுவல் சொல்வது போல் சக்கிலியர்கள் தங்களை அருந்ததியின் வழியில் வந்தவர்கள் என்று குறிப்பிடுகிற செய்தியையோ, சேலம் மேனுவல் கவனப்படுத்துகிற குறைந்த எண்ணிக்கையிலேனும் சக்கிலியர்கள் வேளாண்மை செய்பவர்களாக இருக்கிற செய்தியையோ, சக பட்டியல் சாதியான பறையர் சாதியை விட ஒப்பீட்டளவில் மேம்பட்டு இருப்பதாகக் குறிப்பிடுகிற கோயம்புத்தூர் மேனுவல் செய்தியையோ நூல் குறிப்பிடவில்லை. கவனமாக மறைத்து வைக்கிறது.

மதுரை வீரனைத் தெய்வமாகச் சக்கிலியர்கள் வணங்குகிறார்கள் என்பதைக் குறிப்பிடுகிற நூல் கவனமாக அம்மாவீரன் சக்கிலியர் சாதியைச் சேர்ந்தவன் என்பதையோ, தளபதியாக இருந்தான் என்பதையோ, சாதி மறுப்புத் திருமணம் செய்தான் என்பதையோ, பிற பெரும்பாலான சாதியினரால் வணங்கப்படுகிறவனாக அவன் இருக்கிறான் என்பதையோ குறித்து மூச்சு விடுவதில்லை.

நூல் மேற்கோள் காட்டுகிற மதுரை மேனுவல் பரமக்குடி சார்ந்த பகுதிகளில் வாழும் சக்கிலியப் பெண்களை ஜமீன்தார்கள் உள்ளிட்ட பெரும்புள்ளிகள் தொடுப்பாக வைத்திருப்பதில் ஆர்வம் காட்டினார்கள் என்று குறிப்பிடுகிறது. சக்கிலியர்களே வாணர்கள் என்ற கட்டுரையில் நாம் பார்த்த மானாமதுரைக்கருகில் உள்ள தேவனேரி ஊரின் ஓலைச்சுவடி ஒன்று சக்கிலியன் செய் (சக்கிலியன் வயல்) என்று கி.பி. 1735 அல்லது 1807 இல் குறிப்பிடுவதைப் பார்த்தோம். சக்கிலியர் குடியில் உதித்த வீரத்தாய் குயிலி அந்தப் பகுதியைச் சேர்ந்தவர் என்பது நமக்குத் தெரியும். மிகத் துல்லியமாக அந்தப் பகுதியைச் சேர்ந்த அருந்ததியப் பெண்களைத் தொடுப்புகளாக வைத்து இருந்தார்கள் என்று ஆங்கிலேய அதிகாரி குயிலியின் காலத்துக்குச் சற்று பிந்தி வந்து சொல்கிறான் என்பது இங்குக் கவனிக்கத்தக்கது. வாணர்கள் கடைசியாகக் கோட்டை கட்டி ஆண்டது அப்பகுதியில்தான் என்பதையும் நாம் நினைவில் கொண்டால் இந்த ஆங்கிலேயரின் கூற்றிலுள்ள விஷம் நமக்குப் புரியும்.

குலங்களும் குடிகளும் நூலின் இணையாசிரியராய் இருந்தது ரங்காச்சாரி என்ற பார்ப்பனர் என்பது நமக்குத் தெரியும். அந்த பார்ப்பனர் சக்கிலி என்பதற்கு ‘ஷத்குலி’ என்று பொருள் கூறியிருக்கிற செய்தியையும் இந்நூலில் பார்த்தோம்.

ரங்காச்சாரி உள்ளிட்ட பார்ப்பனர்கள் சக்கிலியர் வரலாற்றில் விளைவித்த அனர்த்தங்களைக் குறித்து இரண்டாவதாகப் பார்க்கலாம். முதலில் மேற்குறிப்பிட்ட ஆவணங்களை உருவாக்கிய காலனிய அதிகாரிகள் குறித்துப் பார்க்கலாம். இந்த அதிகாரிகள் உருவாக்கிய ஆவணங்கள் எந்தளவுக்கு நம்பகத் தன்மை உடையவை? சில எடுத்துக்காட்டுகளைக் காணலாம். முதலில், மருதுபாண்டிய மன்னர்கள் நூலை எழுதிய மீ. மனோகரன் முன் வைக்கிற சில கருத்துகளைக் கவனிக்கலாம்.

> “ஆவணக் காப்பக ஆவணங்களை அடிப்படையாகக் கொண்டால் என்ன, குடியா முழுகிவிடும் என்று கேட்கலாம். அவற்றை அப்படியே அப்பாவித்தனமாக நம்பி ஏற்றுக்கொண்டால், ஆங்கிலேயரை எதிர்த்துப் போராடிய மருதிருவரை ஆங்கிலேய ஆதரவாளர் என்ற தவறான முடிவுக்கு அவை இட்டுச் சென்று விடும்.

அவை சில ஆய்வாளர்களை அத்தகைய இக்கட்டான நிலைக்கு இட்டுச் சென்றுள்ளன.

ஒருவேளை ஆவணக் காப்பக ஆவணங்கள் மருதிருவருக்கு எதிராக அமைந்து விட்டதனால், இத்தகைய வாதங்கள் வைக்கப்படுவதாக எண்ணி விட வேண்டாம். அந்த ஆவணங்களை அப்படியே நம்பினால், மருதுபாண்டியர்கள் மட்டுமல்ல, நாட்டுப் பற்றாளர் எவருமே அப்பழுக்கற்றவராக மிஞ்ச மாட்டார்கள் என்பதற்கு அனைத்திந்திய அளவில் ஒன்றுக்கும் மேற்பட்ட எடுத்துக்காட்டுகளை முன் வைக்க முடியும்.

... ஜான்சி ராணி லட்சுமிபாய் பற்றி ஆய்வு செய்த தேசிய வரலாற்றாசிரியர் எனப் போற்றப்படும் ஆர்.சி. மஜூம்தார் நேர் எதிரான செய்தியைத் தருகிறார்.

"ஜான்சியின் ராணி குறித்த 12 ஆம் எண்ணுள்ள ஆவணம், லண்டன் நகரத்தில் நான் பார்வையிட்ட காயேஸ் என்பவரின் சிப்பாய்க் கலகம் குறித்த ஆவணங்களிலிருந்து என்னால் நகலெடுக்கப்பட்டது. அதேபோல இந்தியாவிலுள்ள தேசிய ஆவணக் காப்பகத்திலிருந்து மறைந்த ஜி.ஜி. டாம்பே என்பவரால் சில ஆவணங்கள் நகலெடுக்கப்பட்டன. 1857 ஆம் ஆண்டின் ஜூன் மாதத்தின் முதல் பகுதியில் நடைபெற்ற சிப்பாய்க் கலகத்தில் ராணி பங்கெடுத்தார் என்பது குறித்து இவ்வாவணங்கள் பலத்த சந்தேகத்தை ஏற்படுத்துகின்றன. ஜான்சி ராணியின் மூன்றாவது கடிதம், ஆங்கிலேயருடன் அவர் இணக்கமாகவே இருந்தார்; அவர்களுடன் நல்லுறவை ஏற்படுத்திக் கொள்ளவே விரும்பினார் என்று நிறுவுகிறது. கவர்னர் ஜெனரலின் முகவரைச் சந்திக்கத் தனது ஆட்களை ராணி அனுப்பி வைத்தார் என்பதை ஆவணம் எண் XI நிறுவுகிறது. ஆவணங்கள் III BCD, V, XII அவர் பிரிட்டிஷாருடன் யுத்தம் நடத்தவில்லை, மாறாகத் தனது சொந்த மக்களுக்கு எதிராகத் தான் போரிட்டார் என்பதை நிறுவுகின்றன." R.C. Majumdar's Readings in Political History of India, பக். 255-257.

(மருதுபாண்டிய மாமன்னர்கள், பக். 4, 5, மீ. மனோகரன்)

இது மட்டுமல்லாமல், மேற்சொன்ன கெஜட்டியர்களைத் தொகுத்த நெல்சன் போன்றவர்களைக் குறித்து நா.வா. என்ன குறிப்பிடுகிறார் என்று கவனிப்பது நமக்கு இது குறித்து மேலும் சில விளக்கங்களைத் தரும். அவர் கூறுவதாவது:

"கட்டபொம்மனைத் தேச பக்தனென்று புகழ்பவர்களுக்கும், கொள்ளைக்காரன் என்று இகழ்பவர்களுக்கும் ஒரேவிதமான மூல ஆதாரங்கள்தாம் இருக்கின்றன. இருவரும் தங்கள் கூற்றுக்களை நிரூபிப்பதற்குக் கீழ்க்காணும் நூல்களையே ஆதாரமாகக் கொள்கிறார்கள்.

"ஆரம்" எழுதிய தட்சிண சரித்திரம், கர்னல் வெல்ஸ் எழுதிய "ராணுவ நடவடிக்கைகளின் ஞாபகங்கள்", ஸ்டூவர்ட் எழுதிய "திருநெல்வேலிச் சரித்திரம்", நெல்சன் எழுதிய "மதுரைச் சரித்திரம்", "டெய்லரது கையெழுத்துப் பிரதிகள்", "திருநெல்வேலி கெஜட்டியர்", "மதுரை கெஜட்டியர்", பேட்டின் "திருநெல்வேலிச் சரித்திரம்", கிரான் எழுதிய "பாளையக்காரர் யுத்தங்கள்", கால்டுவெல் எழுதிய "திருநெல்வேலிச் சரித்திரம்" ஆகியவையே. ஆங்கிலேயர்கள் எழுதிய இந்த நூல்களையும் அவற்றை ஆதாரமாகக் கொண்டு பிற்காலத்தில் எழுதப்பட்ட பாஞ்சாலங்குறிச்சி வீர சரித்திரம், திருநெல்வேலிச் சீமை சரித்திரம் போன்ற நூல்களில் காணப்படும் விவரங்களையே இரு சாராரும் அடிப்படையாகக் கொள்ளுகின்றனர். மேற்குறிப்பிட்ட ஆசிரியர்களில் வெல்ஷ், பாஞ்சாலங்குறிச்சிப் போரில் நேரடியான தொடர்புடையவர். கட்டபொம்மன் அவரது முக்கிய விரோதி. ஓய்வு பெற்று இந்தியாவை விட்டுச் சென்ற பிறகு அவர் தமது ஞாபகக் குறிப்புகளை எழுதினார்.

அவ்வாறு எழுதும் போது அவர் கட்டபொம்மனைப் பற்றி எத்தகைய கண்ணோட்டம் கொண்டிருந்திருப்பார் என்று நாம் ஊகிக்கலாம். அவரைப் போலவே அவர் காலத்திலிருந்த அதிகாரிகளும், கும்பினி மேல் அதிகாரிகளுக்கு எழுதி அனுப்பிய அறிக்கைகளும் கட்டபொம்மன் மீது பகைமை உணர்ச்சியோடு எழுதப்பட்டனவாகவே இருந்திருக்க முடியும்.

இவற்றை ஆதாரமாகக் கொண்டுதான் பேட் தயாரித்த கெஸட்டியர்களும், கால்டுவெல் எழுதிய திருநெல்வேலிச் சரித்திரமும், பேட் எழுதிய திருநெல்வேலிச் சரித்திரமும், நெல்ஸன் எழுதிய மதுரைச் சரித்திரமும் எழுதப்பட்டன. பிற்காலச் சரித்திர நூல்களும் வெள்ளைக்காரர்கள் மீது விசுவாசமுள்ளவர்களாலேயே எழுதப்பட்டன.

ஆகவே சரித்திர ஆதாரங்கள் என்று காட்டப்படும் விவரங்கள் எல்லாம், குறிப்பிட்ட சரித்திரக் கட்டத்தில் போராடிய இரு பகுதியினருள் ஒரு பகுதியினர் தங்கள் நடவடிக்கைகளை நியாயம் என்று நிலைநாட்டுவதற்காக சேகரித்து வைத்த சம்பவக் கோவைகளே ஆகும். போராடிய மற்றொரு பகுதியினர் இச்சம்பவங்களைப் பற்றி என்ன நினைத்தார்கள் என்பதைக் குறித்து அறிந்து கொள்ள எவ்வகைச் சாதனங்களும் விட்டு வைக்கப்படவில்லை.

(கதைப்பாடல் திரட்டு, பக். 4, 5, நா. வானமாமலை)

ஆக ஆங்கிலேயர்கள் உருவாக்கும் ஆவணங்கள் என்பவை துளி கூட நம்பகத்தன்மை அற்றவை; தமது பகைவர்களைக் குறித்து இழிவாகச் சித்தரிப்பது, மனதாரப் புளுகுவது என்பது அவர்களின் வழக்கமாகவே இருந்திருக்கிறது என்பதை நாம் அறியலாம். இப்படிப்பட்டவர்கள் உருவாக்கிய கருத்து நிலைகள் என்பவை மிகவும் அபாயகரமானவை; உண்மைக்குப் புறம்பானவை என்பது எல்லாருக்கும் விளங்கும்.

இனி ஆங்கிலேயருடன் இணைந்தும், அவர்களுக்குப் பிறகும் சக்கிலியர்களைக் குறித்து பார்ப்பனர்கள் புனைந்து வைத்த புளுகுகள், கயிறு திரிப்புகள் ஆகியவற்றை நோக்கி நமது கவனத்தைத் திருப்புவோம்.

பார்ப்பனப் புரட்டு 1:

ரங்காச்சாரி, சக்கிலி (chakkili) என்பதற்கு ஷத்குலி (tshathkuli) என்று விளக்கம் கொடுத்து ஒரு புரட்டைத் தொடங்கி வைத்தார் என்பதைப் பார்த்தோம். பார்ப்பனர்கள் வேறென்னென்ன புரட்டுகளைப் பண்ணி வைத்தார்கள்?

பார்ப்பனப் புரட்டு 2:

சக்கிலிய ஆட்சியாளர்கள் என்ற கட்டுரையில் சத்தி விடங்கனாகிய காடுபட்டிகள் என்பவனின் மாமனும், சாமவ்வை என்பவரின் தந்தையும் ஆகிய பல்லவப் பகடை என்பவரைக் குறித்து நாம் பார்த்தோம். கல்வெட்டுகளில் அவர் பல்லவப் பெற்கடையார் என்று குறிப்பிடப்படுகிறார். குறிப்பிட்ட அந்த இரு கல்வெட்டுகள் அடங்கிய கல்வெட்டுத் தொகுதியைத் தொகுத்த சாது சுப்பிரமணிய சாஸ்திரி என்பவர் பல்லவப் பகடையைக் குறித்து கீழ்க்கண்டவாறு குறிப்பிடுகிறார். கல்வெட்டு தொகுப்பு கி.பி. 1930 இல் வெளியிடப்பட்டது. அத்தொகுதியில் சாது கிருஷ்ண சாஸ்திரி கீழ்க்கண்டவாறு கூறியுள்ளார்.

> "கல்வெட்டுகளில் சாமவ்வை பல்லவப் பெற்கடையார் என்பவரது மகள் என்று குறிப்பிடப்படுகிறார். பெற்கடையார் என்ற தமிழ் வார்த்தை பிரகடா (pregada) அல்லது பிரக்கடா (preggada) என்ற தெலுங்கு வார்த்தையிலிருந்து பெறப்பட்டதாயிருக்கலாம். பிரகடா என்ற தெலுங்கு வார்த்தைக்கு அமைச்சர் அல்லது இளவரசன் என்று பொருள். அப்படியெனில் சாமவ்வையின் தந்தை பல்லவ அமைச்சராகவோ, பல்லவ இளவரசராகவோ இருந்திருக்க வேண்டும். அமைச்சராய் இருந்திருப்பதற்கே வாய்ப்பு அதிகம்."
>
> *(Tirupati Devasthanam Epigraphical Report, பக். 101, Sadhu Subrahmanya Sastry)*

சக்கிலி என்ற பாலி மொழிச் சொல்லை ஷத்குலி என்ற சமஸ்கிருதச் சொல்லாகத் திரித்து ரங்காச்சாரி என்ற பார்ப்பனர் ஓர் இழிவைக் கட்டமைத்தார் என்றால், இங்குப் பகடை என்ற தமிழ்ச் சொல்லுக்கு தெலுங்கு வேடம் கட்டி அதைச் சக்கிலியரிடமிருந்து அந்நியமாக்கும் வேலையைச் செய்கிறார் சாது சுப்பிரமணிய சாஸ்திரி என்ற இன்னொரு பார்ப்பனர். அவர் ஒரு பெரிய கல்வெட்டு அறிஞர். கல்வெட்டுகளில் சேனாதிபதிகள், பெருந்தரம், சிறுதரம் என்பது போன்ற உத்தியோகப் பெயர்களைப் பெயருக்கு முன்னால் சொல்வார்களே தவிர பின்னால் சொல்வது வழக்கமில்லை என்பது அவருக்குத் தெரியாதது அல்ல.

சில எடுத்துக்காட்டுகளை இது தொடர்பில் காணலாம்.

எடுத்துக்காட்டு - 1

"திருவொற்றியூர் உடையார் கோயில் காராண விடங்க தேவர் திருச்சாந்தாடலுக்கு வேண்டும் நிவந்தங்களுக்கு ஸேனாபதிகள் சோழ மண்டலத்து உய்யக் கொண்டார் வளநாட்டு திரைமூர் நாட்டு நடார் கிழார் ராஜராஜன் பரநிருப ராக்ஷ ஸனார் ஆன வீர சோழ இளங்கோ வேளார்..."

(A.R. No. 131 of 1912)

எடுத்துக்காட்டு - 2

"... திரைமூர் நாட்டு நடாரில் நடார் கிழான் வேளாண் மதுராந்தகனான தண்டநாயகன் ராஜாதிராஜ இளங்கோ வேளான்..."

(A.R. No. 143 of 1921)

எடுத்துக்காட்டு - 3

"... உடையார் ஸ்ரீ ராஜேந்திர சோழ தேவர் பெருந்தரத்து ஸேநாபதி ராஜேந்திர சோழ பிரமமஹாராயர்..."

(A.R. No. 429 of 1903)

எடுத்துக்காட்டு - 4

"... இவ்வூர் ஜீவிதமுடைய ஸேனாபதிகள் ஜயங்கொண்ட சோழ பிரமாதிராயர் தமப்பனார் மஞ்சியப்பநாராயண ஜயசிங்க குலாந்தக பிரமமாராயர்..."

(SII - Vol. 8, எண் 30, பக். 65)

இன்னும் எத்தனை எடுத்துக்காட்டுகள் வேண்டுமானாலும் தரலாம். ஓர் அரசனின் கீழ் பதவி வகிக்கும் அதிகாரியின் பதவி பெயரைச் சுட்டி, அதற்குப் பிறகு எந்த அரசனுக்குக் கீழ் பதவி வகிக்கிறானோ அந்த பெயரைத் தனது பெயரின் முன் பகுதியாக

வைத்துக் கொண்டு இறுதியாகத் தனது குடும்பப் பெயரை வைத்துக் கொள்வதுதான் அக்கால வழக்கம்.

இங்கு தரப்பட்ட எடுத்துக்காட்டுகளில், எடுத்துக்காட்டு 1 இல் சேனாதிபதி எனக் குறிப்பிட்டு விட்டு அவனது பெயரை ராஜராஜ பரநிருப ராட்சஸன் என்ற வீர சோழ இளங்கோ வேள் என்கிறது. இங்கு வீரசோழன் என்பது பேரரசனது பெயர் இளங்கோ வேள் என்பது சேனாதிபதியின் குடும்பப் பெயர்.

எடுத்துக்காட்டு 2 இல் தண்டநாயகன் (படைத்தலைவன்) என்று பதவி பெயரைக் குறிப்பிட்டுவிட்டு, ராஜாதிராஜன் என்ற பேரரசன் பெயரைத் தனது முன் பெயராகக் கொண்டவனின் குடும்பப் பெயர் இளங்கோ வேள் என்று அறியத் தருகிறது.

எடுத்துக்காட்டு 3 இல் பெருந்தரத்து சேனாதிபதி என்று பதவி பெயரைக் குறிப்பிட்டு விட்டு ராஜேந்திர சோழன் பெயரைத் தாங்கிய அதிகாரியின் குடும்பப் பெயர் பிரமமாராயர் என்று தெரிந்து கொள்ள முடிகிறது.

எடுத்துக்காட்டு 4 இல் சேனாதிபதியின் குடும்பப் பெயர் பிரமாதிராயன். அவன் ஜெயங்கொண்ட சோழன் என்ற சோழனின் பெயரைத் தாங்கி இருந்தான்.

இந்த அடிப்படையில் சாது சுப்பிரமணிய சாஸ்திரி குறிப்பிடுகிற செய்தியோடு ஒப்பிட்டு பார்ப்போம். சாது சுப்பிரமணிய சாஸ்திரி என்ன சொல்கிறார்? பகடை (பிரகடா) என்பது உத்தியோகம் பெயர் என்று அவர் கூறுகிறார். அவர் கூறியபடி, பகடை என்பது அமைச்சர் என்று பொருள்படும் என்றே வைத்துக் கொள்வோம். அந்த அமைச்சரின் பெயர் என்ன? பல்லவ அமைச்சர் (பகடை). பல்லவன் என்பது அந்த அமைச்சர் யாரிடம் பதவி வகிக்கிறாரோ அந்த அரசனின் பெயர். காடுபட்டிகள் என்பதும் பல்லவனின் பெயர்தான்.

எனில் பல்லவனின் கீழ் அமைச்சராய் இருந்தவருக்குப் பெயரே இல்லை என்று கொள்ள வேண்டும். ஏனெனில் பகடை என்பது சாஸ்திரியின் கருத்துப்படி உத்தியோகப் பெயர். பல்லவன் என்பது அரசனின் பெயர், அமைச்சருக்குப் பெயரில்லை என்றே ஆகிறது.

மாறாகப் பகடை என்பதைக் குடும்பப் பெயராகக் கொண்டால் பல அரசர்களின் பெயர்கள் பகடை என இருந்ததை நாம் முந்தைய இயல்களில் பார்த்திருக்கிறோம். அந்த அடிப்படையில் சிற்றரசனின் பெயர் பல்லவப் பகடை. இந்தக் கல்வெட்டு பதிக்கப்பட்டுள்ள திருப்பதியில் கி.பி. 1368 ஆம் ஆண்டிலும் வீரகம்பண உடையார்ப் பகடை என்பவர் குறித்த கல்வெட்டைக் காண முடிகிறது என்பதை நாம் நினைவில் கொண்டால், சுப்பிரமணிய சாஸ்திரி செய்தது திருட்டு வேலை என்பதைப் புரிந்து கொள்ள முடியும். அதோடு இக்கோவிலில் மாதாரிகளின் பொருட்டு வாங்கப்பட்ட மாதாரிக்கம் என்ற வரி வாங்கப்பட்டது என்பதைக் குறிக்கும் கிருஷ்ண தேவராயனின் 1516 ஆம் ஆண்டைச் சேர்ந்த கல்வெட்டு (எண் 578, *T.T. No. 80, Vol. 3, TTDI*) குறிப்பிடுவதை நினைவில் கொள்வது நமது கருத்தை வலுப்படுத்துவதாக அமையும்.

அதோடு அய்யலுப் பகடையார் என்பவரைக் குறித்து திருபுட்குழி கல்வெட்டு அய்யலு அரசர் என்றும் காளஹஸ்தி கல்வெட்டு மாதியரசர் என்றும் குறிப்பிடுகின்றன. காளஹஸ்தி கல்வெட்டு அய்யலுப் பகடையார் என்ற பெயருக்கு முன்னொட்டாக மாதியரசர் எனக் குறிப்பிடுகிறது இங்கு நினைவில் கொள்ளத்தக்கது.

பார்ப்பனப் புரட்டு - 3

இந்தப் புரட்டைச் செய்தவரும் சாது சுப்பிரமணிய சாஸ்திரிதாம். பல்லவப் பகடை குறித்த விவாதத்தில் குமார கம்பண உடையார்ப் பகடை என்பவரைக் குறித்த கல்வெட்டு அதே திருமலையில் உள்ளது எனப் பார்த்தோம். அந்தக் குமார கம்பண உடையார் பகடை குறித்துதான் அடுத்த புரட்டைச் செய்திருக்கிறார் சாஸ்திரி. அவர் கூறுவதாவது:

"கம்பணனின் அமைச்சர்கள்

மேலே குறிப்பிட்ட மூன்று கல்வெட்டுகளில் மூன்றாவதாக அமையும் (திடுமலைத் திருப்பதி கல்வெட்டு எண் 485) கீலக ஆண்டைச் சேர்ந்த கல்வெட்டு "ஸ்ரீவீர குமார கம்பண உடையார் பெகடை" என்று குறிப்பிடுகிறது. பெகடை அதாவது பிரகடா என்ற வார்த்தைக்கு இளவரசர்

அல்லது அமைச்சர் என்று பொருள். இங்கு அமைச்சர் என்ற வார்த்தையே பொருத்தமாய் இருக்கிறது. அவ்வாறு பகடை என்று குறிப்பிடுகிற குமார கம்பணின் அமைச்சர் எபிகிராபிகா இண்டிகா Vol. VI இன் 324 ஆம் பக்கத்தில் குறிப்பிடப்படுகிற சோமப்பா (சோவப்பகலு) ஆகவோ, அல்லது எபிகிராபிகா இண்டிகா Vol. VI இன் 322 முதல் 330 வரையிலான பக்கங்கள் குறிப்பிடுகிற கோப்பண்ணா என்ற பிராமண படைத் தளபதியாகவோ இருக்க வேண்டும்.

இந்த கோப்பண்ணாவே அழகிய மணவாளர் சிலையைத் திருமலையிலிருந்து, அச்சிலைக்குரிய பூர்வீக இடமான ஸ்ரீரங்கத்தில் மீண்டும் கொண்டு வந்து நிறுவியவர் ஆவார். திருச்சிராப்பள்ளி முகமதியர்களால் கைப்பற்றப்பட்ட போது, அந்த அழகிய மணவாளர் சிலை ஸ்ரீரங்கத்திலிருந்து பாதுகாப்பாக அப்புறப்படுத்திக் கொண்டு வந்து திருமலையில் நிறுவப்பட்டு நீண்ட காலமாக வழிபடப்பட்டு வந்தது. பின்பு அங்கிருந்து செஞ்சிக்கு எடுத்து வரப்பட்டு, அதன்பிறகு சக ஆண்டு 1293 இல் ஸ்ரீரங்கத்தில் மீண்டும் கோப்பண்ணாவால் நிறுவப்பட்டது.

கோப்பண்ணா செஞ்சி பகுதியின் ஆளுநராக இரண்டாம் கம்பணானின் கீழ் இருந்த போது திருமலைக்குப் புனிதப் பயணம் சென்றதாகக் கூறப்படுகிறது. அவ்வாறு போன போது, திருமலையில் வெங்கடேஸ்வரர் சிலையுடன் கூடுதலாக இன்னொரு வெண்கலச் சிலையும் வழிபடப்படுவதைப் பார்த்தார். அங்கிருந்த பூசகர்களிடம் அச்சிலை அங்கிருப்பதன் காரணம் யாது என வினவியுள்ளார். அச்சிலை ஸ்ரீரங்கம் ரங்கநாதரின் சிலை என்றும் முகம்மதியர்களின் படையெடுப்பின் போது பாதுகாப்பாக இருக்க வேண்டும் என்பதற்காக ஸ்ரீரங்கத்திலிருந்து இங்குக் கொண்டு வரப்பட்டது என்றும் அவர்கள் கூறியுள்ளனர். விஷ்ணுவின் பரமபக்தரான அவர், சிலையை அதற்குரிய மூலக்கோவிலிலேயே நிறுவ வேண்டும் என ஆசைப்பட்டாலும், ஸ்ரீரங்கம் அப்போதும் கூட முகம்மதிய ஆட்சியாளர்களின் ஆளுகையிலேயே

இருந்து வந்த காரணத்தால், அந்நியர்களை விரட்டியடித்து, சிலையை அதற்குரிய ஸ்ரீரங்கத்திலுள்ள ரங்கநாதர் கோவிலிலேயே மீண்டும் பாதுகாப்பாக நிறுவுவதற்கு உகந்த காலம் வரும் வரை, தனது தலைநகரான செஞ்சிக்குக் கொண்டு போய் வைத்துத் தனது சொந்த பாதுகாப்பில் வைத்து வழிபட வேண்டும் என்று தீர்மானித்தார்.

சிலையைப் பாதுகாத்து வைத்து, மிக நீண்ட காலம் வழிபாடும் நடத்தி வந்த திருமலையைச் சேர்ந்த பூசகர்களிடம் ஒப்புதல் பெற்று, சிலையை செஞ்சிக்கு எடுத்துச் சென்று, செஞ்சியின் புறநகர்ப் பகுதியான சிங்காவரம் மலை மீதுள்ள ரங்கநாதர் கோவிலில் நிறுவி சகம் 1293 வரை பக்தியுடன் வழிபட்டு வந்தார். சகம் 1293 இல் அதை ஸ்ரீரங்கத்துக்கு எடுத்துச் சென்று அக்கோயிலில் அதை மீண்டும் நிறுவினார். (கங்காதேவி எழுதிய மதுரா விஜயம் நூலுக்கு T.A. கோபிநாத ராவ் எழுதிய முன்னுரையின் துணையோடு)"

(Tirupathi Devasthanam Epigrophical Report, பக். 131, Sadhu Subramaniya Sastri)

பெற்கடையார் என்ற வார்த்தைக்குத் தான் பிரகடா என்ற தெலுங்கு வார்த்தையை மாற்றீடு செய்தார் என்றால் பகடை என்று தெளிவாக எழுதப்பட்டதையும் பிரகடாவாக்கி, அது தன்னுடைய சாதியைச் சேர்ந்தவரைத்தான் குறிப்பிடுகிறது என்று சொல்வதோடு நிற்காமல், அவரது வீரதீர மகாத்மியங்களைப் பக்கம் பக்கமாய் அளந்து விடும் அளவிற்குப் போய் விட்டார்.

வழிப்பறி என்பார்கள். எந்த மூலதனமும் தேவைப்படாமல் தனது அறவுணர்வை மட்டும் முதலில் கொன்றுவிட்டு, யாரோ முன்பின் அறிமுகமில்லா முகம் தெரியா மனிதர்களின் தனிமையைச் சாதகமாக்கி அவரது உடைமைகளைக் கவர்வது வழிப்பறி. சக்கிலியரின் பெருமையை எப்படி கணநேரத்தில் தட்டிப் பறிக்கிறார்கள் பாருங்கள். ஆசை வெட்கமறியாது என்பார்கள். பார்ப்பனர்களின் ஆசை விவஸ்தையும் அறியாது என்பதை நிறுவுவதாக இந்தத் தில்லுமுல்லுகள் அமைகின்றன.

பார்ப்பனப் புரட்டு - 4

சக்கிலிய அரசர்கள் என்ற கட்டுரையில் திருமுல்லைவாயல் மாசிலாமணீஸ்வரர் கோயிலில் உள்ள கல்வெட்டு ஒன்று பயிண்டி அரசர் மகனார் அய்யலுப் பகடையார் என்பவர் அவ்வாலயத்திற்கு அளித்த கொடையைக் குறித்த செய்தியை நாம் பார்த்தோம்.

அக்கல்வெட்டு இடம் பெற்றுள்ள தென்னிந்திய கல்வெட்டுகள் தொகுதி பதினேழில் அது கீழ்க்கண்டவாறு பதிப்பிக்கப்பட்டுள்ளது.

"... திருமுல்லைவாயில் உடைய னாயிநாற்கு ஆப

ஸ்தம்ப ஸூத்ரத்தில் காலபவ கோத்திரத்தில் பயிண்டி அரசர் மகநா

ர் அய்யலுப்ப கடையார் இன்னாயனாற்கு திருப்பள்ளி எழுச்சிக்கு"

(A.R. No. 668 of 1904)

அதே கல்வெட்டினை நேரில் சென்று நான் புகைப்படம் எடுத்து வந்திருக்கிறேன். கல்வெட்டில் அய்யலுப் பகடையைக் குறிப்பிடும் பகுதி பின் வருமாறு உள்ளது.

".... பயிண்டி அரசர் மகநா

ர் அய்யலுப் பகடையார்..."

நேரில் அய்யலுப் பகடையார் என உள்ள கல்வெட்டு, பதிப்பிக்கும் போது மட்டும் அய்யலுப்ப கடையார் என ஏன் ஆகிவிடுகிறது. அய்யலுப் பகடையார் எனச் சேர்த்து பதிப்பித்தால் என்ன குறை நேர்ந்து விடும். அவ்வாறு பதிப்பித்தால் அக்கல்வெட்டு பகடை என்று பட்டம் உடைய சக்கிலியரைக் குறிப்பிடுவதாகத் தெரிந்து விடும். பதினைந்தாம் நூற்றாண்டின் தொடக்கத்தில் சக்கிலியர் தமிழ்நாட்டில் அரசாண்ட செய்தி வெளியே தெரிந்துவிடும். அதன் பின்னர் சக்கிலியர்களை இழிவானவர்கள், வந்தேறிகள் என்று சொல்லிச் சொல்லி சுரண்டலுக்கும், ஒடுக்குமுறைக்கும் கல்வெட்டுகளைப் பதிப்பித்தவர்களின் சாதியைச் சேர்ந்தவர்களால் உள்ளாக்குவது கொஞ்சம் சிரமமாகி விடும். அதனால்தான் அய்யலுப்ப கடையார் என்று பிரித்து

பதிப்பித்துத் தங்களால் ஆன மட்டுக்கும் அதை மறைக்க முயன்றிருக்கிறார்கள். அவர்களின் கெட்ட காலம், கல்வெட்டு அழியாமல் இருந்து நமது பார்வையில் வேறு பட்டுவிட்டது.

இந்தப் பதினேழாவது தொகுதியைத் தொகுத்தவர் கே.ஜி. கிருஷ்ணன் என்பவர் என்று நூலின் முகவுரைத் தெரிவிக்கிறது. அப்பகுதிப் பின்வருமாறு:

> "தென்னிந்திய கல்வெட்டுகள் நூல் வரிசையில் அமைந்த இத்தொகுப்பு 1903-1904 ஆம் ஆண்டுகளில் படியெடுக்கப்பட்ட கல்வெட்டுகளைக் கொண்ட தொகுப்பாகும். இத்தொகுப்பில் இடம் பெற்ற பெரும்பாலான கல்வெட்டுகள் தமிழ்க் கல்வெட்டுகள் ஆகும். அவற்றில் பெரும்பாலான கல்வெட்டுகளைப் பதிப்பித்தவர் திரு. K.G. கிருஷ்ணன் M.A., அவர்கள் ஆவார்."

மேற்சொன்ன K.G. கிருஷ்ணன் என்பவர் பூஜ்யஸ்ரீ சந்திரசேகரேந்திர சரஸ்வதி ஸ்வாமிகள், ஜெயேந்திரர், விஜயேந்திரர் ஆகியோரின் ஆதரவிலும் ஆசீர்வாதத்திலும் நடைபெற்று வரும் உட்டன்கிட வித்யா ஆரண்ய டிரஸ்ட் என்ற நிறுவனம் 2006 ஆம் ஆண்டில் வெளியிட்ட சமஸ்கிருத கல்வெட்டுகளைத் தொகுத்து வெளியிட்டவர் ஆவார். மைசூர் தொல்லியல் துறையின் முதன்மைக் கல்வெட்டியலாளராகப் பணிபுரிந்து ஓய்வு பெற்றவர். மேற்சொன்ன டிரஸ்டின் டிரஸ்டிகளாக இருப்பவர்கள் பெயர்கள் வருமாறு:

P. சபாநாயகம் I.A.S. (பணி ஓய்வு)

C.G. ரங்கபாஷ்யம் I.A.S. (பணி ஓய்வு)

டாக்டர் R. சுவாமிநாதன் I.A.S. (பணி ஓய்வு)

P.K. உமாசங்கர் I.A.S. (பணி ஓய்வு)

S. சிதம்பரேச அய்யர் I.R.S.E.E. (பணி ஓய்வு), இந்தியன் ரயில்வே சர்வீஸ்

டாக்டர் A.M. சுவாமிநாதன் I.A.S. (பணி ஓய்வு) நிர்வாக டிரஸ்டி

டாக்டர் J. சுந்தரம் உறுப்பினர் (மூத்த கல்வெட்டியலாளர்)

இந்த விவரங்கள் நாம் மேற்கூறிய கல்வெட்டைப் பதம் பிரித்துப் பதம் பார்த்த திருவாளர் யார் என்பதை விளக்கப் போதுமானது என்று நம்புகிறேன்.

முதலில் குலங்களும் குடிகளும் நூலில் சக்கிலிக்கு ஷத்குலி என்று ரங்காச்சாரி விளக்கம் சொன்னது 1909 ஆம் ஆண்டு. பகடை என்ற தமிழ் வார்த்தையை பிரகடா என்ற தெலுங்கு வார்த்தையாகத் திரித்து சாது சுப்பிரமணிய சாஸ்திரி கோல்மால் பண்ணியது 1930 ஆம் ஆண்டு. அய்யலுப் பகடையார் என்பதை அய்யலுப்ப கடையார் என்று கே.ஜி. கிருஷ்ணன் பதம் பார்த்தது 1988 ஆம் ஆண்டு. ஏன் இந்தப் பார்ப்பனர்கள் காலா காலத்துக்கும் சக்கிலியருக்கு எதிராக இவ்வளவு வன்மம் கொண்டு திரிகிறார்கள்?

பகை கொண்டு ஆங்கிலேயன் துப்புரவுப் பணியைச் சுமத்தினான் என்றால், அவன் பகைவன் பகைமை உணர்ச்சியில் அதைச் செய்கிறான். இந்தப் பார்ப்பனர்கள் ஏன் அவனோடு கூட்டு சேர்ந்து கவிழ்த்தது மட்டுமல்லாமல், அவன் போய் பல்லாண்டு காலம் ஆகியும், விடாமல் இப்படி வஞ்சம் தீர்க்கிறார்கள்?

ஏனென்றால் பார்ப்பனர்களுக்கும் சக்கிலியர்களுக்கும் இடையே இருக்கும் பகை இன்று நேற்று தோன்றியதில்லை. இப்பகை தோன்றி சில ஆயிரம் ஆண்டுகள் ஆகின்றன. ஆயிரக்கணக்கான ஆண்டுகளாக அப்படியென்ன பகை?

அந்தப் பகையைக் குறித்துத் தெரிந்து கொள்வதற்கு முன், பார்ப்பனர்கள் இவ்வாறு பகை உணர்வு கொண்டு ஆண்ட பிரிவினரை இழிவானவர்கள் என முத்திரை குத்தி இழிவுபடுத்திய வரலாறு உண்டா? அதெல்லாம் நிறைய உண்டு. அத்தகைய செய்திகளை அம்பேத்கருடைய எழுத்துகளிலிருந்தே நாம் தெரிந்து கொள்ள முடியும். என்னென்ன பிரிவினரை எப்படி இழிவானவர்கள் எனப் பார்ப்பனர்கள் முத்திரை குத்தினார்கள். அங்ஙனம் முத்திரை குத்தப்பட்ட அம்மக்கள் உண்மையில் யாவர் என்பதைக் காணலாம். இந்தப் பட்டியல் அண்ணல் அம்பேத்கரின் எழுத்துகளிலிருந்து தொகுத்தது என்பதை நினைவில் கொள்வோம். நூல் இந்து மதத்தின் புதிர்கள்.

சாதியின் பெயர்	மனுவின் கூற்றுப்படி	உண்மையில் அவர்கள் யார்?
அபீர சாதி	பிராமண ஆணுக்கும் அம்பஸ்த பெண்ணுக்கும் கூடா ஒழுக்கத்தில் பிறந்தவர்கள்	சிந்து நதிக்கரையில் வடமேற்கில் குடியேறி சுதந்திரமாக வாழ்ந்த முல்லை நிலப் பழங்குடியினர். இவர்கள் மகத நாட்டை வென்றவர்கள் என்கிறது விஷ்ணு புராணம்
அம்பஸ்தர்கள்	பிராமண ஆணுக்கும் வைசிய பெண்ணுக்கும் கூடாவொழுக்கத்தில் பிறந்தவர்கள்	அம்பஸ்தா நாட்டின் தொல்குடியினர் என்று பதஞ்சலி குறிப்பிடுகிறார். அலெக்சாண்டர் படையெடுத்து வந்த போது பஞ்சாபில் வாழும் பழங்குடியினரான இவர்கள் எதிர்த்துப் போர் புரிந்ததாக மெகஸ்தனிஸ் குறிப்பிடுகிறார். மகாபாரதத்திலும் குறிப்பிடப்படுகின்றனர்.
ஆந்திரர்கள்	வைதேக ஆணுக்கும் கார்வரப் பெண்ணுக்கும் பிறந்த இரண்டாம் தரத்தினர். கூடாவொழுக்கத்தில் பிறந்தவர்கள்.	தட்சிண பீடபூமியின் கிழக்குப் பகுதியில் இருந்த மக்கள் இவர்கள். மெகஸ்தனிஸ் இவர்களைப் பற்றிக் குறிப்பிடுகிறார். கி.பி. 77 இல் இருந்த பிளினி இவர்களை வீரஞ்செறிந்த ஆட்சியாளர்கள் எனக் குறிப்பிடுகிறார்
மகதர்கள்	வைசிய ஆணுக்கும் சத்திரியப் பெண்ணுக்கும் கூடாவொழுக்கத்தில் பிறந்தவர்கள்.	இலக்கண நூலாசிரியரான பாணினி இவர்கள் மகத நாட்டைச் சேர்ந்தவர்கள் என்கிறார். பீகாரில் உள்ள பாட்னா, கயா மாவட்டங்கள் அடங்கிய நாடு மகதம். பழங்காலம் தொட்டே நல்லாட்சி நடத்தி வந்தவர்கள். அதர்வண வேதம் கூட இவர்களைக் குறிப்பிடுகிறது. பாண்டவர்களின் சமகாலத்தவனான ஜராசந்தன் மகத நாட்டு அரசன்.
நிஷாதர்கள்	பிராமண ஆணுக்கும் சூத்திரப் பெண்ணுக்கும்	சுதந்திரமான ஆட்சியும், அரசர்களையும் பெற்றிருந்த தொல் குடியினர். சிருவக வேதபுரத்தைத் தலைநகராகக் கொண்டு

	கூடாவொழுக்கத்தில் பிறந்தவர்கள்.	ஆட்சி புரிந்தவனும், ராமனோடு உறவு கொண்டிருந்தவனும் ஆன குகன் நிஷாதர்களின் மன்னன் எனக் குறிப்பிடப்படுகிறான்.
வைதேகிகர்கள்	வைசிய ஆணுக்கும் சூத்திரப் பெண்ணுக்கும் கூடாவொழுக்கத்தில் பிறந்தவர்கள்	விதேக நாட்டைச் சேர்ந்தவர்கள் வைதேகிகர்கள். பீகாரின் சம்பரான், தார்பங்கோ மாவட்டங்களை உள்ளடக்கிய பகுதி விதேக நாடு. யஜுர் வேதம் இவர்களைக் குறிப்பிடுகிறது. ராமனின் மனைவி சீதை விதேக நாட்டை ஆண்ட ஜனகனின் மகள் என ராமாயணம் கூறுகிறது.

ஆக பார்ப்பனர்கள் தங்களுக்குப் பிடிக்காதவர்களை இழிவானவர்கள் என்று கட்டம் கட்டுவதில் பெயர் போனவர்கள். அவர்கள் ஏற்கனவே இப்படிச் செய்தவர்களின் பட்டியலைதான் நாம் பார்த்தோம். அதை ஆய்ந்து சொன்னவர் அண்ணல் அம்பேத்கர். இது போலத்தான் சக்கிலியர் மீது இழிவு சுமத்தும் வேலையில் முக்கிய பங்கு ஆற்றியிருக்கின்றனர்.

கிழக்கிந்திய கம்பெனி தமிழ்நாட்டை முழுவதும் கைப்பற்றிய பத்தொன்பதாம் நூற்றாண்டின் தொடக்கத்தில் சக்கிலியர்களை ஆங்கிலேயர் தூய்மைப் பணியாளர்களாக வலுக்கட்டாயமாக மாற்றினார்கள். அதே நூற்றாண்டின் நடுப்பகுதியில் அவர்கள் தயாரித்த கெஜட்டியர்களில் சக்கிலியர்களை இழிவுபடுத்தும் வேலையை முழு வீச்சில் செய்தனர். விஸ்வநாத நாயக்கனிடமிருந்து தொடங்கிய நாயக்கர் ஆட்சிக் காலத்தில் ஏற்கனவே வீழ்ச்சி தொடங்கியிருந்த போதிலும், சக்கிலியர்களின் வீழ்ச்சி உச்சத்தை அடைந்தது காலனிய ஆட்சிக் காலத்தின் போதுதான். அதற்கு முழுமையாகத் துணையாய் இருந்தவர்கள் பார்ப்பனர்கள்.

பார்ப்பனர்கள் சமூகத்தின் மதகுருமார்கள் என்ற உயர்ந்த அந்தஸ்தை மன்னராட்சிக் காலங்களிலேயே பெற்றிருந்த சூழலில், சமூகத்தின் போக்கைத் தீர்மானிப்பவர்களாக அவர்களே இருந்தார்கள் என்ற அடிப்படையில், அவர்களது

கருத்தே சமூகத்தின் அனைத்துப் பிரிவினர்களாலும் ஏற்றுக் கொள்ளப்பட்டது.

இதைத் தவிரவும், இவ்விடத்தில் கவனம் கொள்ளப்பட வேண்டிய இன்னொரு செய்தியும் இருக்கிறது. சக்கிலியர்கள் பார்ப்பனர்களை ஒருபோதும் ஏற்றுக்கொண்டதில்லை. பார்ப்பனர்களுக்கும் பிற பட்டியல் சாதியினரிடம் இருப்பதை விடவும் கூடுதலான பகையுணர்ச்சி சக்கிலியர் மீது இருக்கிறது. இதற்கு என்ன காரணம்? இதற்கு வரலாற்று ரீதியிலான காரணங்கள் இருக்கின்றனவா? ஆம் இருக்கிறது. அதைப் பார்ப்போம்.

சக்கிலியர்களே வாணர்கள் என்பதை இந்நூலின் பல்வேறு பகுதிகளிலும் நெடுகப் பார்த்தோம். வாணர்களின் முன்னோன் மகாபலி அரசன். அவனது வழியில் வந்த வாணாசுரனைப் பார்ப்பனர்களின் கடவுளான விஷ்ணு வதம் செய்த செய்தி வில்லி பாரதத்திலும், பாகவதத்திலும் கூறப்படுகிறது. முதலில் வில்லிபாரதம் கூறுவதைப் பார்ப்போம்.

"வாணாசுரன் வரலாறு"

> "பாணாசுரன் சிவபெருமான் அருளால் ஆயிரம் கைகளையும், நெருப்பு மதிலையும் அளவிறந்த வளமையையும் சிவபெருமான் பரிவாரங்களோடு மாளிகை வாயிலில் காவல் செய்திருத்தல் முதலிய வரங்களையும் பெற்றான். அந்தப் பாணாசுரனுடைய பெண்ணாகிய உஷை என்பவள், ஒருநாள் ஒரு புருஷனோடு தான் கூடியதாகக் கனாக் கண்டு, அவனிடத்தில் மிக்க ஆசை பற்றியவளாய்த், தன் உயிர்த் தோழியான சித்திர ரேகை மூலமாய் அந்தப் புருஷனைக் கிருஷ்ணனுடைய பௌத்திரனான அநிருத்தன் என்று அறிந்து, அத்தோழியினால் அநிருத்தனைத் தன் அந்தப்புரத்திலே கொணரப் பெற்று அவனோடு போகங்களை அனுபவித்து வர, இச்செய்தியை அந்தப் பாணன் காவலாளரால் அறிந்து, தன் சேனையுடன் அநிருத்தனை எதிர்த்து மாயையினால் பொருது நாகாஸ்திரத்தினால் கட்டிப் போட்டிருந்தான்.

அப்போது நாரத மகாமுனியால் நடந்த வரலாறு சொல்லப் பெற்ற ஸ்ரீகிருஷ்ண பகவான், அநிருத்தனை மீட்டு வர எண்ணி, கருடன் மேல் ஏறிக் கொண்ட பலராமன் முதலானாரோடு கூட பாணபுரம் ஆகிய சோணிதபுரத்துக்கு எழுந்தருளினார்.

அப்போது அப்பட்டணத்தின் சமீபத்தில் காவல் செய்து கொண்டிருந்த சிவபிரானது பிரமத கணங்கள் எதிர்த்து வர, கிருஷ்ணன் அவர்களை எல்லாம் அழித்துப், பின்பு சிவபெருமானால் ஏவப்பட்ட ஒரு ஜ்வர தேவதை பாணனைக் காப்பாற்றும் பொருட்டு, தன்னோடு யுத்தம் செய்ய, தானும் ஒரு ஜ்வரத்தை உண்டாக்கி இதன் சக்தியாலே அதனைத் துரத்தி விட்டான்.

பாணாசுரனது கோட்டையைச் சூழ்ந்து கொண்டு காத்திருந்த அக்கினி தேவர் ஐவரும் தன்னோடு எதிர்த்து வர, அவர்களையும் நாசம் செய்தான்.

அப்போது பாணாசுரன் போர் தொடங்க அவனுக்குப் பக்கபலமாக சிவபெருமானும், சுப்பிரமணியன் முதலான பரிவாரங்களுடன் வந்து எதிர்த்துப் போர் புரிய, கண்ணன் தன் ஜ்ரும்பணாஸ்திரத்தைப் பிரயோகித்துச் சிவனை ஒன்றும் செய்யாமல் கொட்டாவி விட்டுக் கொண்டு சோர்வடைந்து போம்படி செய்து, சுப்பிரமணியனையும், கணபதியையும் உங்காரங்களால் ஒறுத்து ஓட்டிப், பின்னர் அநேகமாயிரம் சூரியருக்குச் சமமான சுதரிசனம் என்கிற தனது சக்கரத்தை எடுத்துப் பிரயோகித்து அப்பாணனது ஆயிரம் தோள்களையும் தாரை தாரையாய் உதிரமொழுக அறுத்து அவன் உயிரையும் சிதைப்பதாக இருக்கையில், பரமசிவன் பலவாறு பிரார்த்தித்ததனால், அவ்வாணனை நான்கு கைகளோடும் உயிரோடும் விட்டருளினான்.”

(வில்லிபாரதம், பக். 264, உ.வே.சே. கிருஷ்ணாச்சாரியார், வை.மு. கோபாலகிருஷ்ணமாச்சாரியார் உரைகள்)

அசுரர் என்பவர் உண்மையில் திராவிடரே; நயவஞ்சகத்தால் அவர்களை வீழ்த்தியதையே புராணம் என்று முன் வைத்துக் கொண்டிருக்கிறார்கள் என்று பெரியாரியவாதிகள் பேசக்

கேட்டிருப்போம். இங்கு நேரிலேயே பார்க்கிறோம். வாணர்கள் என்பவர்கள் சக்கிலியர்களின் மூதாதையர்கள். அந்த மூதாதைகளில் ஒருவரை வீழ்த்திய கதையை மகாபாரதத்திலும், பாகவதத்திலும் எழுதி வைத்திருக்கிறார்கள். நாம் இதுவரைப் பார்த்து வந்திருக்கிற வாணர்களைத்தான் குறிப்பிடுகிறார்கள் என்பது தெளிவாக விளங்குகிறது. அதைப் பாகவதத்தில் இன்னும் நன்றாக உணரலாம். பாகவதம் விரிவாகச் சொல்கிறது என்பதால் சில குறிப்பிட்ட பகுதிகளை மட்டும் பார்க்கலாம்.

"பரிக்ஷித்து மஹாராஜனே! மகாபலி என்றொரு அரசனிருந்தான். அவனுக்கு நூறு குமாரர்கள் உண்டாகினர். அவர்களில் முதல்வனான பாணாசுரன் மிகுந்த பயபக்தியுடன் சிவனைப் பூஜித்தான்."

(ஸ்ரீமத் பாகவதம், இரண்டாம் பாகம், பக். 279, வேணுகோபாலாச்சாரியர் மொழிபெயர்ப்பு)

"அப்போது ஸ்ரீகிருஷ்ணன் தமது சாரங்கம் என்ற வில்லை வளைத்து, அநேக அஸ்திரங்களைத் தொடுத்து அந்த பாணங்களைத் துணித்து அவனுடைய ஐநூறு தனுசையும் சாரதி - குதிரை முதலியவைகளையும் முறித்துப் போட்டு நாராச பாணத்தைப் பிரயோகஞ் செய்து அவனது மார்பைப் பிளந்து தமது பாஞ்சசன்னியம் என்கிற சங்கத்தைப் பூரித்தார்.

அதைப் பாணாசுரனுடைய அன்னையான கொட்டறி என்பவள் கேட்டுத் தனது புத்திரனைப் பிழைப்பிக்க வேண்டுமென்று வஸ்திரமில்லாமல் நிர்வாணமாய்த் தலையை விரித்துக் கொண்டு ஸ்ரீகிருஷ்ணனுக்கும் பாணாசுரனுக்கும் நடுவில் ஸ்ரீகிருஷ்ண பிரானைப் பார்த்துக் கொண்டே வந்து நின்றாள். அப்போது சுவாமி அவளைப் பாராமல் முகத்தைத் திருப்பிக் கொண்டார். அந்த சமயத்தில் பாணாசுரன் யுத்தபூமியை விட்டுக் கால்நடையாகப் பட்டணத்திற்கு ஓடிப் போயினன்."

(மேலது, பக். 282, 283)

"பாணாசுரன் இளைப்பாறி வேறொரு இரதத்தில் ஆரோகணித்துக் கொண்டு சுவாமியின் மீது பாணங்களை வருஷித்தான். அப்போது சுவாமி சக்கரப் பிரயோகஞ் செய்து அவனது ஆயிரம் கரங்களில் நான்கு கைகள் நிற்க மற்றவைகளை துண்டித்து விட்டார். அதைச் சிவபெருமான் கண்டு ஸ்ரீகிருஷ்ணன் அண்டையில் ஓடி வந்து தோத்திரம் செய்யலானார்...

கருணை வள்ளலே! தொண்டனான யான் முன் பாணாசுரனுக்குத் தீர்க்காயுளோடு கூடிய வரங்களை வழங்கி இருக்கின்றேன். அவை கெடாதபடி இரண்யனது புதல்வனான பிரகலாதனுக்கு அருளிய படி யுத்தம் செய்யும் பெரும் திறமுடைய பாணனுக்கும் கிருபை செய்தல் வேண்டும் என்று மலர்ந்த மலரையுடைய கடுக்கை மாலை தரித்த சிவபிரான் பிரார்த்தித்தார்...

இளம் சூரியனைப் போலும் இரத்த நீரைக் குடித்த சக்ராயுதமானது மின்னலைப் போல பிரகாசிக்கும்படி தங்கிய சிவந்த கரங்களை உடைய ஸ்ரீபகவான் சந்தோஷித்து இந்த நீண்ட புயங்கள் நான்கும் சாதல் இலாத வரமும் பொருந்துக என்று வேலாயுதத்தை உடைய பாணாசுரனுக்கு அருளினான்."

(மேலது, பக். 283, 284)

பாகவதம், பாரதம் இரண்டுமே வாணர்களின் தலைநகரான வாணபுரத்தைச் சோணிதபுரம் என்று சொல்கின்றன. சோணிதம் என்ற வார்த்தை ஸ்ரோணிதம் என்ற வார்த்தையின் தமிழ் வடிவம். அந்த சுரோணிதம் வார்த்தைக்குக் குருதி, மகளிர் தீட்டு, சுக்கிலத்தோடு சேர்ந்து குழந்தை உண்டாகக் காரணமாகும் மகளிர் ரத்தம், சிவப்பு என்று உலகத் தமிழாராய்ச்சி நிறுவனம் வெளியிட்டிருக்கிற தமிழ் அகரமுதலி தெரிவிக்கிறது.

வாணபுரம் என்ற ஊரைத் தூமையூர் என்று பாகவதமும், பாரதமும் ஏன் குறிப்பிடுகின்றன?

அதோடு, பாணாசுரனின் தாய், கிருஷ்ணனும் பாணாசுரனும் சண்டையிடும்போது நிர்வாணமாக இருவருக்குமிடையே வந்து நின்று கிருஷ்ணனைப் பார்த்துக் கொண்டிருந்தாள் எனப்

பாகவதம் தெரிவிக்கிறது. இந்தச் செய்திகள் பாணர்களை ஆரியர்களான பார்ப்பனர்கள் எதிரிகளாகவும், உச்சபட்ச வெறுப்புக்கும் உரியவர்களாகவும் பார்த்தார்கள் என்பதை நிறுவுகிறது.

இச்செய்திகளின் தொடர்ச்சியில் இன்னொரு செய்தியும் நம் கவனத்துக்குரியது. வாணர்கள் என்கிற சக்கிலியர் வரலாற்றின் மிக முக்கியமான ஒரு கண்ணியை இச்செய்தி கொண்டுள்ளது. அதைத் தெரிந்து கொள்வதற்கு இருபதாம் நூற்றாண்டின் தொடக்க ஆண்டுகளில் மைசூர் தொல்லியல் துறையின் இயக்குநராகப் பணியாற்றிய அறிஞர் B. லூயிஸ் ரைஸ், தான் தொகுத்த எபிகிராபிகா கர்நாடிகா நூலின் பத்தாவது தொகுப்பின் முன்னுரைப் பகுதியில் கூறியுள்ள ஒரு செய்தியையும் அச்செய்தியின் அடிக்குறிப்பாக அவர் தெரிவித்துள்ளதையும் காண்போம்.

"பாணன் என்பவன் மகாபலியின் மூத்த மகன் ஆவான். அவன் ஆயிரம் கைகளை உடைய ஒரு இராட்சசன் ஆவான். அந்த பாணன் சிவனுக்கு உரிமையாளன் ஆக ஆனான்; சிவன் பாணனுடைய தலைநகரத்தில் வசிப்பதற்கு ஒப்புக் கொண்டான். பாணன் சிவனைத் தனது கோட்டை வாயிற்காவலனாக நியமித்தான் என கல்வெட்டுகள் குறிப்பிடுகின்றன."

(எபிகிராபிகா கர்நாடிகா, தொகுதி பத்தின் முன்னுரை, பக் II, B. லூயிஸ் ரைஸ்)

மேற்கண்ட செய்திக்கு அவர் எழுதிய அடிக்குறிப்புப் பின்வருமாறு:

"சிவனுக்கு உரிமையாளனாகி, அவனைத் தனது வாயிற்காவலனாக பாணன் நியமித்த செய்தி பாணர்களின் நிறைய ஆவணங்களில் குறிப்பிடப்படுகிறது. மேற்சொன்ன கல்வெட்டுச் செய்தியின் மூலத்தை நான்தான் (லூயிஸ் ரைஸ்) மொழி பெயர்த்தேன். அது பின்வருமாறு:

"அனைத்துத் தேவர்கள், அசுரர்கள் ஆகியோரின் தலைமைக் கடவுள் ஆனவனும், மூன்று உலகங்களிலும் உள்ள அனைவராலும்

வணங்கப்படுகின்றவனும் ஆகிய பரமேஸ்வரனால் மகாபலி குலத்தவர் வாயிற்காவலர்களாக நியமிக்கப்பட்டனர்"

இப்பகுதியை முற்றிலும் வேறு மாதிரியாகவும் மொழிபெயர்க்க முடியும். தென்னிந்திய கல்வெட்டுகள் தொகுதி 3, பகுதி 1 இல் ஹூல்ட்ஸ் வேறுமாதிரிதான் மொழிபெயர்த்தார் என எனது உதவியாளரான திரு. R. நரசிம்மாச்சாரி என்னுடைய கவனத்துக்குக் கொண்டு வந்தார். அவரது மொழியாக்கம் கீழ்க்கண்டவாறு அமைந்தது: "மகாபலியின் மகனான பாணன் என்பவனால் பரமேஸ்வரன் என்றழைக்கப்படுகிற சிவ பெருமான் வாயிற்காவலனாக நியமிக்கப்பட்டான்."

ஆனால், இச்செய்திக்கான அடிப்படை ஆதாரம் எங்கும் காணப்படவில்லை. ஸ்கந்த புராணத்தில் இருப்பதாகச் சொல்லப்படுகிறது. மத்ஸ்ய புராணமும், ஹரி வம்சமும் பாணனின் தவத்தில் மகிழ்ந்து அவனது பாதுகாவலுக்காக அவனுடைய தலைநகரத்தில் வசிப்பதற்கு சிவன் ஒப்புக் கொண்டான் என தெரிவிக்கின்றன.

(எபிகிராபிகா கர்நாடிகா, முன்னுரையின் அடிக்குறிப்பு, பக். II, III, லூயிஸ் ரைஸ்)

இது தொடர்பாக M.D. சம்பத் தனது Chittoor through the ages நூலில் பக்கம் 92 இல் கூறுவது வருமாறு:

"மூன்று உலகங்களில் உள்ளோராலும் வணங்கப்படுகின்றவனும், தேவர், அசுரர் என்போரின் கடவுள் ஆனவனுமாகிய பரமேஸ்வரனால், பாணர்களின் மூதாதையான மகாபலி என்பவன் வாயிற் காவலனாக நியமிக்கப்பட்டான்."

இச்செய்திகள் உணர்த்தும் பொருள் என்ன? ஒன்று சிவன் பாணர்களுடைய வாயிற்காவலனாக நியமிக்கப்பட்டான்; அல்லது சிவனுடைய வாயிற்காவலனாகப் பாணன் நியமிக்கப்பட்டான்.

இவ்விரு கருத்துகளில் எது உண்மை? சிவ கணங்களில் முதன்மையானவர் நந்தி தேவர். சிவாலயங்களின் சிவனுடைய மூலஸ்தானத்துக்கு வெளியே நந்தியே அமர்ந்திருக்கிறது. நந்தி பாணர்களுடைய இலச்சினை என்று இந்நூலில் முன் இயல்களில் நாம் கண்டிருக்கிறோம். உதயேந்திரம், குடிமல்லம்

ஆகிய ஊர்களைச் சேர்ந்த பாணர்களின் செப்பேட்டில் அரச முத்திரையாகக் காளையே பதிக்கப்பட்டிருக்கிறது. ஏடளூர் என்ற கர்நாடக மாநிலப் பகுதியில் காணப்படுகிற கன்னடக் கல்வெட்டும் வாணர்களின் இலச்சினை காளை எனத் தெளிவாகக் குறிப்பிடுகிறது. ஏன் எல்லா சிவாலயங்களிலும் வாணர்களின் இலச்சினையாகிய காளை கர்ப்ப கிரகத்தின் முன்னே அமைக்கப்பட்டிருக்கிறது?

அதிலும் குறிப்பாக வாணர்களின் தலைநகரம் என்று சொல்லப்படுகிற திருவல்லம் நகரத்தில் உள்ள பில்வநாதேஸ்வரர் ஆலயத்தில் உள்ள நந்தி மிகவும் சிறப்புடையது. தனித்து நோக்கத்தக்கது. இவ்வாலயத்தில் உள்ள நந்தி சிலை மிகப் பெரியது. அச்சிலையின் கொம்புகள் ஆலயத்தின் மேற்கூரையைத் தொட்ட வண்ணம் உள்ளன. அதோடு, நந்தி வெளியே பார்த்தவாறு (காவல் காத்தவாறு) இருக்கிறது. இந்நந்திக்கு அதிகார நந்தி என்று பெயர்.

கோவிலில் கேட்டால் வேறு வரலாறு சொல்வார்கள். பார்ப்பனர்களுக்குக் கதைதானே (அதிலும் கட்டுக்கதைகள்) வரலாறு! வாணர்களின் தலைநகரத்தில் வாணர்களின் சின்னம் கோவில் காவலில் ஈடுபட்டிருக்கிறது என்றால் வாணர்களின் செப்பேடுகள் கூறும் செய்தியை இது உறுதிப்படுத்துவதாக இருக்கிறது.

ஏன் சிவன் கோவிலில் நந்திகள் இருக்கின்றன? நாம் ஒரு செய்தியை இங்கு நினைவில் கொள்ள வேண்டும். நந்தி வாணர்களின் இலச்சினை என்பது மட்டுமல்ல. உலகின் மிகப் பழமையானது என அறிப்படுகிற சிவலிங்கம் எங்குள்ளது தெரியுமா? பெரும்பாணப்பாடி என்று அறியப்படுகிற நிலப்பகுதியில் அடங்கும் குடிமல்லத்தில்தான் அஃது இருக்கிறது.

அதோடு, விஷ்ணுபுராணம் கிருஷ்ணனுடனான பாணாசுரனின் போர் குறித்து குறிப்பிடும் ஒரு செய்தியைக் கவனிப்பது நமக்கு உதவியாயிருக்கும்.

“சங்கரன் தளர்ந்து விழவும், அசுர சேனையெல்லாம் நாசமடையவும், முருகன் கெலிக்கப்பட்டிருக்கவும், பிரதம கணம் ஷீணித்துப் போகவும் கண்டு, பாணாசுரன் நந்தி

சாரதியாக இருக்கப் பெற்ற தேரின் மேலேறி ஸ்ரீகிருஷ்ண பிரித்தியும்னர்களுடைய சேனைகளோடு யுத்தம் செய்யும் படி வந்தான். "

(விஷ்ணு புராணம், அம்சம் 5, பக். 380, ஈச்சம்பாடி ஸ்ரீநிவாச ராகவாச்சாரியார் மொழிபெயர்ப்பு, பெங்களூர் R. தேவராஜ ராமானுஜ தாசர் வெளியீடு)

ஆக, இந்தச் செய்திகளெல்லாம் புலப்படுத்தும் உண்மை என்ன? லூயிஸ் ரைஸ் சொல்வது போல பாணர் குலத்தவர் தாங்கள் சிவனது பாதுகாவலர்களாக இருப்பதாக உறுதி பூண்டதன் நிமித்தமாகவே சிவாலயங்களில் தங்களது சின்னத்தை நிறுவியுள்ளனர். ஆலயங்களிலுள்ள நந்தி சிலைகளை நாம் அப்படித்தான் பார்க்க வேண்டியுள்ளது.

பிற்காலங்களில் பதினான்கு, பதினைந்தாம் நூற்றாண்டுகளில் ஆண்ட விஜயநகர அரசர்கள் தாங்கள் எழுப்பிய ஆலயங்களிலும், திருப்பணி செய்த ஆலயங்களிலும் தங்களது சின்னமான பன்றியை நிறுவியுள்ளனர்.

விஜயநகரத்தில் உள்ள விருப்பாச்சர் ஆலயத்திலும் திருவாலங்காடு ஆலயச் சுற்றுச் சுவர்களிலும் விஜய நகர அரசர்களின் சின்னமான பன்றியை நாம் காண முடியும்.

தமிழ் நாடெங்கிலும் உள்ள சிவாலயங்களில் வாணர்களின் அரசமுத்திரையான நந்திச் சிலை இருப்பது இப்பகுதியின் மிகப் பழங்கால அரசர்களான வாணர்களே களப்பிரர்கள் என்ற செய்தியையும் வலுப்படுத்துவதாக அமைகிறது.

அத்தகையச் சிறப்பு மிக்க வாணர்களான சக்கிலியரைத்தான் இப்பார்ப்பனர்கள் இழிந்தவர்களாகச் சித்தரித்து இத்தனைப் புரட்டுக்களைச் செய்திருக்கிறார்கள் என்பது கெடுவாய்ப்பானது.

அந்த வெறுப்புதான் சக்கிலியர்கள் மீது அணையாமல் இத்தகைய புரட்டுகளாக வந்து விழுகின்றது. அந்த வெறுப்பையும், பகையையும் கணக்கில் எடுக்காமல் பார்ப்பனர்கள் சொல்கிற வரலாறையும், விளக்கத்தையும் ஏற்பது அறிவீனம். ஆனால் அத்தகைய அறிவீனமான செயலைத்தான் சக்கிலியர்களின்

விஷயத்தில் தமிழ் வரலாற்றாசிரியர்கள் செய்து வந்திருக்கிறார்கள் என்பது கெடுவாய்ப்பு.

சக்கிலியர் மீதான பார்ப்பனர்களின் வெறுப்பு ஆங்கிலேய முகமூடியுடன் வரும் இன்னொரு எடுத்துக்காட்டைச் சொன்னால் அதன் சமகாலத் தன்மை விளங்கும்.

சக்கிலியர்கள் மீதான இழிவு சக்கிலியரோடு நிற்காமல், ஏதோவொரு வகையில் அவர்களுடன் தொடர்புடைய பிற பிரிவினரையும், இழிவுக்குள்ளாக்குவது என்பதும் பார்ப்பனர்களின் முக்கிய நடைமுறையாக இருந்து வந்திருக்கிறது. கீழே காண்பது *Manual of North Arcot District* என்னும் நூலில் கோமட்டி என்று அழைக்கப்படும் தெலுங்குச் செட்டியார் குறித்துச் சொல்லப்படுவதாகும்.

"கோமட்டி சாதியின் தோற்ற வரலாறு குறித்துப் பொதுவாக வழங்கும் கதை பிரசுரிக்க ஏற்றதல்ல. அந்தளவு மோசமானது. இருப்பினும் அக்கதை கோமட்டிகள் ஒரு பிராமணப் பெண்ணுக்குச் சக்கிலியர் மூலம் பிறந்தவர்கள் என்பதை உறுதியாகத் தெரிவிக்கிறது. கோமட்டிகளில் பலர் இதை மறுத்த போதும் இதுதான் உண்மை. ஒரு சக்கிலியக் குடும்பத்திற்கு வெற்றிலை பாக்கு கோமட்டிகள் வழங்க வேண்டும் என்பது அவர்களின் திருமணச் சடங்குகளில் ஒன்றாக இருக்கிறது. அவர்களது தோற்றப் பரம்பரை குறித்து வழங்கப்படும் குற்றச்சாட்டு சரியானதுதான் என்பதை ஓரளவிற்கு நிறுவுவதாகவே இச்சடங்கு அமைகிறது."

(*Manual of North Arcot District*, பக். 205, Arthur F. Cor)

செக்கார் குறித்த ஜெயங்கொண்டாரின் பாட்டு அவர்கள் சக்கிலியர்களுடன் திருமண உறவு கொண்டவர்கள் என்று கூறுவதை ஏற்கனவே இந்நூலில் பார்த்திருக்கிறோம். இச்சாதிகள் சக்கிலியருடன் தொடர்பு கொண்டுள்ளன. ஆகையால் அவை இழிவானவை என்பது பார்ப்பன தரப்பு வாதம். இச்சாதிகள் எல்லாம் சக்கிலியருடன் தொடர்பு கொண்டவர்களாக ஏன் இருக்கிறார்கள் என்றால், சக்கிலியர்கள் என்பவர் எவருக்கும்

தாழ்ந்தவர் கிடையாது, சமுகப் படிநிலையில் உயரத்தில் இருந்தவர்கள் பார்ப்பனர்களின் சூழ்ச்சியாலும், சில சூழ்நிலைகளாலும் தங்கள் இடத்தைப் பறி கொடுத்துவிட்டு இன்றிருக்கும் நிலைக்குக் கீழ் இறங்கிவிட்டார்கள். இறங்கியது போல் மீண்டும் உயரத்தை அடையவும் செய்வார்கள் என்பது நமது தரப்பு வாதம்.

தூய்மைப் பணி சக்கிலியருக்குரியதா?

ஈரோடு கிழக்கு சட்டமன்ற இடைத்தேர்தல் பரப்புரையில் பிப்ரவரி 13, 2023 அன்று ஈரோட்டில் 'நாம் தமிழர்' கட்சியின் ஒருங்கிணைப்பாளர் சீமான், விஜயநகர ஆட்சியின் போது இங்கு தமிழ்நாட்டின் ஆதிக்குடிகள் தாங்கள் செய்து கொண்டிருந்த தூய்மைப் பணியை அந்நிய ஆட்சியாளர்களுக்குச் செய்ய மாட்டோம் என்று மறுத்து விட்ட நிலையில் ஆந்திராவிலிருந்து தூய்மைப் பணி செய்ய அழைத்து வரப்பட்டவர்களே அருந்ததியர்கள் என்று இனவாத நோக்கில் சொன்னச் செய்திகள் தமிழ்நாட்டில் பெரும் பிரச்சினையாக எரிந்து கொண்டிருக்கிறது. இச்சூழலில் அருந்ததியர்கள் என்று அழைக்கப்படுகிற சக்கிலியரின் தொழில் என்ன என்று அலசுவது முக்கியமானதாகிறது.

சுளுந்தீ நாவலாசிரியர் முத்துநாகு இது தொடர்பாக சீமானது கருத்தைக் குறிப்பிட்டு அதை மறுக்கும் விதமாக தமிழ் இந்து நாளிதழில் ஒரு கட்டுரை எழுதியிருந்தார். முக்கியமான அக்கட்டுரை மலம் அள்ளுதல் தொடர்பான கேள்விகளுக்கு ஏற்ற பதிலை அளிக்கும் விதமாக இருந்தது. அதன் சில பகுதிகள்:

> "பொதுவாக வெப்ப மண்டலப் பகுதியில் மலத்தைத் தனியாக அள்ளுதல் இருக்காது. அரண்மனைப் பெண்கள் மலம் கழித்திட பீ மந்தை என்ற ஒன்று இருந்த வழக்காறு உள்ளது. அதில் கூட மலத்தை அள்ள ஆட்கள் இருந்த சான்றுகள் இல்லை. இது பிரிட்டிஷ்காரனின் தேவையால் உருவான சிக்கல். பிரிட்டிஷார் கொண்டு வந்த சீனி, சர்க்கரை ஆலைக்குத் தேவையான கரும்பை அதிகமாக உற்பத்தி செய்ய, உரத்துக்காக காய்ந்த மலத்தை அள்ள

வைத்தார்கள். இதன் நீட்சி 1975 வரை நீடித்ததை நான் பார்த்துள்ளேன்."

மேலே சொன்னது ஆய்வாளர் தொ. பரமசிவன் அவர்களது கருத்து என முத்துநாகு குறிப்பிடுகிறார். அவர் தனது கட்டுரையில் ஜவகர்லால் நேரு பல்கலைக்கழகப் பேராசிரியர் மீனா ராதாகிருஷ்ணன் என்பவரது Dishonoured by History: Criminal tribes and British Colonial Policy என்ற நூலில் உள்ள ஒரு பகுதியை மேற்கோள் காட்டுகிறார். அப்பகுதி வருமாறு:

"உப்பு விற்பனை வரி, உப்பு விற்பனை உரிமம் பெறக் கட்டணம் போன்ற நடவடிக்கைகளால், உப்பு வியாபாரம் செய்த குடிகள் கடுமையாகப் பாதிக்கப்பட்டனர். 1871 இல் வட இந்தியாவில் கொண்டு வரப்பட்ட குற்றப்பரம்பரைச் சட்டம் இந்தியா முழுவதற்கும் 1911-14 இல் நடைமுறைக்கு வந்தது. குற்றப்பரம்பரை வளையத்தில் சிக்க வைக்கப்பட்ட சாதியினர் அனைவரும் ஒரு கொட்டடிக்குள் அடைத்து வைக்கப்பட்டனர். இவர்களில் யாரேனும் ஐந்து முறைக்கும் மேல் திருட்டுக் குற்றத்தில் ஈடுபட்டால், கொட்டடியில் உள்ள கழிப்பறையைச் சுத்தம் செய்திடும் தண்டனை வழங்கப்பட்டது."

மேற்கண்ட சான்றுகளோடு முத்துநாகு தனது ஆய்வுரையைக் கீழ்க்கண்டவாறு தருகிறார்.

"1801 இல், இந்தியா முழுவதிலும் பாளையப்பட்டுகளிடம் இருந்த நீதி, ராணுவத்தைத் தடை செய்து, வெடி பொருள் ஆயுதத் தடைச் சட்டத்தைக் கிழக்கிந்திய கம்பெனி கொண்டு வந்தது. பாளையப்பட்டுப் படைகளில் வெடிப்படை வீரர்களாகவும், வெடி தயாரிப்பவர்களாகவும் இருந்தவர்கள் அருந்ததியர்கள், குறவர், காலாடி, பிறமலைக் கள்ளர், வலையர் போன்ற குழுக்கள். இதற்கு இன்னும் சான்றெச்சமாகக் கொங்கு மண்டலம், மதுரை மண்டலக் கோயில் திருவிழாக்களில் வெடி வெடிக்கும் உரிமை இவர்களிடம் உள்ளதைக் கள ஆய்வில் தெரிந்து கொள்ளலாம்.

1801 சட்டத்தின்படி வெடிப்படை வீரர்களைப் பாளையப்பட்டுத் தலைவர்கள் கைவிட வேண்டிய சட்ட நெருக்கடியால், படைவீரர்களை எளிதாகச் சட்ட வளையத்திற்குள் கொண்டு வந்து, நகராட்சித் துப்புரவுத் தொழிலிலும், ராணுவக் குடியிருப்பு, ரயில்வே குடியிருப்பு, தேயிலை எஸ்டேட்டுகளில் பிரிட்டிஷார் குடியிருப்புகளில் மலம் அள்ளும் தொழிலிலும் ஈடுபடுத்தினர். ஆனாலும் குற்றப்பரம்பரைச் சட்டத்தில் இருந்த அனைத்துச் சாதியினரையும் துப்புரவுத் தொழிலுக்கும் கொண்டு வரவில்லை.”

(மலம் அள்ளும் தொழில் தமிழ்நாட்டுக்கு எப்படி வந்தது? முத்துநாகு: தமிழ் இந்து, மார்ச் 3, 2023)

தோழர் முத்துநாகுவின் கருத்துகள் நாம் இதுவரையிலான காலம் முழுவதும் சொல்லி வந்த கருத்துகளை நிறுவுவதாக உள்ளதால் துப்புரவுப் பணி குறித்த கேள்விக்கு இது போதுமானதாக இருக்கும்.

காலம் காலமாக ஒரே தொழிலைச் செய்து வரும் சமூகம் என்பது எதுவுமில்லை என்ற புரிதலோடு சக்கிலியர் சமூகம் என்னென்ன தொழில்களைச் செய்து வந்திருக்கிறது என்பதைக் காண்பது பொருளுள்ளது ஆகும்.

அந்த வகையில் ‘அறிஞர்களின் புரளியும் சக்கிலியர் வரலாறும்’ என்ற கட்டுரையில் நாம் கண்ட திருவண்ணாமலையில் உள்ள கல்வெட்டு சக்கிலியன் குண்டில் என்பதைத் தெரிவிக்கிறது. குண்டில் என்றால் வயல் என்று பொருள். ஆக பதினொன்றாம் நூற்றாண்டில் (கி.பி. 1030) நிலவுடைமையாளர்களாக சக்கிலியர்கள் இருந்திருக்கிறார்கள் என்பதை நாம் அறிய முடியும். அதேபோல பத்தாம் நூற்றாண்டின் (கி.பி. 963) செய்யாறு வட்டத்திலுள்ள பிரம்மதேசம் கல்வெட்டு சின்னமைய பெகடை மகன் காட்டமையன் 1018 முக்கால் குழி நிலம் (ஏறத்தாழ மூன்றரை ஏக்கர் நிலம்) போந்தை பெருமானடிகளுக்குத் (கோவிலுக்கு) தானமாக அளித்த செய்தியைத் தெரிவிக்கிறது. எனில் மிகப் பெரிய அளவிலான நிலம் அவனுக்கு உரிமையாக இருந்திருக்க வேண்டும்.

அதேபோல சக்கிலியர்களே வாணர்கள் என்ற கட்டுரையில் நாம் குறிப்பிட்ட சவுமிய வருடத்து ஓலைச்சுவடி சக்கிலியன் செய் என்கிற வயல் பட்டவிருத்தி வாய்க்காலுக்கு அருகில் இருந்த செய்தியைத் தெரிவிக்கிறது. அது பதினெட்டாம் நூற்றாண்டின் மத்தியப் பகுதி அல்லது பத்தொன்பதாம் நூற்றாண்டின் துவக்கப் பகுதியாக இருத்தல் வேண்டும். எனில், மிக நீண்டகாலமாக வேளாண்மை என்பது சக்கிலியர்களின் தொழிலாக அமைந்திருந்ததைக் கல்வெட்டு, ஓலைச் சுவடிச் சான்றாதாரங்கள் காட்டுகின்றன.

திருமலைத் திருப்பதியில் உள்ள இரு கல்வெட்டுகள், பார்த்திபேந்திராதி வர்மனின் கீழ் சிற்றரசனாக இருந்த பல்லவப் பகடை என்பவரைக் குறித்தும், அவரது மகளான சாமவ்வை, ராஜராஜனின் பட்டத்து அரசியான தந்தி சத்திவிடங்கி என்பவரது அண்ணன் சத்தி விடங்கன் என்ற பல்லவ அரசனின் ராணியாக இருந்த செய்தியைத் தெரிவிக்கின்றன.

மாதியரசர் என்று அழைக்கப்பட்ட அய்யலுப் பகடை, அவரது தந்தை பயிண்டி அரசர், அய்யலுப் பகடையின் மகன் சக்கரசர் இவர்களைக் குறித்துத் திருமுல்லைவாயில், ராமகிரி, காளஹஸ்தி, திருப்புக்குழி ஆகிய ஊர்களிலுள்ள கல்வெட்டுகள் குறிப்பிடுகின்றன. இக்கல்வெட்டுகள் முறையே கி.பி. 1406, கி.பி. 1436, கி.பி. 1435, கி.பி. 1432 ஆகிய ஆண்டுகளைச் சார்ந்தவையாகும்.

அதேபோல, திருவாலங்காட்டிலுள்ள கி.பி. 1412 ஆம் ஆண்டைச் சேர்ந்த கல்வெட்டு கொப்பரசர் மாதி அரசர் என்பவரைக் குறிப்பிடுகிறது. ஆக சக்கிலியர்கள் அரசர்களாக இருந்த செய்தியை இவை தெரிவிக்கின்றன.

சக்கிலிய ஆட்சியாளர்கள் என்ற கட்டுரையில் நாம் பார்த்த செஞ்சி, வேலூர், கள்ளிவேடு ஆகிய ஊர்களில் இருந்த சக்கிலி துர்கங்கள் (மலைக்கோட்டைகள்) சக்கிலியர்கள் சேனாதிபதிகளாக இருந்தார்கள் என்பதைத் தெரிவிக்கின்றன. அதேபோல திருப்பதியில் உள்ள கி.பி. 1368 ஆம் ஆண்டு கல்வெட்டு வீரகம்பண உடையார்ப் பகடை என்பவர் கம்பணனின் தளபதியாய் இருந்த செய்தியைத் தெரிவிக்கிறது.

மதுரை வீரன், ஒண்டி வீரன் முதலானவரும் தளபதிகளாக இருந்த செய்தியை நாம் அறிவோம்.

அவ்வாறு சிற்றரசர்களாக இருந்த சக்கிலியரிடம் அண்டை நாட்டவர் திரையாகப் பெற்ற செய்தியை கோலார் மாவட்டத்தில் கைவராவிலுள்ள கல்வெட்டு ஒன்று சக்கிலித் திரை என்ற வரி வகையைக் குறிப்பிடுவதையும் நாம் பார்த்தோம்.

அதுபோல இந்நூல் நெடுக நாம் பார்த்த செய்தி என்பது சக்கிலியர்களே வாணர்கள், களப்பிரர்கள் என்பதாகும். அச்செய்திகளை மீண்டும் எடுத்துரைத்தல் தேவையன்று. அவர்கள் அரசர்கள் என்பதால் அவர்கள் சார்ந்த குடியினர் காவல் பணியைத்தான் செய்திருப்பார்கள். அந்த அடிப்படையில், சக்கிலியர் காவல் பணியில் ஈடுபட்ட செய்தியையும், அவர்கள் பொருட்டு வசூலிக்கப்பட்ட மாதாரிக்கம் என்ற வரி வகையையும், திருச்சி, தேவிகாபுரம், சந்திரகிரி, திருப்பதி போன்ற ஊர்களிலுள்ள கல்வெட்டுகள் மூலம் நாம் அறிகிறோம்.

விஜயநகர அரசர்களின் காலத்தில் சக்கிலியர்கள் பட்டடைக் குடிகளாக (தொழில் சார்ந்த குடிகளாக) இருந்த செய்தியைக் காண முடிகிறது. அவர்களது பட்டடை சக்கிலிப் பட்டடை, பகடைப் பட்டடை என்று அழைக்கப்பட்டது. இதுகுறித்த செய்தியை பேராசிரியர் பி. சண்முகம் குறிப்பிடுகிறார்.

"விஜயநகர அரசர் காலத்தில் பட்டடை என்ற வார்த்தை முதன் முதலில் காணப்படுவது செங்கல்பட்டு மாவட்டம் பாடியிலுள்ள கி.பி. 1397 ஐச் சேர்ந்த கல்வெட்டில்தான். பாடியிலுள்ள கோயில் தெய்வத்திற்கு பதினெட்டுப் பட்டடையைச் சேர்ந்த உறுப்பினர்கள் அளித்த கொடை குறித்து அக்கல்வெட்டு குறிப்பிடுகிறது. என்னென்ன தொழிலைச் சேர்ந்தவர்கள் அந்த 18 பட்டடையினர் என்று கல்வெட்டு தனித் தனியாகப் பிரித்துச் சொல்லவில்லை; ஆயினும் செட்டிகள் (வணிகர்கள்), கைக்கோளர்கள் (நெசவாளர்கள்), எண்ணெய் வணிகர்கள் ஆகியோரைத் தனியாகக் குறிப்பிட்டுச் சொல்கிறது. பிற கல்வெட்டுகளிலிருந்து பல பட்டடை, சில்லறைப் பட்டடை போன்ற பெயர்களை அறிந்து கொள்ள முடிகிறது. தோல் பணியாளர் அல்லது சக்கிலி என்பவரது

பட்டடை சக்கிலிப் பட்டடை என்று அழைக்கப்பட்டது. அதுபோலவே செக்காருடைய பட்டடை செக்குப் பட்டடை என்று அழைக்கப்பட்டது."

(அமராவதி தொகுப்பு நூல், பக். 65,
பேரா. பி. சண்முகத்தின் கட்டுரை)

பேராசிரியர் சக்கிலிப் பட்டடை என்பது தோல் பணி செய்யும் பட்டடை என்கிறார். ஆனால் அது தோல் பணி செய்யும் பட்டடை தானா என்பதில் அய்யம் இருக்கிறது. ஏனென்றால், சக்கிலியர்கள் பலவிதமான தொழில்களைச் செய்ததாக நாம் அறிய முடிகிறது. எடுத்துக்காட்டிற்கு பிரான்சிஸ் புக்கானன் இரும்பைப் பிரித்தெடுக்கும் உலைகளைச் சக்கிலியரே செய்ததாகத் தனது புத்தகத்தில் குறிப்பிடுகிறார்.

"சின்னமலைக்குப் போகும் வழியில் (சென்னிமலை) கோட்டம் பள்ளி என்ற சிறு கிராமத்தில் இரும்பைப் பிரித்தெடுக்கும் உலை ஒன்றைப் பார்வையிட்டேன். அங்கு உழைப்பவர்கள் சக்கிலியர்கள் என்று அழைக்கப்படும் கீழ்சாதியைச் சேர்ந்த மக்கள் ஆவர். மேலே மலையில் பார்த்த உலைகளைப் போன்ற அமைப்பிலேயே இவ்வுலையும் இருந்தது. ஆனாலும், அதன் எல்லா அம்சங்களிலும் மோசமான நிலையில் இருந்தது."

(A Journey from Madras through the Countries of Mysore, Canara and Malabor, Vol. II, அத்தியாயம் 10, பக். 283, *Francis Buchanan)*

இரும்பைப் பிரித்தெடுக்கும் தொழில்நுட்பம் சார்ந்த பணிகளில் சக்கிலியர் இருந்தார்கள் என்றால் அவர்கள் தங்களது பட்டடையில் இத்தொழிலைக் கூட பரவலாகச் செய்திருக்கலாம். இக்கருத்தை உறுதிப்படுத்தும் விதமாக இன்னொரு தரவை பேராசிரியர் பி. சண்முகம் தனது கட்டுரையில் தருகிறார். அது வருமாறு:

"பட்டடை என்பது பொதுவாக ஆலயத்தின் அருகில் அமைந்திருக்கும். பல்வேறு தொழில்களைச் சேர்ந்த தொழிலாளர்கள் கோயிலுக்குச் சொந்தமான இடத்தில் தங்கள் பட்டறைகளை அமைத்து, அங்கு வசித்து

வருவார்கள். உதாரணத்திற்கு 18 பற்றைச் சேர்ந்த நாட்டாரும், தந்திரிமாரும் பட்டடைக் குடியைச் சேர்ந்த பலரைத் திருவோத்தூரிலுள்ள கோயில் திருமடை வளாகத்தில் (கோயிலைச் சுற்றியுள்ள நிலம்), கிராம நிலங்களிலும் குடியேற அனுமதித்ததோடு வரிகளைச் செலுத்துவதிலிருந்து அவர்களுக்கு விலக்கும் அளித்த செய்தியை கி.பி. 1413 ஆம் ஆண்டைச் சேர்ந்த கல்வெட்டு தெரிவிக்கிறது."

(அமராவதி தொகுப்பு நூல், பக். 67, பி. சண்முகம்)

மேலே சொன்ன மாதிரி கோயிலுக்கு அருகில் பட்டடை அமைத்து குடியிருக்க, தோல் பணி செய்பவர்களை அனுமதித்திருப்பார்களா? ஆகவே, இரும்பைப் பிரித்தெடுப்பதைப் போன்ற பணிகளைச் செய்யும் பட்டடையாக சக்கிலிப் பட்டடை அமைந்திருக்க வாய்ப்பிருக்கிறது.

இப்படியான சக்கிலிப் பட்டடைகள் மேற்கு மாவட்டங்களில் பகடைப் பட்டறை என அழைக்கப்பட்டன; பட்டறை வரியாக இரண்டு பொன் பகடைகளிடம் இருந்து வசூலிக்கப்பட்டது என்பன போன்ற செய்திகளை மேற்கு மாவட்டங்களில் கிடைத்த செப்பேடுகளில் இருந்து அறிந்து கொள்ள முடிகிறது.

கி.பி. 1382 ஆம் ஆண்டைச் சேர்ந்த மோரூர்க் காங்கேயர் ஏடு கீழ்க்கண்டவாறு தெரிவிக்கிறது.

"சிவ பிராமணர் அரிசிப்படிச் செலவு விசாரிக்கும் விபரம். நகரத்து செட்டிக்குக் குடிப்பணம் ஒன்று, பகடைப் பட்டரைக்குப் பணம் இரண்டு. இந்த பிரகாரம் கட்டளையிட்டு."

(கொங்கு சமுதாய ஆவணங்கள், பக். 223,
புலவர் செ. இராசு)

இந்தச் செப்பேடு தரும் செய்தியைப் பார்த்தோம் என்றால், வணிகம் செய்யும் செட்டிக்கு உரிய வரியை விட, பகடையின் பட்டறைக்கு அதிகம் வரி விதிக்கப்பட்டிருக்கிறது. அப்படியெனில் வணிகத்தை விட இதில் கூடுதல் வருவாய் இருந்திருக்க வேண்டும். அத்தகைய வருவாய் செருப்புப்

பட்டறையில் கிடைக்க வாய்ப்பில்லை. எனவே பகடை பட்டறை என்பது தோல் தொழில் செய்யும் பட்டறையாக அக்காலத்தில் இருந்திருக்கவில்லை என்ற வாதத்திற்கு வலு சேர்ப்பதாக இது அமைகிறது.

பகடை பட்டறைக்கு இரண்டு பொன் விதிக்கப்பட்ட செய்தி இன்னொரு செப்பேட்டிலும் காணக்கிடைக்கிறது. அந்த செப்பேட்டு வரிகள்:

> "... மாதாரிகளை 10 பேரைக் கூட்டிக் கொண்டு போயி கல்லுச்சாவடி திம்மண்ண ஐயரைக் கூட்டிக் கொண்டு போயி கர்த்தருடைய சமூகம் கண்டார். சுவாமி கல்லுங் காவேரியும் உண்டான நாள் முதல் சந்திர சூரியர் வுள்ள நாள் முதலா யில்லாத கந்தாய வரி மாதாரிகளே குடுங்கள் என்று தெண்டிக்கிற படியினாலே தேவரீர் சமூகத்துக்கு வந்தேன். இனிமேல் இந்த நாலு சாதி கோசங்கி வம்சமும் உள்ள ஏரைக்கி பட்டரை வரி ரெண்டு பொன் தவிர சரிமாப்பு யென்கிறதாக..."
>
> *(கொங்கு சமுதாய ஆவணங்கள், பக். 284, செ. இராசு)*

இச்செப்பேடு குறிப்பிடும் நஞ்சராயன் காலமான கி. பி. 1499 ஆம் ஆண்டை ஒட்டிய பகுதிகளிலும் நிலைமை அப்படியே நீடித்திருக்க வேண்டும். அதோடு இச்செப்பேடு மாதாரிகள் கோனியம்மன் கோயில் சூலாயுதத்தைத் தாண்டி ஆணையிட்டதாகவும் குறிப்பிடுகிறது. இந்நிகழ்வு அக்காலக் கட்டத்திலே சக்கிலியர்கள் மதிப்புள்ள ஓர் இடத்தையே தமிழ்ச் சமூகத்தில் வகித்தனர் என்பதைத் தெரிவிப்பதாக அமைகிறது.

இந்த ஆவணத் தொகுதியில் குறிப்பிடப்பட்டிருக்கும் மற்றொரு ஆவணமான தென்னிலைச் செப்பேடு, இதே காலகட்டத்தில் திம்மச் சக்கிலி என்பவன் நீலன் பார்ப்பான் என்பவனுக்கு 500 பொன் கடன் கொடுத்த செய்தி பதிவாகி இருக்கிறது. அப்படியெனில் சக்கிலியர் அக்காலப் பகுதியில் சிறப்பான நிலையில் இருந்ததை அந்த செய்தி நிறுவுகிறது.

நாம் ஏற்கெனவே பார்த்த மாதிரி கி. பி. 1580 ஆம் ஆண்டுக்குப் பிறகு வீரப்ப நாயக்கர் சக்கிலியர் என்ற வாணரை முழுமையாக

வென்று பதவியிலிருந்து விலக்கியதற்குப் பிறகு, சக்கிலியர்கள் பிழைப்பிற்காக தோல் தொழிலுக்குப் போக வேண்டிய நிலை ஏற்பட்டிருக்கிறது. அதைத் தொடர்ந்து சக்கிலியரின் சமூக வீழ்ச்சி தொடங்கியது என்று சொல்லலாம்.

அங்ஙனம் வீழ்ச்சியடையத் தொடங்கிய சக்கிலியர்கள் அதைத் தொடர்ந்து வந்த காலனிய ஆட்சிக் காலத்தில் அத்தொழிலிலிருந்தும் ஓரம் கட்டப்பட்டு மலம் அள்ளிகளாக, துப்புரவுப் பணியாளர்களாக மாற்றப்பட்டு தமிழ்நாட்டிலும், இந்தியாவின் பிற மாநிலங்களிலும், இந்தியாவின் அண்டை நாடுகளிலும் சிதறடிக்கப் பட்டார்கள். சிதறடிக்கப் பட்ட சக்கிலியர்கள், நின்று நிதானித்துத் தங்கள் வரலாற்றைத் திரும்பிப் பார்க்கும் தருணம் இது. நாட்டைக் கட்டி ஆண்ட வரலாற்றைக் கொண்ட அச்சமூகம் விரைவில் வீறுகொண்டெழும் என்பதை உலகம் காணப் போகிறது. ஜெய்பீம்!

◉

பின்னிணைப்புகள்

திருப்பதி வெங்கடேஸ்வர பெருமாள் கோவிலில் உள்ள 'பல்லவப் பகடையார்' கல்வெட்டு.

திருவாலங்காடு வட ஆரண்யேசுவரர் கோவிலில் 'கொப்பரசர் மாதியரசர்' பெயர் குறிப்பிடும் கல்வெட்டு.

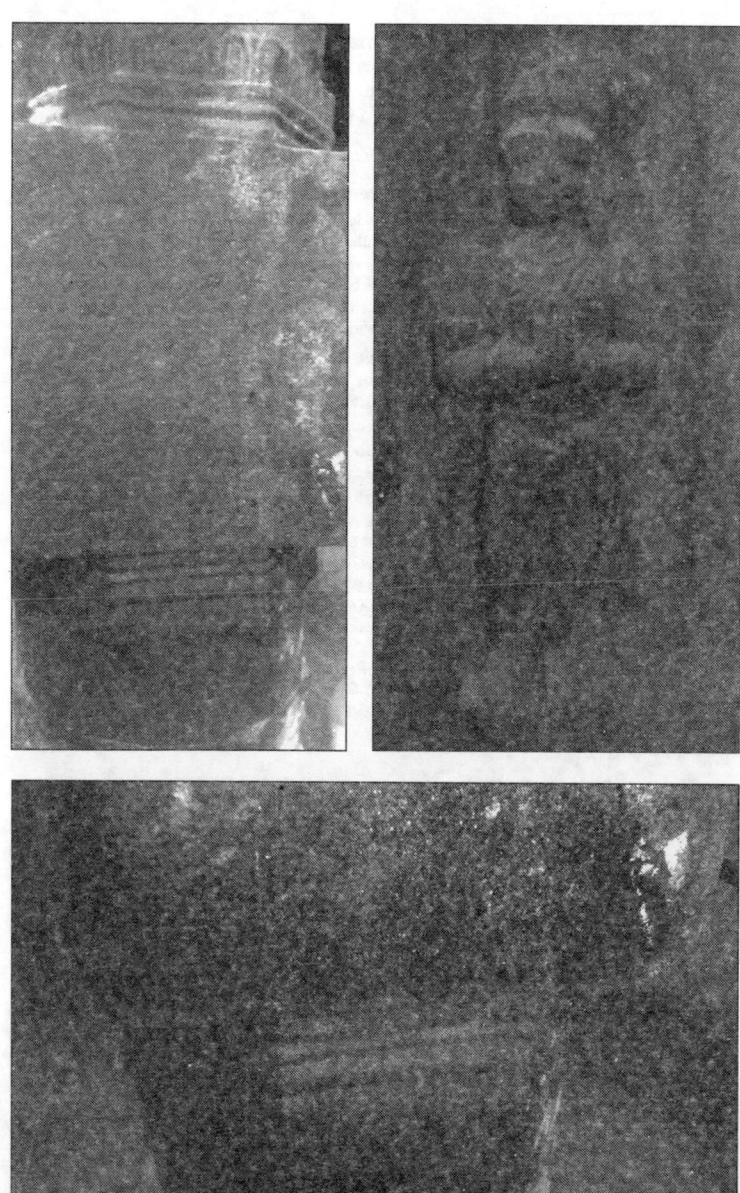

இராசபாளையம் அருகில் தேவதானம் என்ற ஊரிலுள்ள நச்சாடை தவிர்த்த ஈஸ்வரர் கோவிலில் இடம்பெற்றுள்ள **'வீரபாண்டிய செகிலியர்'** சிலையும் கல்வெட்டும்.

No. 725.

(A.R. No. 668 of 1904.)

TIRUMULLAIVĀYAL, SAIDAPET TALUK, CHINGLEPUT DISTRICT.

On the south wall of the central shrine in the Māśilāmaṇīśvara temple.

Bukkarāya II.   1406 A.D.

The cyclic year cited in the record, i.e., Pārthiva fell in Saka 1327. The details of date, viz., Pārthiva, Māśi 1 probably correspond to 1406 A.D., January 26.

This records the gift of 800 *kuḻi* of land in Veḷḷāṉūr by Ayyaluppa Kaḍaiyār, son of Payiṇḍi-Araśar, to the temple of Tirumullaivāyil-uḍaiya Nāyanār in Kāṇappēṟūr-nāḍu, in Puḻaṟ-kōṭṭam, for the service of *tiruppaḷḷi-eḻuchchi*. The gift land is stated to have been formerly granted to the donor by Vīranārāyaṇaṉ [Iṉa]kku nalla perumāḷ *alias* Oṟṟi Araśar, on the occasion of a solar eclipse. The inscription also mentions the measuring rod *Aśaṅgāḍagaṇḍaṉ kōl*. Vide No. 693 above.

Text

1 ஏழவஇ [II°] ஶ்ரீஒடிரர வமசணைஉளிமூா ராஜாஉவிராஜ பெரபெமூா ஶ்ரீவிஜய ஜூரடை[வா⁺]க்கராயற்க்கு
   செல்லாநின்ற பாஜ்ஜி-வெவஅஉ-ஸ்உ மாஸிமாதம் முதல் நியதி புமற-

2 க்கெரட்டத்துக் கானப்பெமூரி நாட்டு உடையாரி திருமுக்ஸ்வெவர[மி]ல் உடைய ஜுமிநாற்க்கு சூடப
   வஜ்டிநவைஉவித ₇ந்தில் காலறவைவி,மாதஉ₇தில் [பமிஜஜி அரசர் மகந]-

3 ரி அய்யனுப்ப கடையாரி இன்னுயநாற்க்கு திருப்பஸ்ளிஎமிச்சிக்கு அமுதபடிக்கு நாள் ஒன்றுக்கு
   எட்டு நாழிக்கா(ல்)ஸால் அரிசி அ[ஸு⁺]குரூ ஆக வருவஉ-

4 [ம] ஒன்றுக்கு மாதம் பஉன்ஸரிஉண்டுக்கு அரிசி இருபதின் கவத்துக்கு அகுதில் இரண்டு படிக்கு
   குடுக்கும் நெல்லு ஐயம்பதின் கலம் [இன].

5 நெல்லு ஐம்பதின் கலத்துக்கு வீரநாராயணன் [இன]க்கு நல்ல பெருமானான ஒற்றி அரசர்
   நமக்கு வொடிஉம ஜுஜணை புஉன்உனிய காலத்திலெ தம்முடைய கானி ஆட்(ச்)சி-

6 ஆன வெள்ளாஉறூரிலெ முன்னுள்ச பெயுயரி ஆன ஒற்றி அரசர் விட்ட இருவிளக்குபட்டிக்குத்
   தெற்கு நமக்கு உதச புஉவம் ஆக விப்பட்ட விஉதி அரசகாதண்டஉன் வெள-

7 லாசுக் குழி எள்ளஉநாறும் இன்னுயஉறிக்கு திருப்பஸ்னெளளமுச்சிக்கு அ(ம்)முதபடிக்கு இன்னெளிசம
   எண்ணாறு குழியும் சந்திராநித்தவஸையும் செள்(ல்).

8 வதாச இன்ஸிலத்திலெ திருகுலத்தாபநம்(ம) பஉனஉித திருமுமிலெ ஸிலாலெகம் பஉனஉிக்க
   குடித்தோம் ||- ◯ ◯கலி உக், ஒ உடிக்குரு எட்ட க்ய

9 ஐஉ ர[ய*]க

10 ஒக்ஊஉடு கஉய்யெய ஈஉக மக்குஉ மெளய க்கய்ள ஓக்‌ய ய

திருமுல்லைவாயில், மாசிலாமணீஸ்வரர் கோவிலிலுள்ள 'அய்யலுப் பகடையார்' கல்வெட்டை 'அய்யனுப்ப கடையார்' என மாற்றி கல்வெட்டுத் தொகுதியில் பதிப்பிடப்பட்ட பிரதி.

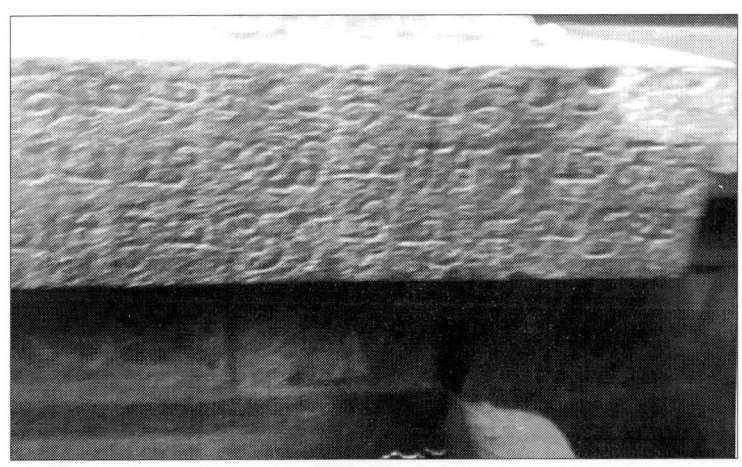

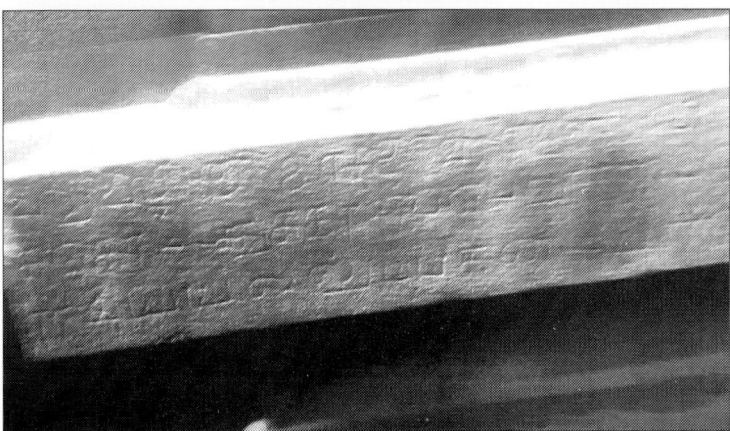

திருமுல்லைவாயில், மாசிலாமணீஸ்வரர் கோவிலிலுள்ள **'அய்யலுப் பகடையார்'** *கல்வெட்டு.*

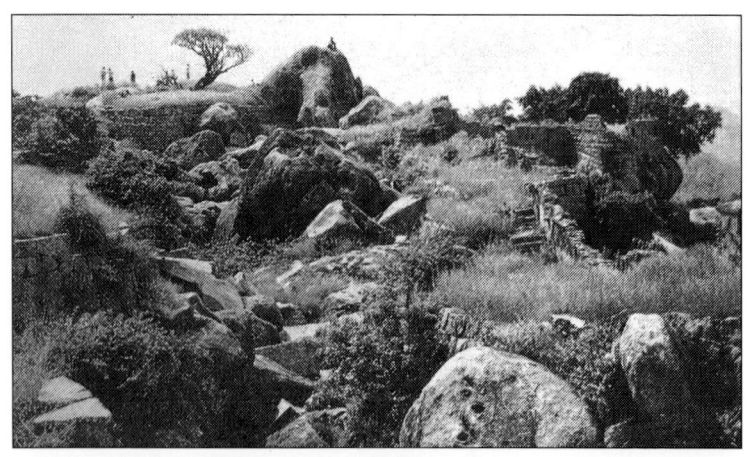

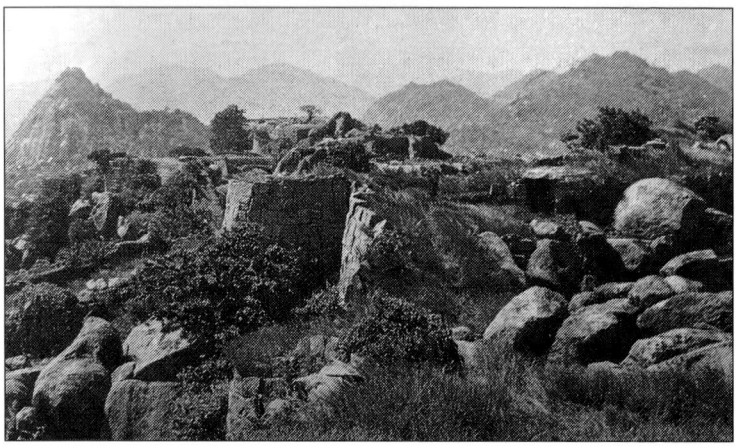

செஞ்சிக் கோட்டையில் உள்ள ***'சக்கிலிதுர்கம்'*** 2005 வாக்கில் எடுத்த படம்.

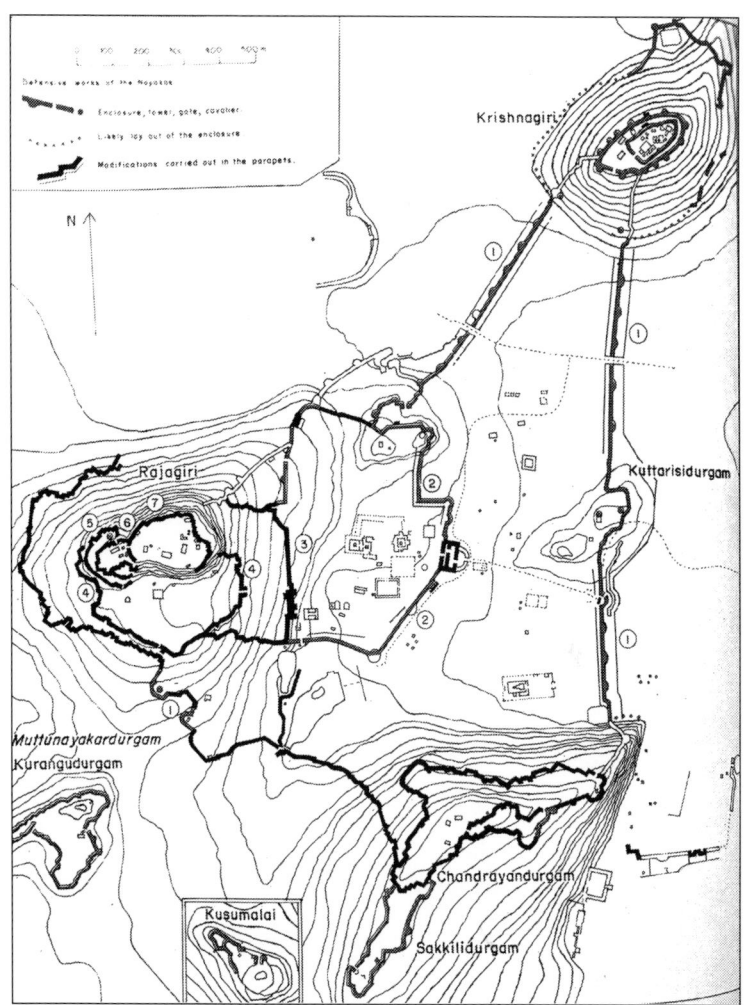

செஞ்சிக் கோட்டையில் உள்ள *சக்கிலிதுர்கம்* வரைபடம்.

சேலம் மாவட்டம், ஓமலூர் வட்டம், கே.என். புதூரில் உள்ள *பெரிய சக்கிலிச்சி ஏரியில்* எடுக்கப்பட்ட நடுகல் – 01.

*சேலம் மாவட்டம், ஓமலூர் வட்டம், கே.என். புதூரில் உள்ள **பெரிய சக்கிலிச்சி ஏரியில்** எடுக்கப்பட்ட நடுகல் - 02.*

கே.என். புதூர், பெரிய சக்கிலிச்சி ஏரியில் உள்ள 'புலியார் மகன் நல்லி' மதகு கல்வெட்டு.

கே.என். புதூர், பெரிய சக்கிலிச்சி ஏரியில் உள்ள பெயர்ப் பலகை.

சேலம் மாவட்டம், ஆத்தூர் வட்டம், ஆறகளூர் சிவன் கோயிலில் உள்ள வாணராய பூபதி சிலை.

திருநெல்வேலி நெல்லையப்பர் கோவிலில் உள்ள பகடை ராஜா சிலை.

திருவில்லிப்புத்தூர் ஆண்டாள் கோவிலில் உள்ள பகடை ராஜா சிலை.

திருநெல்வேலி கிருஷ்ணாபுரம் கோவிலில் உள்ள பகடை ராஜா சிலை.

திருநெல்வேலி கிருஷ்ணாபுரம் கோவிலில் உள்ள பகடை ராஜா சிலை.

மதுரையில் உள்ள பகடை ராஜா சிலை.

தூத்துக்குடி மாவட்டம் திருவைகுண்டம் கோவிலில் உள்ள பகடை ராஜா சிலை.

மானாமதுரை பகுதி பார்த்திபனூர் அருகில் உள்ள தேவனேரியில் கிடைத்த ஓலைச்சுவடி ('சக்கிலியன் செய்' என்று குறிப்பிடப்பட்டுள்ளது)

திருவலம் வில்வநாதேஸ்வரர் கோவிலில் உள்ள வாணர்களின் சின்னமான அதிகார நந்தி. பழைய தோற்றமும் தற்கால தோற்றமும்.

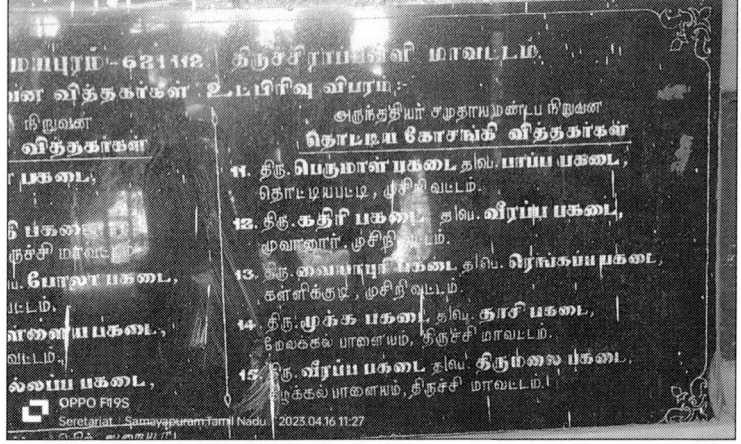

சக்கிலியர்கள் கோசங்கிகள் என்பதற்குச் சான்றான சமயபுரம் அருந்ததியர் சமுதாய மண்டபத்தில் உள்ள கல்வெட்டு.